കൊലമരത്തിൽ നിന്നുള്ള കുറിപ്പുകൾ

kolamarathil ninnulla kurippukal

•

julius fuchik

•

first edition
march 1977

•

sixth edition
november 2008

•

seventh edition
october 2009

•

typesetting and published
chintha publishers, thiruvananthapuram

•

printed
repro india ltd, mumbai

•

cover
shahul aliyar

•

വിതരണം

ദേശാഭിമാനി ബുക്ക് ഹൗസ്

H O തിരുവനന്തപുരം-695 035
phone: 0471-2303026, 6063026
www.chinthapublishers.com
chinthapublishers@gmail.com

ബ്രാഞ്ചുകൾ

ഹെഡ്ഡാഫീസ് ബ്രാഞ്ച് കുന്നുകുഴി • സ്റ്റാച്യു തിരുവനന്തപുരം • കെ എസ് ആർ ടി സി ബസ് സ്റ്റേഷൻ ആലപ്പുഴ • കെ എസ് ആർ ടി സി ബസ് സ്റ്റേഷൻ എറണാകുളം • ഐ ജി റോഡ് കോഴിക്കോട് • മാവൂർ റോഡ് കോഴിക്കോട് • എൻ ജി ഒ യൂണിയൻ ബിൽഡിങ് കണ്ണൂർ • സെൻട്രൽ ബസ് ടെർമിനൽ കോംപ്ലക്സ് താവക്കര കണ്ണൂർ

CR - 946 / 2367
ISBN - 978-81-26203-55-0

കൊലമരത്തിൽ നിന്നുള്ള കുറിപ്പുകൾ

ജൂലിയസ് ഫ്യൂച്ചിക്ക്

ചിന്ത പബ്ലിഷേഴ്സ്
തിരുവനന്തപുരം-695 035

ഉള്ളടക്കം

അവതാരിക

സാമുവൽ സില്ലൻ

ജൂലിയസ് ഫ്യൂച്ചിക്ക് ഈ പുസ്തകം എഴുതിയത് നാസി ആരാ ച്ചാരന്മാരുടെ കൊലക്കുരുക്കിന്റെ നിഴലിനുകീഴിൽ വെച്ചാണ്. കയ്യെഴു ത്തുപ്രതിയുടെ കേവലഭാവംതന്നെ ഗ്രന്ഥകാരന്റെ അജയ്യമായ മനോ വീര്യത്തിന്റെയും ഏതൊരു പ്രതിസന്ധിഘട്ടത്തെയും അഭിമുഖീകരി ക്കാനുള്ള ധീരോദാത്തമായ സാമർഥ്യത്തിന്റെയും അനിഷേധ്യമായ തെളിവാണ്. പ്രേഗിലെ 'പാൻക്രാറ്റ്സ്' എന്ന സ്ഥലത്തുള്ള ഗെസ്റ്റപ്പോ ജയിലിൽനിന്ന് അനുഭാവിയായ ഒരു 'ചെക്ക്' വാർഡറുടെ സഹായ ത്തോടെ ഒന്നൊന്നായി കടത്തിക്കൊണ്ടുവന്ന പെൻസിലിൽ കുറിച്ച കടലാസുകഷ്ണങ്ങൾ ഒന്നിച്ചുചേർന്നതാണ് കയ്യെഴുത്തുപ്രതി. ആത്മ വഞ്ചനയെ അങ്ങേയറ്റം വെറുത്ത ഫ്യൂച്ചിക്ക്, അനിശ്ചിതമായ അവസ്ഥ യിൽ തുടർന്നുകൊണ്ടിരിക്കുന്ന ഈ തുലികാചിത്രം മുഴുമിപ്പിക്കാൻ വേണ്ടി താൻ ജീവിച്ചിരിക്കുകയില്ലെന്നറിഞ്ഞിരുന്നു. എന്നാൽ, അതിന്റെ 'സന്തോഷകരമായ പര്യവസാനം,' അദ്ദേഹത്തിന്റെ ഭാഷ യിൽ കോടിക്കണക്കായ തന്റെ സ്വന്തം നാട്ടുകാരും മറ്റെല്ലാ രാജ്യങ്ങളി ലുമുള്ള ഫാസിസ്റ്റ്‌വിരോധികളും സാധിക്കുമെന്നുള്ള വിശ്വാസമായി രുന്നു അദ്ദേഹത്തിന്.

ജനങ്ങളിലും അവരുടെ ഭാവിയിലുമുള്ള ഈ വിശ്വാസമാണ് ഈ ഗ്രന്ഥത്തിന്റെ മൗലിക വസ്തുത. മറ്റെല്ലാ യുദ്ധകാല ജയിൽസാഹിത്യ ങ്ങളിലുമെന്നപോലെ, ഈ പുസ്തകത്തിലും, ഫാസിസ്റ്റ് നിഷ്ഠുരതക ളുടെ മായ്ക്കാനാവാത്ത ചിത്രംതന്നെയാണ് നാം കാണുന്നത് എന്നു ള്ളത് ശരിയാണ്. എന്നാൽ ഇത് ഫാസിസത്തിന് ഇരയാകുകമാത്രം ചെയ്ത ഒരാളുടെ ചിത്രമല്ല, അതിനെ കൂട്ടിൽക്കയറ്റിയ ഒരു അന്യായ ക്കാരനും ജഡ്ജിയും ധാർമികമായി അതിനെ ജയിച്ചുകീഴടക്കിയ യോദ്ധാവും കൂടിയായ ഒരാളുടെ ചിത്രമാണ്.

"ഹാ, ഭീകരമായ ഈ വിതയിൽനിന്ന് എന്തൊരു വിളവായി രിക്കും ഒരു നാൾ ഉയർന്നുവരിക", അദ്ദേഹം ആവേശപൂർവം ചോദി ക്കുന്നു. "തന്റെ സ്വന്തം ഭാവി നേരെ മരണത്തിലേക്ക് ചുണ്ടപ്പെട്ടിരിക്കു മ്പോൾ എപ്പോഴും മറ്റുള്ളവർക്ക് ഭാവിയിലേക്കുള്ള വഴി ചൂണ്ടിക്കാണി ച്ചുകൊടുക്കുന്നവനായ" ഒരു സഖാവിനെ വർണിക്കാൻ ഫ്യൂച്ചിക്ക് തെരഞ്ഞെടുത്ത അതേ വാക്കുകൾ അദ്ദേഹത്തിനുവേണ്ടിയും നമുക്ക് ഉപയോഗിക്കാം.

ഫ്യൂച്ചിക്ക് ഗെസ്റ്റപ്പോയുടെ കൈകളാൽ വധിക്കപ്പെട്ടു. എങ്കിലും ഈ പുസ്തകത്തിൽ അദ്ദേഹം ചൂണ്ടിക്കാണിക്കുന്ന ഭാവി അദ്ദേഹ ത്തിന്റെ സ്വന്തം നാടായ ചെക്കോസ്ലൊവാക്യയിൽ ജീവനുള്ള യാഥാർ ഥ്യമായിത്തീർന്നു. ആ നാട്ടിൽ യുദ്ധത്തെപ്പറ്റിയുള്ള എല്ലാ സാഹിത്യ ങ്ങളിലുംവെച്ച് ഏറ്റവും കൂടുതൽ വായിക്കപ്പെട്ടിട്ടുള്ളതാണ് ഈ പുസ്തകം; ഫ്യൂച്ചിക്ക് നാടിന്റെ വീരാത്മാക്കളിലൊരാളായി കൊണ്ടാട പ്പെട്ടുവരികയും ചെയ്യുന്നു. ഹിറ്റ്ലറെ അടിപ്പെടുത്താൻ അത് അതിന്റെ പങ്കു നിർവഹിച്ച, സോവിയറ്റ് യൂണിയൻ, യൂഗോസ്ലാവിയ, ഫ്രാൻസ് എന്നിവയുൾപ്പെടെയുള്ള എല്ലാ രാജ്യങ്ങളിലെയും പ്രധാന ഭാഷകളി ലേക്കും ഈ പുസ്തകം തർജുമ ചെയ്യപ്പെട്ടു. *നാളെ ഇന്നലെയായിക്ക ഴിഞ്ഞ കാര്യത്തിൽ* എന്ന പേരിൽ സോവിയറ്റ് യൂണിയനെക്കുറിച്ച് ഒരു പുസ്തകം അത്യാദരപൂർവം ഫ്യൂച്ചിക്ക് എഴുതി. ഇപ്പോഴത്തെ പുസ്ത കത്തിൽ അദ്ദേഹം എഴുതുന്ന ഭാവി ചെക്കോസ്ലൊവാക്യയിലും യൂറോ പ്പിലെ മറ്റു ജനാധിപത്യരാജ്യങ്ങളിലും ഇതിനകം രൂപമെടുത്തു.

ഒരു പത്രപ്രവർത്തകനും സാഹിത്യനിരൂപകനും കമ്യൂണിസ്റ്റ് നേതാവുമായ ഫ്യൂച്ചിക്ക് 1903-ാം മാണ്ട് ഫെബ്രുവരി 23-ന് പ്രേഗ് സ്മിച്ചോവിൽ ജനിച്ചു. ഉരുക്കുതൊഴിലാളിയായ അദ്ദേഹത്തിന്റെ പിതാവ് നല്ല വാസനയുള്ള ഒരു നടനും പാട്ടുകാരനുംകൂടി ആയിരുന്നു. ഫ്യൂച്ചിക്ക് തൊഴിലാളിപ്രസ്ഥാനത്തിലും ചെക്കോസ്ലൊവാക്യയിലെ സാംസ്കാരിക ലോകത്തിലുമുള്ള തന്റെ പ്രവർത്തനങ്ങൾ വളരെ നേര ത്തെ, പതിമൂന്നു-പതിനാലു വയസ്സു മുതൽക്കുതന്നെ, ആരംഭിച്ചതാ ണ്. പ്രേഗ് സർവകലാശാലയിലെ ഒരു വിദ്യാർഥിയെന്ന നിലയിൽ അദ്ദേഹം സാഹിത്യവും സംഗീതവും കലയും അഭ്യസിച്ചു. ഒരു തൊഴി ലാളിയായി പണിയെടുത്തു നിത്യവൃത്തിക്ക് വക സമ്പാദിച്ചു. അദ്ദേഹം കമ്യൂണിസ്റ്റ്പാർട്ടിയിൽ ചേർന്ന് സോഷ്യലിസ്റ്റ് പത്രങ്ങൾക്ക് ലേഖനങ്ങ ളെഴുതുകയും കമ്യൂണിസ്റ്റ് വിദ്യാർഥി സംഘടനയിലെ ഒരു പ്രമുഖ നായിത്തീരുകയും ചെയ്തു. 1929-ൽ അദ്ദേഹം *തോർബാ (സൃഷ്ടി)* എന്ന പത്രത്തിന്റെ പ്രധാന അധിപരായിത്തീർന്നു; അദ്ദേഹത്തിന്റെ നേതൃത്വത്തിൽ ആ പത്രം വലിയ സ്വാധീനശക്തിയുള്ള ഒരു സാംസ്കാരിക-രാഷ്ട്രീയ പത്രമായി ഉയർന്നു. അനന്തരം അദ്ദേഹം ചെക്കോസ്ലൊവാക്യയിലെ കമ്യൂണിസ്റ്റ് പാർട്ടിയുടെ മുഖപത്രമായ *റുദ്പ്രാവൊ*യുടെ പത്രാധിപരായി.

പത്രറിപ്പോർട്ടറും പ്രസംഗകനും പത്രാധിപരും എന്ന നിലയിൽ തന്റെ രണ്ടു പ്രാവശ്യത്തെ സോവിയറ്റ് യൂണിയൻ സന്ദർശനങ്ങളെക്കു റിച്ച് സ്വന്തം നാട്ടുകാരോട് റിപ്പോർട്ട് ചെയ്തതിനെത്തുടർന്ന് ചെക്കു പിന്തിരിപ്പന്മാർ ഫ്യൂച്ചിക്കിനെ കഠിനമായി ദ്രോഹിച്ചു; തുടരെത്തുടരെ ജയിലിലടച്ചു. മ്യൂണിച്ച് ഉടമ്പടിയുടെ കാലത്ത് കമ്യൂണിസ്റ്റുപാർട്ടി നിയമവിരുദ്ധമാക്കപ്പെട്ടു. പാർട്ടി ഒളിവിൽ പ്രവർത്തിച്ചു. നാസികൾ രാജ്യം പിടിച്ചടക്കിയതോടെ ഫ്യൂച്ചിക്ക് ഒളിവിൽപോയി. ചരിത്രപരവും സാഹിത്യപരവുമായ മാർക്സിസ്റ്റ് ഗവേഷണങ്ങൾക്കും അതേസമയം തന്നെ പാർട്ടിക്ക് നിയമവിരുദ്ധമായ ഒരു കേന്ദ്രസങ്കേതം സ്ഥാപിക്കുന്ന തിന് ഉപകരിക്കാനും അദ്ദേഹം തന്നെത്തന്നെ നിയോഗിച്ചു. സഹപ്ര വർത്തകരോടൊന്നിച്ച് അദ്ദേഹം പാർട്ടിയുടെ കേന്ദ്രമുഖപത്രമായ റൂദ്പ്രാവൊ രഹസ്യമായി പ്രസിദ്ധപ്പെടുത്തുകയും 'കൊച്ചുപീപ്പി' എന്നർഥം വരുന്ന പേരോടുകൂടിയ ഹാസ്യപത്രമുൾപ്പെടെ പല പ്രസി ദ്ധീകരണങ്ങളും നടത്തിക്കൊണ്ടിരിക്കുകയും ചെയ്തു.

ഇന്നത്തെ ഭൂരിപക്ഷകക്ഷിയായ, ചെക്കോസ്ലൊവാക്യയിലെ കമ്യൂണിസ്റ്റ് പാർട്ടിയെക്കുറിച്ച് ഏറ്റവും ബഹുമാനത്തോടും ഭക്തിയോ ടുംകൂടിയാണ് ഈ പുസ്തകത്തിൽ ഫ്യൂച്ചിക്ക് എഴുതുന്നത്. ഈ പാർട്ടി രാക്ഷസീയമർദനത്തിനു കീഴിലും ചെക്ക് തൊഴിലാളിവർഗത്തി ന്റെയും രാജ്യത്തിന്റെ മുഴുവൻതന്നെയും ശക്തിയുടെ നശിപ്പിക്കപ്പെടാ നാവാത്ത ഒരു ഭാഗമാണെന്ന് തെളിയിച്ചു കഴിഞ്ഞു. ചെക്കോസ്ലൊവാ ക്യയിലെ 'മ്യൂണിച്ച്'കാരെപ്പോലെതന്നെ, അമേരിക്കയിലെ സാമ്രാജ്യ പിന്തിരിപ്പൻമാരും, നമ്മുടെ സ്വന്തം തൊഴിലാളിവർഗത്തിന്റെ മുന്ന ണിപ്പാർട്ടിയെ അടിച്ചുടയ്ക്കാൻ നോക്കുന്ന ഈ സന്ദർഭത്തിൽ, ഫ്യൂച്ചി ക്കിന്റെ പുസ്തകം വായിക്കുന്നത് പ്രത്യേകിച്ചും പ്രയോജനപ്രദമാണ്. ജനങ്ങളുടെ താൽപ്പര്യങ്ങൾ സംരക്ഷിക്കുന്നതിന് ഏറ്റവും സ്ഥൈര്യ പൂർവം നിലകൊള്ളുന്നവരെന്ന നിലയിൽ, കമ്യൂണിസ്റ്റുകാരെ അവ രുടെ ശരിയായ വെളിച്ചത്തിൽ നാമിവിടെക്കാണുന്നു. സോഷ്യലിസ ത്തിന്റെ നാടായ സോവിയറ്റ് യൂണിയനുമായുള്ള ആത്മാർഥമായ സൗ ഹാർദം, ഏതൊരു രാജ്യത്തെയും ഫാസിസത്തിൽ നിന്നും പിന്തിരിപ്പ ത്വത്തിൽനിന്നും രക്ഷിക്കുന്നതിനുള്ള ഒഴിച്ചുകൂടാത്ത ഉപാധിയാണെ ന്ന് നാം ഇവിടെ കാണുന്നു. മഹാനായ ഒരു ചെക്ക് ദേശാഭിമാനിയെന്ന നിലയിൽ, ചെക്ക് തൊഴിലാളിവർഗത്തിന്റെ ബലിഷ്ഠനായ ഒരു പുത്ര നെന്ന നിലയിൽ സോവിയറ്റ് യൂണിയന്റെ നേർക്ക് ബഹുമാനത്തോടും സ്നേഹത്തോടും കൂടി, ഫ്യൂച്ചിക്ക് നമ്മളോടു സംസാരിക്കുന്നു.

അദ്ദേഹം ഗെസ്റ്റപ്പോയാൽ അറസ്റ്റുചെയ്യപ്പെടുകയും പിച്ചിച്ചീന്ത പ്പെടുകയും നാൽപ്പതാമത്തെ വയസിൽ കൊല്ലപ്പെടുകയും ചെയ്തു. എങ്കിലും, ഈ പേജുകളിലൂടെ ഇത്രക്ക് അനായാസേന ഗംഭീരവും ഇത്രയേറെ സൂക്ഷ്മനിരീക്ഷണപടുതയോടുകൂടിയതും ജീവിതസ്നേ ഹധന്യത തികഞ്ഞതുമായ ഒരു അനശ്വരസാഹിത്യകൃതി ഫ്യൂച്ചിക്ക്

നമുക്കായി സമ്മാനിക്കുന്നു. അനശ്വരമായ ഒരു പാഠവും-നമുക്ക് അദ്ദേ
ഹത്തിന്റെ അവസാനവാക്കുകൾ ഓർമ്മിക്കാം: "കരുതിയിരിക്കുക!"
അദ്ദേഹം എഴുതുന്നു: "യഥാർഥ ജീവിതത്തിൽ കാഴ്ചക്കാരില്ല;
നാമെല്ലാം ജീവിതത്തിൽ പങ്കെടുക്കുന്നു." ഇത് ജീവിതത്തിന്റെതായ
യഥാർഥ സാഹിത്യംപോലെ തന്നെ വാസ്തവമായിട്ടുള്ളതല്ലേ? ഫാസി
സത്തിന്റെ രാക്ഷസീയമായ മാനുഷ്യ വിരോധത്തിനെതിരായി ഇന്നും
തുടർന്നുകൊണ്ടിരിക്കുന്ന സമരത്തിൽ-ഇന്നു എത്രയോ കൂടുതൽ
സമീപിച്ചുകഴിഞ്ഞിരിക്കുന്നു-ഇന്നും ഉൽകൃഷ്ടമായ പങ്ക് വഹിച്ചുകൊ
ണ്ടിരിക്കുന്ന ഒന്നാണ് ഈ പുസ്തകം.

ഒരു കുറിപ്പ്

റാവൻസ്ബ്രൂക്കിലെ കോൺസൻട്രേഷൻ ക്യാമ്പിൽ വെച്ച്, എന്റെ ഒപ്പമുണ്ടായിരുന്ന മറ്റൊരു തടവുകാരി യിൽനിന്ന്, എന്റെ ഭർത്താവായ ജൂലിയസ് ഫ്യൂച്ചിക്കിനെ 1943 ആഗസ്ത് 25-ന് ബർലിനിലെ ഒരു നാസികോടതി മരണശി ക്ഷക്ക് വിധിച്ചു എന്നു ഞാൻ കേട്ടു.

അദ്ദേഹത്തിന്റെ വിധി പിന്നെ എന്തായി എന്നതിനെപ്പറ്റി യുള്ള ചോദ്യങ്ങൾ ക്യാമ്പിനു ചുറ്റുമുള്ള ഉയർന്ന മതിലുക ളിൽചെന്നലച്ച് മാറ്റൊലിക്കൊള്ളുകമാത്രം ചെയ്തു.

1945 മേയിൽ ഹിറ്റ്‌ലർ ജർമനി പരാജയപ്പെട്ടു കഴിഞ്ഞ പ്പോൾ ഫാസിസ്റ്റുകൾക്ക് ചീന്തിച്ചീന്തി മുഴുവനായി കൊന്നു തീർക്കാൻ സമയം കിട്ടാതെ ശേഷിച്ച തടവുകാർ മോചിക്ക പ്പെട്ടു. അങ്ങനെ രക്ഷപ്പെട്ടവരിൽ ഒരാളായിരുന്നു ഞാൻ.

സ്വതന്ത്രമായ എന്റെ നാട്ടിൽ തിരിച്ചെത്തി ഞാനെന്റെ ഭർത്താവിനെ അന്വേഷിച്ചു. ജർമൻ അക്രമികളാൽ, എണ്ണമറ്റ തരത്തിലുള്ള മർദ്ദനങ്ങളുടെ നരകങ്ങളിലേക്ക് വലിച്ചിഴ ക്കപ്പെട്ട, തങ്ങളുടെ ഭർത്താക്കന്മാരെയും ഭാര്യമാരെയും മാതാപിതാക്കന്മാരെയും കുഞ്ഞുങ്ങളെയും അന്വേഷിച്ച് നട ന്ന ആയിരമായിരം ആളുകളെപ്പോലെ ഞാനും അന്വേഷിച്ചു.

ശിക്ഷക്ക് വിധിക്കപ്പെട്ടതിന്റെ പതിനാലാം ദിവസം 1943 സെപ്തംബർ 8-ന് ബർലിനിൽ അദ്ദേഹത്തിന്റെ മരണശിക്ഷ നടത്തപ്പെട്ടുവെന്ന് ഞാൻ മനസിലാക്കി.

പ്രേഗിലെ പാൻക്രാറ്റ്സ് ജയിലിലായിരുന്നപ്പോൾ ജൂലി യസ് ഫ്യൂച്ചിക്ക് ചില കുറിപ്പുകൾ എഴുതിയിട്ടുണ്ടായിരു

ന്നെന്നും എനിക്കറിവു കിട്ടി. കടലാസും പെൻസിലും അദ്ദേഹത്തിന്റെ തുറുങ്കു മുറിയിൽ എത്തിച്ചുകൊടുക്കുകയും എഴുതിത്തീർന്ന കടലാസുകൾ ഒന്നൊന്നായി പുറത്തു കടത്തിക്കൊണ്ടുപോകുകയും ചെയ്തത് എ കോളിൻസ്കി എന്ന ഒരു ചെക്കു വാർഡറായിരുന്നു. ഞാൻ ആ വാർഡറെ കണ്ടു. ഒടുവിൽ 'പാൻക്രാറ്റ്സ്' ജയിലിൽ എന്റെ ഭർത്താവ് എഴുതിയ കുറിപ്പുകൾ ശേഖരിക്കുകയും ചെയ്തു. വിശ്വസ്ത രായ പലരുടെയും പക്കലായി സൂക്ഷിക്കപ്പെട്ട, വഴിക്കുവഴി നമ്പരിട്ടിരുന്ന, ആ കടലാസുകൾ അങ്ങനെ ഒളിവിൽനിന്നും പുറത്തുവന്നു. അവയെ ഞാനിതാ വായനക്കാരുടെ മുമ്പിൽ വെക്കുന്നു. ജൂലിയസ് ഫ്യൂച്ചിക്കിന്റെ ജീവിതഗ്രന്ഥത്തിന്റെ അവസാന അധ്യായം.

അഗസ്തീനാ ഫ്യൂച്ചിക്ക്

മുഖവുര

ഞെളിഞ്ഞ് നിവർന്ന്, കൈവെള്ളകൾ കൊണ്ട് കാൽ മുട്ടുകളെ ഞെരുക്കിപ്പിടിച്ച്, കണ്ണുകൾ തുറിച്ച്, പഴകിമു ഷിഞ്ഞ് മഞ്ഞനിറമായിത്തുടങ്ങിയ ചുവരിൻമേൽ ഉറപ്പിച്ചു നോക്കി, 'അറ്റൻഷ'നായി പഴയ 'പെച്ചെക്ക്' ബാങ്കുകെട്ടിട ത്തിന്റെ ഒരു മുറിയിൽ ഇങ്ങനെയിരിക്കുക–ഇതു തീർച്ച യായും ചിന്തയിൽ മുഴുകിയിരുന്നുപോവാൻ പറ്റിയതരത്തി ലുള്ള ഒരിരുപ്പല്ല. എന്നാൽ 'അറ്റൻഷ'നായി ഇരിക്കാൻ ആർക്കാണ് നിങ്ങളുടെ ചിന്തകളെ നിർബന്ധിക്കാൻ സാധി ക്കുക?

ആരാണെന്നോ,എപ്പോഴാണെന്നോ, ഒരിക്കലും അറി യാൻ നമുക്ക് സാധിക്കുകയില്ല. എന്നാൽ ആരോ ഒരിക്കൽ 'പെച്ചെക്ക്' കെട്ടിടത്തിലെ ഈ ഹാളിനെ 'സീനിമ' എന്നു വിളിക്കുകയുണ്ടായി. ജർമൻകാർ ഇതിന് 'വീട്ടുതടവ്' എന്ന് പേരിട്ടു. എന്നാൽ 'സീനിമ' എന്ന പേർ പ്രതിഭാശാലിയായ ഒരുവന്റെ മനോധർമംതന്നെയാണ്. വിശാലമായ ഈ ഹാളിൽ ആറുവരിയായി നീണ്ട ബഞ്ചുകൾ ഇട്ടിരിക്കുന്നു. വിചാരണയി ലിരിക്കുന്ന ആളുകളുടെ അനങ്ങാനാവാതായിത്തീർന്ന ശരീര ങ്ങളായിരുന്നു ആ ബഞ്ചുകളിൽ പറ്റിപ്പിടിച്ചത്. അവരുടെ ആ തുറിച്ച കണ്ണുകൾക്ക് മുമ്പിൽ നഗ്നമായ ആ ഭിത്തി ഒരു തിര ശീലയായിത്തീർന്നു. അതിന്മേലവർ ഒരിക്കലും ഫിലിം ചെയ്തു തീർക്കാനാവാത്ത രംഗങ്ങൾ നിർമിച്ചുകൊണ്ടിരുന്നു; ഇനിയും ഒരു വിചാരണക്കോ മർദ്ദനത്തിനോ മരണത്തിനു തന്നെയോ വേണ്ടി വിളിക്കപ്പെടുന്ന നിമിഷവും കാത്തുകൊ

ണ്ടുള്ള ആ ഇരുപ്പിൽ അവരോരോരുത്തരും നിർമിച്ചിരിക്കാ
വുന്ന ചിത്രങ്ങൾ! ഒരുവന്റെ മുഴുവൻ ജീവിതത്തിന്റെയോ
അല്ലെങ്കിൽ ജീവിതത്തിലെ ഏതാനും അപ്രധാനനിമിഷങ്ങളു
ടെയോ ചിത്രങ്ങൾ! അവന്റെ അമ്മയുടെ ചിത്രം, ഭാര്യയു
ടെയോ കുഞ്ഞുങ്ങളുടെയോ ചിത്രം, തകർന്ന വീടിന്റെയോ
നശിച്ച ജീവിതത്തിന്റെയോ ചിത്രം. ധീരന്മാരായ സഖാക്ക
ളുടെ ചിത്രം-അല്ലെങ്കിൽ ഒറ്റിക്കൊടുക്കപ്പെട്ടതിന്റെ. ഞാൻ
നാസിവിരുദ്ധലഘുലേഖകൾ ഏൽപ്പിച്ച ആ മനുഷ്യന്റെ
ചിത്രം, വീണ്ടും ഒഴുകുന്ന ചോരയുടെ ചിത്രം. എന്നെ വിശ്വ
സ്തനാക്കി ഉറപ്പിച്ചുനിർത്തിയ ആ ശക്തിയായ കൈ
അമർത്തലിന്റെ ചിത്രം, ഭീകരതയോ ധീരോദാത്തതയുടെ
ദൃഢനിശ്ചയങ്ങളോ നിറഞ്ഞ ചിത്രങ്ങൾ, വെറുപ്പോ സ്നേഹ
മോ ദയയോ പ്രതീക്ഷയോ നിറഞ്ഞ ചിത്രങ്ങൾ. ജീവിത
ത്തിന്റെ നേരെ പുറംതിരിഞ്ഞു നിന്നുകൊണ്ട്, ദിവസേന
ഞങ്ങളോരോരുത്തരും ഞങ്ങളുടെ കൺമുമ്പിൽതന്നെ
മരിച്ചു. എന്നാൽ എല്ലാവരും പുനർജ്ജീവിച്ചില്ല.

എന്റെ ജീവിതത്തിന്റെ ഫിലിം ഒരു നൂറുതവണ ഞാൻ
കണ്ടിരിക്കുന്നു. അതിലെ ആയിരമായിരം വിശദവിവര
ങ്ങൾവരെ ഞാൻ കണ്ടുകഴിഞ്ഞു. ഇനി അതൊക്കെ ഒന്നു കു
ത്തിക്കുറിച്ചുവെക്കാൻ നോക്കട്ടെ. ഞാനിതെഴുതി അവസാനി
പ്പിക്കുന്നതിനു മുൻപായി ആരാച്ചാരുടെ കുരുക്ക് എന്റെ കഴു
ത്തിൽ മുറുകുകയാണെങ്കിൽ, കോടിക്കണക്കായ ആളുകൾ
ഇതിന്റെ 'സന്തോഷകരമായ പര്യവസാനം' എഴുതിച്ചേർക്കു
ന്നതിനായി അവശേഷിച്ചിട്ടുണ്ട്.

ജെ എഫ്

പ്രേഗിൽ 'പാൻക്രാറ്റ്സി'ലെ 'ഗെസ്റ്റപ്പോ' ജയിലിൽ 1943-ലെ
വസന്തത്തിൽ എഴുതപ്പെട്ടത്

1

ഇരുപത്തിനാലു മണിക്കൂറുകൾ

അഞ്ചുമിനിട്ടിനകം മണി പത്തടിക്കും. മനോഹരവും സുഖകര വുമായ ഒരു വസന്തകാലസായാഹ്നം, 1942 ഏപ്രിൽ 24.

പ്രായം ചെന്നവനും മുടന്തനുമായ ഒരു മനുഷ്യനായി നടിച്ചു കൊണ്ട് കഴിയുന്നത്ര വേഗത്തിൽ ഞാൻ നടക്കുകയാണ്. പത്തുമ ണിക്ക് 'കർഫ്യൂ' തുടങ്ങുമ്പോഴേക്കും ജെലിനെക്കിന്റെ വീട് അടച്ചു പോകും, അതിനുമുമ്പ് അവിടെ എത്തിച്ചേരണം. എന്റെ 'അഡ്ജുട്ടന്റ്' (കീഴുദ്യോഗസ്ഥനായ പടത്തലവൻ) ആയ 'മിറെക്' അവിടെ കാത്തു നിൽക്കുന്നുണ്ട്. ഇപ്പോൾ വളരെ കാര്യമായ സംഗതികളൊന്നുംതന്നെ ഞങ്ങൾക്ക് അന്യോന്യം പറയാനുണ്ടായിരുന്നില്ല എന്നെനിക്കറിയാമാ യിരുന്നു. പക്ഷേ, മുൻകൂട്ടി നിശ്ചയിച്ചുറപ്പിച്ച ഒരു കൂടിക്കാഴ്ച തെറ്റി ച്ചാൽ ആശങ്കയും പരിഭ്രമവും ഉണ്ടാകും. എന്റെ ആതിഥേയരായ ആ രണ്ടു വിശിഷ്ടാത്മാക്കൾക്കും കൂടുതലായ വിഷമങ്ങളുണ്ടാക്കാൻ ഞാനിഷ്ടപ്പെട്ടില്ല.

ഒരു കപ്പു ചായകൊണ്ട് അവർ എനിക്ക് സ്വാഗതമരുളി. മിറെക് അവിടെയുണ്ടായിരുന്നു-ഫ്രീദ് ദമ്പതികളുടെ കൂടെ-ഇത് അനാവശ്യ മായ ഒരു 'ആപൽ സാധ്യതക്ക് ഉത്തരവാദപ്പെടുക'യാണ്. "സഖാക്ക ളേ, ഞാൻ നിങ്ങളെക്കാണാനിഷ്ടപ്പെടുന്നു. പക്ഷേ ഇങ്ങനെ, എല്ലാവ രെയും ഒന്നിച്ചല്ല. ഇത്രയും പേർ ഒരേ സമയം ഒരു മുറിയിൽ ഒന്നിച്ചുകൂ ടുകയെന്നുവെച്ചാൽ, ജയിലിലേക്കും മരണത്തിലേക്കുമുള്ള എളുപ്പവ ഴിയിൽ എത്തുകയെന്നാണ്. ഒന്നുകിൽ രഹസ്യപ്രവർത്തനത്തിന്റെ നിയമങ്ങളെ നിങ്ങൾ കർശനമായി അനുസരിക്കണം, അല്ലെങ്കിൽ ഞങ്ങളുടെകൂടെയുള്ള പ്രവർത്തനത്തിൽനിന്ന് വിട്ടുപോകണം. എന്തു

കൊണ്ടെന്നാൽ നിങ്ങൾ നിങ്ങളെയും അതിനോടൊപ്പം മറ്റുള്ളവരെക്കു
ടെയും അപകടപ്പെടുത്തുന്നു. മനസിലായോ?"

"ഉവ്വ്, മനസിലായി."

"പിന്നെ, നിങ്ങൾ എനിക്കെന്താണ് കൊണ്ടുവന്നത്?"

"രക്താവകാശങ്ങളുടെ(റൂദ്പ്രാവൊ) മെയ്ദിന ലക്കത്തിനുള്ള
കോപ്പി."

"അസലായി. പിന്നെ, നിങ്ങളോ മിറെക്?"

"പുതുതായി ഒന്നുമില്ല, കാലുകൾ ശരിക്ക് നീങ്ങുന്നുണ്ട്........."

"അത്രതന്നെ, മെയ് ഒന്നിനു ശേഷം നിങ്ങളെക്കാണാം. ഞാൻ
അങ്ങോട്ടറിയിക്കാം."

"നേതാവേ, ഇതാ ഒരു കപ്പു ചായകൂടെ."

"വേണ്ടാ, വേണ്ടാ, മിസിസ് ജെലിനെക്ക്: ഇവിടെ ഞങ്ങൾ
വളരെപ്പേരുണ്ട്."

"ഒരു കപ്പെങ്കിലും."

അപ്പോൾ പകർന്നുവെച്ച ആ ചായയിൽ നിന്ന് ആവി
ഉയരുന്നു.

ആരോ വാതിൽക്കൽ മുട്ടുന്നു.

രാത്രി ഈ സമയത്തോ? ആരായിരിക്കും അത്? വന്നവർ അക്ഷമ
രാണ്. അവർ വാതിലിൻമേൽ ഇടിതുടങ്ങി. 'തുറക്കൂ! പൊലീസ്!'

വേഗം ജനാലയിൽക്കൂടി രക്ഷപ്പെടുക. എന്റെ കൈയിൽ ഒരു
കൈത്തോക്കുണ്ട്; ഞാനവരെ തടഞ്ഞുനിർത്താം. വളരെ വൈകിപ്പോ
യി. ഗെസ്റ്റപ്പോകൾ മുറിക്കകത്തേക്ക് തോക്കുചൂണ്ടിക്കൊണ്ട് ജനാല
കൾക്കു താഴെ നിൽക്കുന്നു. സി. ഐ ഡികൾ വാതിൽ തല്ലിപ്പൊളിച്ചു
അടുക്കളയിൽ കൂടെ മുറിക്കകത്തേക്ക് ഇരച്ചുവരുന്നു. ഒന്ന്, രണ്ട്, മൂന്ന്
-ഒൻപതുപേരുണ്ടവർ. എന്നെ അവർ കണ്ടില്ല. അവർ കടന്നുവന്ന
വാതിലിനു പിന്നിലായിരുന്നു ഞാൻ. എനിക്കവരെ പിന്നിൽനിന്നു വെടി
വെക്കാൻ എളുപ്പമായിരുന്നു. പക്ഷേ, അവരുടെ ഒമ്പതു കൈത്തോക്കു
കൾ രണ്ട് സ്ത്രീകളുടെയും നിരായുധരായ മൂന്ന് പുരുഷന്മാരുടെയും
നേരെ ചുണ്ടപ്പെട്ടിരിക്കുന്നു. ഞാൻ വെടിവെച്ചാൽ എന്നെക്കാൾ
മുൻപെ എന്റെ അഞ്ചു സ്നേഹിതരും നിലംപതിക്കും. ഞാൻ വെടിവെ
ച്ചാൽ എങ്ങനെയായാലും വെടിവെപ്പ് നടക്കും, അവർ അഞ്ചുപേരും
മരിക്കും. ഞാൻ വെടിവെക്കാതിരുന്നാൽ, അവർക്ക് ആറുമാസമോ ഒരു
കൊല്ലമോ ജയിലിൽ കിടക്കേണ്ടിവരും. അപ്പോഴേക്കും വിപ്ലവം വരി
കയും അവർ ജീവനോടെ രക്ഷപ്പെടുകയും ചെയ്യും. ഞാനും മിറെക്കും
മാത്രം ജീവനോടെ പുറത്തുവരില്ല; അവർ ഞങ്ങളെ ക്രൂരമായി മർദ്ദി
ക്കും. എന്നിൽനിന്ന് അവർക്കൊന്നും കിട്ടില്ല, എന്നാൽ മിറെക്കോ?
സ്പെയിനിൽപോയി യുദ്ധം ചെയ്ത ഒരുവൻ, ഫ്രാൻസിൽ കോൺ
സൻട്രേഷൻ ക്യാമ്പിൽ രണ്ടു കൊല്ലം കിടന്ന ഒരുവൻ. ഫ്രാൻസിൽ
നിന്ന് യുദ്ധത്തിനിടയിൽ രഹസ്യമായി പ്രേഗിൽ തിരിച്ചെത്തിയ സമർഥ

നായ ഒരു ഒളിപ്രവർത്തകൻ–ഇല്ല, അയാൾ ഒരിക്കലും പറയുകയില്ല. തീരുമാനമെടുക്കാൻ എനിക്ക് രണ്ടു നിമിഷമുണ്ട്. അല്ലെങ്കിൽ അതു മൂന്നു നിമിഷമാണോ?

ഞാൻ വെടിവെച്ചാൽ എനിക്ക് സ്വയം മർദനത്തിൽ നിന്ന് രക്ഷ പ്പെടാമെന്നല്ലാതെ മറ്റാരെയും രക്ഷിക്കാൻ സാധിക്കില്ല–അഞ്ചു സഖാ ക്കളുടെ ജീവൻ ബലികഴിക്കുകയും വേണം. അങ്ങനെയല്ലേ? അതെ, അപ്പോൾ അതു തീരുമാനിക്കപ്പെട്ടു കഴിഞ്ഞു. ആ മൂലയിൽനിന്ന് മുറി യുടെ നടുവിലേക്കു നീങ്ങി.

"ആഹാ! ഒരുത്തൻകൂടെ!"

ആദ്യത്തെ അടി എന്റെ മുഖത്ത്, ഒരാളെ വീഴ്ത്താൻ തക്ക കരു ത്തുള്ള ഒരടി.

"പൊക്ക്, കൈകൾ!"

മറ്റൊരിടി, പിന്നെയും ഇടി.

വീണ്ടും ഇടിയും ചവിട്ടുകളും.

"മാർച്ച്"

അവൻ എന്നെ വലിച്ചിഴച്ചുകൊണ്ടുപോയി ഒരു കാറിനകത്തിട്ടു. എന്റെ നേരെ എപ്പോഴും തോക്കുകൾ ചൂണ്ടപ്പെട്ടു തന്നെയിരുന്നു. കാറിൽവെച്ചുതന്നെ എന്നെ മർദ്ദിച്ചുതുടങ്ങി.

"നീ ആരാണ്?"

"പ്രൊഫസർ ഹോറാക്ക്."

"നീ കള്ളം പറയുന്നു."

ഞാൻ എന്റെ തോളുകൾ ഒന്നു കുലുക്കുക മാത്രം ചെയ്തു.

"അനങ്ങാതിരിക്കു അല്ലെങ്കിൽ നിന്നെ വെടിവെക്കും!"

"ഓഹോ, വെടിവെച്ചോളൂ."

വെടിക്കുപകരം അവരെന്നെ ഇടിതുടങ്ങി. ഒരു തെരുവുകാർ ഞങ്ങൾക്കെതിരെ കടന്നുപോയി. അതു വെള്ളനിറം പൂണ്ടതായി എനിക്ക് തോന്നി. ഒരു കല്യാണക്കാരോ – രാത്രിയിലോ? എനിക്ക് പനി ക്കുന്നുണ്ടാവണം.

ഗെസ്റ്റപ്പോവിന്റെ കേന്ദ്രമായിരിക്കുന്ന 'പെച്ചെക്ക്'കെട്ടിടം. ജീവ നോടെ ഇതിനകത്തു കയറാൻകഴിയുമെന്നു ഞാൻ ഒരിക്കലും കരുതി യില്ല. നാലാമത്തെ നിലയിലേക്ക് അവരെന്നെ ഓടിച്ചുകയറ്റി. ആഹാ, പേരെടുത്ത ആ രണ്ട് എ വിഭാഗം, കമ്യൂണിസ്റ്റ് വിരോധവിചാരണ. ഇതെല്ലാം എങ്ങനെയിരിക്കുമെന്നറിയാനുള്ള ജിജ്ഞാസ എന്നിൽ ഉദി ക്കുന്നതുപോലെ തോന്നി.

പോക്കറ്റിൽ ഒരു കൈത്തോക്ക് തിരുകിവെച്ചുംകൊണ്ട്, അറസ്റ്റു ചെയ്യുന്ന ഘടകത്തിന്റെ മേലുദ്യോഗസ്ഥനായ ഉയരംകൂടി മെലിഞ്ഞ, ഒരു 'കമ്മിസാർ' എന്നെ അയാളുടെ ആപ്പീസിലേക്ക് കൊണ്ടുപോയി. അയാൾ എന്റെ സിഗററ്റു കൊളുത്തിത്തന്നു.

"നീ ആരാണ്?"

"പ്രൊഫസർ ഹോറാക്ക്"

"നീ കള്ളം പറയുന്നു."

അയാളുടെ കൈത്തണ്ടയിലെ വാച്ച് 11 മണി കുറിച്ചു.

"ഇവനെ പരിശോധിക്ക്."

അവരെന്റെ വസ്ത്രമെല്ലാം അഴിച്ചു പരിശോധിച്ചു.

"ഇവന്റെ കയ്യിൽ (ആളെ തിരിച്ചറിയാനുള്ള) ഒരു കാർഡുണ്ട്."

"അതിലെ പേര്?"

"പ്രൊഫസർ ഫോറാക്ക്."

"അതു ചെക്കുചെയ്യുക."

അവർ ഫോൺ ചെയ്തു.

"ഹും, തീർച്ചയായും അവൻ രജിസ്റ്റർ ചെയ്തിട്ടില്ല. ഇതു കള്ളക്കാർഡാണ്."

"നിനക്കിതു ആരു തന്നു?"

'പൊലീസ് ഹെഡ്ക്വാർട്ടേഴ്സ്.'

അപ്പോഴാണ് വടികൊണ്ടുള്ള ആദ്യത്തെ അടി കിട്ടിയത്. രണ്ട്, മൂന്ന്..... ഞാനിത് എണ്ണണോ? വേണ്ടാ എന്റെ കുഞ്ഞേ, ഇത്തരം സ്ഥിതിവിവരക്കണക്കുകൾ റിപ്പോർട്ടു ചെയ്യാൻ ഒരിടവുമില്ല.

"നിന്റെ പേരെന്താ? പറയെടാ, നിന്റെ മേൽവിലാസം? ആരുമായി ട്ടാണ് നിനക്ക് ബന്ധമുണ്ടായിരുന്നത്? പറയെടാ. അവരുടെയെല്ലാം. പറയ്! പറയ് പറയ്! അല്ലെങ്കിൽ ഇടിച്ചുനിന്നെ ചമ്മന്തിയാക്കും......"

എത്ര അടികൾ ഒരാൾക്കു നിന്നു കൊള്ളാൻ കഴിയും....?

റേഡിയോ ഒരു ചിലമ്പിച്ച ശബ്ദംകൊണ്ട് പാതിരാത്രി അറിയി ച്ചു. ഭക്ഷണശാലകൾ അടച്ചു തുടങ്ങിയിരിക്കണം. അവസാനത്തെ അതിഥികൾ വീടുകളിലേക്ക് തിരിക്കുകയാവും. പരസ്പരം വിട്ടുപിരി യാൻ ശക്തരാകാതെ കാമിനീ കാമുകൻമാർ വീടുകളുടെ ഉമ്മറവാതി ൽക്കൽ നിൽക്കുന്നുണ്ട്. നീണ്ടുമെലിഞ്ഞ ആ കമ്മിസാർ ഒരു പുഞ്ചിരി യോടെ മുറിയിലേക്കുവരുന്നു.

"എല്ലാം ക്രമത്തിനു തന്നെയല്ലേ, മിസ്റ്റർ പത്രാധിപര്?"

ഇവർക്ക് ആരിതു പറഞ്ഞുകൊടുത്തു? കെലിനിക്ക് ദമ്പതികളോ? ഫ്രീദ് ദമ്പതികളോ? ഛേ.. അവർക്കെന്റെ പേരുകൂടി അറിയില്ല.

"നോക്ക് ഞങ്ങൾക്കെല്ലാം അറിയാം. പറഞ്ഞോളൂ! ബുദ്ധി കാണിക്ക്"

അവരുടെ പ്രത്യേക നിഘണ്ടുവിൽ ബുദ്ധികാണിക്കുക എന്നു വെച്ചാൽ വഞ്ചിക്കുക എന്നാണർഥം.

അങ്ങനത്തെ ബുദ്ധി കാണിക്കാൻ ഞാൻ കൂട്ടാക്കിയില്ല.

"അവനെ പിടിച്ചുകെട്ടി കുറേക്കൂടി കൊടുക്ക്."

മണി ഒന്ന്. അവസാനത്തെ തെരുവുകാറുകളും അകത്തേക്കു വലിയുന്നു. തെരുവുകൾ ശൂന്യങ്ങളായി. റേഡിയോ അതിന്റെ അവസാ നത്തെ വിശ്വസ്ത ശ്രോതാവിനോടു കൂടെയും രാത്രിവന്ദനം പറഞ്ഞു.

"സെൻട്രൽ കമ്മിറ്റിയിലെ മറ്റു മെമ്പർമാർ ആരെല്ലാം? നിങ്ങളുടെ റേഡിയോ ട്രാൻസ്മിറ്ററുകൾ എവിടെയാണ്? നിങ്ങളുടെ അച്ചടിശാല എവിടെയാണ്? പറയ്! പറയ്! പറയ്!" ഇപ്പോഴേക്കും എനിക്കു കിട്ടുന്ന അടികൾ എണ്ണാൻ വേണ്ടുന്നത്ര കഴിവ് വീണ്ടും എനിക്ക് ഉണ്ടായിക്കഴി ഞ്ഞു. ഞാൻ കടിച്ചമർത്തിയ ചുണ്ടിന്റെ വേദന മാത്രമേ എനിക്കനുഭവ പ്പെട്ടുള്ളൂ.

"അവന്റെ ബൂട്സ് അഴിക്ക്."

അതുശരിയാണ്. എന്റെ പാദങ്ങൾ ഇതുവരെ അടിച്ചു മരവിക്കപ്പെ ട്ടില്ല. അത് ഞാൻ അനുഭവിക്കുന്നു. അഞ്ച്, ആറ്, ഏഴ് – ഓരോ അടിക്കും ആ വടി എന്റെ തലച്ചോറിൻമേൽവരെ വന്നു പൂണ്ടുകയറി.

രണ്ടുമണി, പ്രേഗ് ഉറങ്ങുകയാണ്. എവിടെയോ ഒരു കുഞ്ഞു കര യുന്നുണ്ടാവും. ഒരു പുരുഷൻ പ്രേമപൂർവം അവന്റെ പ്രിയതമയുടെ പുറത്ത് തലോടുന്നുണ്ടാവും.

"പറയ്!പറയ്!"

എന്റെ നാക്ക് ചോരയൊഴുകുന്ന മോണക്കു ചുറ്റും തൊട്ടുനോക്കു കയാണ്. എത്ര പല്ലുകൾ അടിച്ചൊടിക്കപ്പെട്ടിട്ടുണ്ടെന്ന് എണ്ണാൻ അങ്ങനെ ശ്രമിക്കുകയാണ് എങ്കിലും എണ്ണാൻ എനിക്ക് കഴിയുന്നില്ല. പന്ത്രണ്ട്, പതിനഞ്ച് പതിനേഴ്? അല്ല, തെറ്റി. അത് എന്നെ വിചാരണ നടത്തുന്ന കമ്മിസാർമാരുടെ എണ്ണമാണ്. അവരിൽ ചിലർ പ്രത്യക്ഷ ത്തിൽതന്നെ ക്ഷീണിച്ചുകഴിഞ്ഞിരിക്കുന്നു. എങ്കിലും മരണം ഇനിയും വന്നുചേരുന്നില്ല.

മണി മൂന്ന്. പട്ടണപ്രാന്തങ്ങളിൽനിന്നും പ്രഭാതം ഉള്ളിലേക്ക് നീങ്ങുകയാണ്. പച്ചക്കറി കൃഷിക്കാർ അവരുടെ വണ്ടികൾ ചന്തയി ലേക്ക് തെളിച്ചുതുടങ്ങി. തെരുവുതൂപ്പുകാർ പണിക്കിറങ്ങി. ഒരുപക്ഷേ ഒരു ദിവസപ്പിറവികൂടി കാണാൻ എനിക്ക് കഴിഞ്ഞേക്കാം.

അവർ എന്റെ ഭാര്യയെ കൊണ്ടുവന്നു എന്റെ മുമ്പിൽ നിർത്തി.

"നീ ഇവനെ അറിയുമോ?"

എന്റെ വായുടെ അകത്ത് ചുറ്റുംനിന്നു ഊറിക്കൂടിക്കൊണ്ടിരുന്ന രക്തം ഞാൻ വിഴുങ്ങുകയാണ്, അവളതു കാണാതിരിക്കാൻ...എ ങ്കിലും അതൊരു മടയത്തരം മാത്രമാണ്, എന്തുകൊണ്ടെന്നാൽ എന്റെ മുഖത്തിന്റെ ഓരോ ഇഞ്ചിൽ നിന്നും രക്തം ഒഴുകുകയാണ്. വിരലിന്റെ തുമ്പിൽനിന്നുപോലും രക്തം വാർന്നുകൊണ്ടിരിക്കുന്നു.

"നീ ഇവനെ അറിയുമോ?"

"ഇല്ല, എനിക്കറിഞ്ഞുകൂടാ."

ഭയത്തിന്റെ ഒരു നോട്ടംപോലും നോക്കാതെ അവളതു പറഞ്ഞു. തനിത്തങ്കമാണവൾ. ഇങ്ങനെ അറിയുന്ന ഭാവം നടിക്കാതിരിക്കണമെ ന്നുള്ള ഞങ്ങളുടെ പ്രതിജ്ഞ അവൾ പാലിച്ചു. എങ്കിലും ഇപ്പോൾ മിക്കവാറും അതിന്റെ ആവശ്യമില്ലായിരുന്നു. ആരാണാവോ എന്റെ പേര് അവർക്ക് പറഞ്ഞുകൊടുത്തത്?

അവർ അവളെ കൊണ്ടുപോയി. എനിക്ക് വരുത്താൻ കഴിയുന്ന
തിലേക്കും ആഹ്ലാദപൂർണമായ ഒരു നോട്ടം കൊണ്ട് അവളെ ഞാൻ
യാത്ര അയച്ചു. ഒരുപക്ഷേ അത് ആഹ്ലാദദ്യോതകമല്ലായിരുന്നിരിക്ക
ണം. എന്തോ എനിക്കറിഞ്ഞുകൂടാ.

നാലുമണി. നേരം വെളുക്കുന്നുണ്ടോ ഇല്ലയോ? ഇരുളടഞ്ഞ ജനാ
ലകൾ യാതൊരുത്തരവും നൽകുന്നില്ല. മരണത്തിന്റെ വരവ് വളരെ
മന്ദഗതിയിലായി. അതിനെ കാണാൻ ഞാൻ അങ്ങോട്ടു ചെന്നാലോ?
എങ്ങനെ?

ഞാൻ ആരെയോ അങ്ങോട്ടു തിരിച്ചടിച്ചു. മുന്നോട്ടാഞ്ഞു നില
ത്തു വീണു. അവരെന്നെ തൊഴിച്ചു. അവരുടെ ബൂട്സുകൾകൊണ്ടവ
രെന്നെ ചവിട്ടിയരച്ചു. അങ്ങനെ വരട്ടെ, ഇനി വേഗം അവസാനമാവും.
ആ കറുത്ത കമ്മിസാർ എന്റെ താടിമീശക്കു പിടിച്ചു വലിച്ചുപൊക്കി,
പൈശാചികമായ ഒരു ചിരിയോടെ എന്റെ താടിയിൽ നിന്ന് പിഴുതെ
ടുത്ത ഒരു പിടി രോമം എന്നെ കാണിച്ചുതന്നു. ഇതു വാസ്തവത്തിൽ
തമാശയായിത്തീർന്നു; വേദന എനിക്ക് അറിഞ്ഞുകൂടാതെയായി.

അഞ്ചുമണി-ആറ്-ഏഴ്-പത്ത്. പിന്നെ ഉച്ചയായി, തൊഴിലാളി
കൾ അവരുടെ ജോലിസ്ഥലത്താണ്, കുട്ടികൾ പള്ളിക്കൂടത്തിലാണ്,
കടകളിൽ ആളുകൾ കൊടുക്കൽ വാങ്ങൽ നടത്തുന്നു. വീടുകളിൽ
ഉച്ചഭക്ഷണം തയ്യാറാവുന്ന ഈ നിമിഷത്തിൽ ഒരുപക്ഷേ എന്റെ അമ്മ
എന്നെപ്പറ്റി വിചാരിക്കുന്നുണ്ടാവാം. എന്നെ അറസ്റ്റുചെയ്ത വിവരം
എന്റെ സഖാക്കൾ അറിഞ്ഞിട്ടുണ്ടായിരിക്കാം. തങ്ങളും ഇതുപോലെ
പിടിപെടാതിരിക്കാൻ വേണ്ട മുൻകരുതലുകൾ അവർ ചെയ്യുകയാ
വാം.......ഞാൻ എന്തെങ്കിലും പറഞ്ഞുപോയാലോ......... ഇല്ല ഞാൻ
ഒരിക്കലും പറയില്ല. നിങ്ങൾക്കൊക്കെ എന്നെ വിശ്വസിക്കാം. എങ്ങനെ
യായാലും അവസാനം ഇനി അധികം അകലത്തായിരിക്കയില്ല. ഇതെ
ല്ലാം ഒരു ദുഃസ്വപ്നമാണ്. ഭീകരമായ, സന്നിയിൽനിന്നുണ്ടാകുന്ന ഒരു
ദുഃസ്വപ്നം. എന്റെ മേൽ അടിതന്നെ, അടി. എന്നിട്ട് ബോധം വരു
ത്താൻ എന്റെ മേൽ അവർ വെള്ളമൊഴിക്കുന്നു. എന്നിട്ട് പിന്നെയും
അടികൾ, ശബ്ദമുണ്ടാക്കലും . പറയ്!   പറയ്!! പറയ്!!! എന്നിട്ടും
എനിക്ക് മരിക്കാൻ സാധിക്കുന്നില്ല. അമ്മേ, അപ്പാ, ഇതെല്ലാം സഹിച്ചു
നിൽക്കാൻ വേണ്ടുവോളം ശക്തി എന്തിന് നിങ്ങൾ എനിക്കുത
ന്നു.........?

ഉച്ചതിരിഞ്ഞു, മണി അഞ്, ഈ സമയംകൊണ്ട് അവരെല്ലാം
ക്ഷീണിച്ചു. അടികൾ സാവധാനമായി, ഇടവിട്ടിടവിട്ടായി,യന്ത്രങ്ങളുടെ
തുപോലെ നിർവികാരമായ, പിന്നോക്കം ആഞ്ചിലില്ലാത്ത അടികളായി,
പെട്ടെന്നു ദൂരെനിന്ന്, അളവില്ലാത്ത അകലത്തിൽനിന്ന്, ശാന്തമായ,
കരുണാശീതളമായ കരസ്പർശം പോലുള്ള, ഒരു ശബ്ദം വന്നു:

"അവനു കിട്ടിയത് വേണ്ടുവോളമായി."

അതിനുശേഷം കുറെക്കഴിഞ്ഞപ്പോൾ ഞാൻ ഒരു മേശയ്ക്കു

മുമ്പിൽ ഇരിക്കുകയായിരുന്നു. ആ മേശ എന്നിൽനിന്നു അകലത്തി ലേക്ക് മറിഞ്ഞു വീണുപോകുന്നതായും വീണ്ടും തിരിച്ചുവന്നു നിവ ർന്നു നിൽക്കുന്നതായും എനിക്ക് തോന്നി. ആരോ വന്ന് എനിക്ക് വെള്ളംതന്നു. ആരോ എനിക്കൊരു സിഗററ്റുതന്നു; എനിക്കത് പൊക്കി യെടുക്കാൻ തന്നെ കഴിഞ്ഞില്ല. ആരോ എന്റെ ചെരുപ്പു കാലിൽ ഇട്ടുത രാൻ ശ്രമിച്ചു; പക്ഷേ പറ്റുന്നില്ല എന്നു പറഞ്ഞു. അതിനുശേഷം അവ രെന്നെ പകുതി നടത്തിയും പകുതി താങ്ങിയും താഴെ കൊണ്ടുവന്ന് ഒരു കാറിൽ കയറ്റി. ഞങ്ങൾ ഓടിച്ചുപോകുമ്പോൾ ആരോ എന്റെ നേർക്കുതോക്കു ചൂണ്ടിപ്പിടിച്ചിരുന്നു; എന്റെ ഇപ്പോഴത്തെ അവസ്ഥ വെച്ചുനോക്കുമ്പോൾ എത്രയോ പരിഹാസ്യമായിരിക്കുന്നു അത്, വെളുത്ത പുഷ്പങ്ങൾ കൊണ്ടു വിതാനിക്കപ്പെട്ട ഒരു തെരുവുകാറിനെ ഞങ്ങൾ പിന്നിടുകയാണ്. ഒരു കല്യാണക്കാറ്-ഒരുപക്ഷേ ഇതൊരു സ്വപ്നമായിരിക്കാം. ഒരു സ്വപ്നമോ അല്ലെങ്കിൽ പനിയോ,അല്ലെങ്കിൽ ഞാൻ മരിക്കാൻ പോവുകയാണ്-അല്ലെങ്കിൽ മരണം തന്നെയായിരി ക്കാം. എങ്കിലും മരിക്കുക കഠിനമാണ്, ഇത് എളുപ്പവും-അഥവാ ഇതു കഠിനവുമല്ല. എളുപ്പവുമല്ല, ഇത് അരയന്നത്തൂവൽപോലെ ലാഘവമു ള്ളതാണ്. ശ്വാസം വിട്ടുപോയാൽ അതെല്ലാം പറന്നുപോകും.

അതെയോ? എല്ലാം പറന്നുപോകുമോ? ഇല്ല, അത്രക്കായില്ല. ഇപ്പോൾ വീണ്ടും ഞാൻ എഴുന്നേറ്റു നിൽക്കുകയാണ്, വാസ്ത വത്തിൽ യാതൊരു സഹായവും കൂടാതെ തന്നത്താൻ നിൽക്കുന്നു. എന്റെ മുഖത്തിനു നേരെ മുമ്പിൽ ചെളിഞ്ഞു കുഴഞ്ഞിരിക്കുന്ന ഒരു മഞ്ഞച്ചുമരുണ്ട്.........എന്തുകൊണ്ടു ചെളിഞ്ഞു കുഴഞ്ഞത്? രക്തംകൊ ണ്ട്, അങ്ങനെ കാണപ്പെടുന്നു....അതേ അത് രക്തംതന്നെയാണ്, ഞാൻ ഒരു വിരൽ ഉയർത്തിക്കൊണ്ടുവന്നു ആ ചുമരിൽ ഉരച്ചുനോക്കി....... അതെ പുത്തൻ ചോര.....എന്റെ സ്വന്തം ചോര.

പിന്നിൽനിന്ന് ആരോ ഒരാൾ എന്റെ തലയ്ക്ക് ഇടിച്ചു. കൈകൾ പൊക്കിപ്പിടിച്ചുകൊണ്ട് കാൽമുട്ടുകൾ തറയിൽ കുത്തി കുന്തിച്ചിരി ക്കാൻ അയാൾ എന്നോട് ആജ്ഞാപിച്ചു. ഡൗൺ-അപ്പ്-ഡൗൺ (ഇരി ക്കുക-എഴുന്നേൽകുക-ഇരിക്കുക) മൂന്നാമത്തെ പ്രാവശ്യം ഞാൻ മുന്നോട്ടുവീണു.

ഉയരംകൂടിയ ഒരു എസ് എസ് ഭടൻ എന്റെ അരികിൽനിന്നു. എണീക്കാൻ പറഞ്ഞുകൊണ്ട് എന്നെ പുറംകാലിനു തട്ടുകയാണ്. തട്ടു ന്നതുകൊണ്ട് ഒരു പ്രയോജനവുമില്ലായിരുന്നു. വേറെയാരോ എന്റെ മുഖം കഴുകിത്തരുന്നു. ഒരു മേശക്കു മുമ്പിൽ ഞാൻ ഇരിക്കുകയാണ്. ഒരു സ്ത്രീ എന്തോ ഒരുതരം മരുന്നെനിക്കു തരുന്നു; എവിടെയാണ് എ നിക്കേറ്റവും വേദന തോന്നുന്നതെന്ന് അവരെന്നോടു ചോദിച്ചു. വേദന മുഴുവൻ എന്റെ ഹൃദയത്തിലാണെന്ന് തോന്നുന്നതായി ഞാൻ പറ ഞ്ഞു.

"നിനക്കൊരു ഹൃദയമില്ല" ഉയരംകൂടിയ ആ എസ് എസ് ഭടൻ പറയുകയാണ്.

"ഓ, തീർച്ചയായും എനിക്ക് ഹൃദയമുണ്ട്." ഞാൻ പറഞ്ഞു. എന്റെ ഹൃദയത്തിനുവേണ്ടി നിലകൊള്ളാനുള്ള ശക്തി ഇപ്പോഴും എന്നിൽ അവശേഷിച്ചിട്ടുണ്ടെന്ന് മനസിലാക്കി, ഞാനതിൽ അഭിമാനം കൊണ്ടു.

വീണ്ടും എല്ലാം മാഞ്ഞുപോകുന്നു–മതിലും, മരുന്നുകൊണ്ടുവന്ന സ്ത്രീയും, പൊക്കക്കാരൻ എസ് എസ് ഭടനും എല്ലാം.

എനിക്ക് ബോധംവന്നപ്പോൾ എന്റെ മുമ്പിൽ ഒരു തുറുങ്കുമുറിയുടെ വാതിൽ തുറക്കപ്പെടുകയായിരുന്നു. തടിയനായ ഒരു എസ് എസ് ഭടൻ എന്നെ അതിലേക്കു തള്ളിയിട്ടു. കീറിപ്പറിച്ച എന്റെ ഷർട്ടിന്റെ ബാക്കിയും ദേഹത്തിൽ നിന്ന് അയാൾ വലിച്ചുകളഞ്ഞു. ഒരു വയ്ക്കോൽതടുക്കിൻമേൽ എന്നെ കിടത്തിയിട്ട്, നീരുവെച്ചു വിങ്ങിയ എന്റെ ശരീരം അയാൾ തൊട്ടുനോക്കി.

"നോക്കൂ, അവരുടെ പണി എത്ര ഭംഗിയായി അവർ ചെയ്യുന്നു. നോക്കൂ!" അയാൾ തലയാട്ടിക്കൊണ്ട് മറ്റൊരാളോടു പറയുകയാണ്.

വീണ്ടും ദൂരെനിന്ന്, അളവില്ലാത്ത അകലത്തിൽനിന്ന്, ശാന്തമായ കരുണാശീതളമായ കരസ്പർശംപോലുള്ള, ആ സ്വരം ഞാൻ കേൾ ക്കുകയാണ്:

"പുലർച്ചക്ക് അവൻ ശേഷിപ്പുണ്ടാവില്ല."

അഞ്ചുമിനിട്ടിനുള്ളിൽ പത്തടിക്കും. മനോഹരവും സുഖകരവു മായ ഒരു വസന്തകാല സായാഹ്നത്തിൽ, 1942 ഏപ്രിൽ 25.

2
മരിച്ചുപോകുന്നു

"സൂര്യന്റെ സുഖകരമായ ചൂടും നക്ഷത്രങ്ങളുടെ ശോഭയും നമ്മിൽ നിന്നും മറയുമ്പോൾ നമ്മിൽനിന്നും മറയുമ്പോൾ......"

രണ്ടാളുകൾ, പ്രാർഥനാഭാവത്തിൽ കൈകൾകെട്ടിക്കൊണ്ട്, ഒരാൾക്കു പിന്നിൽ മറ്റൊരാളായി വെള്ളച്ചുമരുകളുള്ള ഒരു കല്ലറക്കു ള്ളിൽ സാവധാനം വട്ടത്തിൽ നടക്കുന്നു. ശിക്ഷണമില്ലാത്ത അവരുടെ സ്വരങ്ങൾ ഒരു മരണസങ്കീർത്തനം വലിച്ചിഴക്കുകയാണ്.

......എത്രയോ ആനന്ദകരമായി ആത്മാവ് ചിറകു വിരുത്തി പറ ക്കുന്നു, സ്വർഗത്തിലേക്കുള്ള അതിന്റെ വഴിയേ പറക്കുന്നു, ഉന്നതങ്ങളി ലേക്ക്, സ്വർഗത്തിലേക്ക്......"

ആരോ മരിച്ചിട്ടുണ്ട്, ആരാണ്? തലയ്ക്കൽ തെല്ല് മേൽഭാഗ ത്തായി കത്തിച്ചുവെച്ച രണ്ട് മെഴുകുതിരികൾക്ക് നേരെ കിടക്കുന്ന ആ ശവപ്പെട്ടിയും ശവവും ഒന്നു നോക്കിക്കാണാൻ തലയൊന്നു ചരിക്കാൻ ഞാൻ ശ്രമിച്ചു.

"...............എവിടെയോ ഇനിമേലിൽ രാത്രിയില്ലാത്തത്, എവി ടെയോ പകലൊളി അനശ്വരമാണ്........."

ദൃഷ്ടിയുയർത്തി ഒന്നു ചുഴറ്റുവാൻ എനിക്ക് സാധിച്ചു. ഇവിടെ മറ്റാരുമില്ല. അവരെ രണ്ടുപേരെയും എന്നേയും മാത്രമല്ലാതെ വേറെ ആരെയും കാണാൻ എനിക്ക് കഴിയുന്നില്ല. ആർക്കുവേണ്ടിയാണീ മര ണസങ്കീർത്തനം ഇവർ പാടുന്നത്?

"........നിത്യജീവനുള്ള ആ നക്ഷത്രം മിന്നിത്തിളങ്ങുന്നതെവി ടെയോ? സാക്ഷാൽ മിശിഹാ, സാക്ഷാൽ മിശിഹാ."

ഇന്നൊരു ശവസംസ്കാരമാണ്. തീർച്ചയായും ഇതൊരു ശവസം സ്കാരം പോലെതന്നെ കാണപ്പെടുന്നു. പക്ഷേ ആരെയാണിവർ

സംസ്കരിക്കുന്നത്? ശരി, ഇവിടെ ആരൊക്കെയുണ്ടെന്നു നോക്കാം–അ വർ രണ്ടുപേരും ഞാനും അതേ ഞാനും കൂടെ മാത്രം. അപ്പോൾ ഇത് എന്റെ ശവസംസ്കാരമാണ്? അതെയോ? ഹേ! കൂട്ടരേ, ഇതാ ഇങ്ങോട്ടു നോക്കൂ, നിങ്ങൾക്ക് എന്തോ തെറ്റുപറ്റിയിരിക്കുന്നു. ഞാൻ മരിച്ചിട്ടില്ല. ഞാനിപ്പോഴും ജീവിക്കുന്നു. ഞാൻ നിങ്ങളുടെ നേരെ നോക്കുന്നതും നിങ്ങളോടു സംസാരിക്കുന്നതും കണ്ടുകൂടേ? നിർത്തൂ. എന്നെ കുഴിച്ചി ടാറായിട്ടില്ല.

"..........ആരാ നമ്മളോട് അവന്റെ അന്ത്യയാത്ര പറയുമ്പോൾ, അവന്റെ അന്ത്യയാത്ര പറയുമ്പോൾ.............."

അവർ കേൾക്കുന്നേയില്ല, അവർ ചെകിടൻമാരാണോ? അതോ അവർക്കു കേൾക്കത്തക്കവിധം അത്രയ്ക്കുറക്കെ ഞാൻ സംസാരിക്കു ന്നില്ലായിരിക്കാം. അതോ ഒരുപക്ഷേ ഞാൻ വാസ്തവത്തിൽ മരിക്കു കയും ശരീരമില്ലാതെയുള്ള എന്റെ സ്വരം കേൾക്കാൻ അവർക്ക് കഴി യാതെ വന്നിരിക്കുകയുമാണോ ചെയ്തത്? ഞാൻ എന്റെ സ്വന്തം ശവ സംസ്കാരം കണ്ടുകൊണ്ടിരിക്കുമ്പോൾ എന്റെ സ്വന്തം ശരീരം ഇവിടെ ഇങ്ങനെ മുഖംകുത്തിക്കിടക്കണമെന്നുണ്ടോ? നല്ല തമാശയായിരി ക്കുന്നു.

"................ഭക്തിപൂർവം സ്വർഗത്തിലേക്കവെൻ കണ്ണുകൾ തിരിക്കു ന്നു. ഉന്നതങ്ങളിലെ സ്വർഗത്തിലേക്, ഉന്നതങ്ങളിലെ സ്വർഗത്തിലേ ക്ക്................."

ഇല്ല ഞാനോർക്കുന്നു ആരോ ഒരാൾ എന്നെ പിടിച്ചെഴുന്നേൽപ്പിച്ച് വസ്ത്രങ്ങൾ ധരിപ്പിക്കാൻ ബദ്ധപ്പെടുന്നു. എന്നിട്ട് അവരെന്നെ ഒരു മഞ്ചത്തിന്മേൽവെച്ചു ചുമന്നുകൊണ്ടുപോയി. അവരുടെ ലാടംതറച്ച ബൂട്സുകളുടെ ശബ്ദം ഇടനാഴിയിൽ മുഴങ്ങിക്കേട്ടു. എന്നിട്ട്............അ ത്രതന്നെ, പിന്നെ ഒന്നും എനിക്കോർമ്മയില്ല.

"................ആ അനശ്വരദീപം എവിടെ എന്നെന്നും നിലനിൽക്കു ന്നുവോ."

ഛെ, ഇതൊക്കെ വെറും അസംബന്ധം! ഞാൻ ജീവിക്കുകതന്നെ ചെയ്യുന്നു, വിദൂരമായ ഒരു വേദനയും ഒരു ദാഹവും മാത്രമേ എനിക്ക് തോന്നുന്നുള്ളൂ. മരിച്ചവർക്കു ദാഹം വരില്ല. എന്റെ കൈ ഒന്നന ക്കാൻവേണ്ടിയുള്ള ശ്രമത്തിലേക്ക് എന്റെ മുഴുവൻ ശക്തിയും ഞാൻ പ്രയോഗിച്ചു. അസാധാരണവും അസ്വാഭാവികവുമായ ഒരു ശബ്ദം എന്നിൽ നിന്നും പൊട്ടിപ്പുറപ്പെട്ടു.

"വെള്ളം!"

ഒടുവിൽ! ആ രണ്ടുപേർ വട്ടം കറങ്ങുന്ന അവരുടെ നടപ്പുനിർത്തി. ഇപ്പോൾ അവർ എന്റെ മേൽ കുനിഞ്ഞുനോക്കിക്കൊണ്ടുനിന്നു. അവരി ലൊരാൾ എന്റെ തല താങ്ങിപ്പിടിച്ചുകൊണ്ട് ഒരു പാത്രം വെള്ളം എന്റെ ചുണ്ടിനോടു ചേർത്തു പിടിച്ചു തന്നു.

"കുഞ്ഞേ, നീ എന്തെങ്കിലും തീറ്റിതിന്നുകയും കൂടിവേണം. രണ്ടു ദിവസമായി നീ വെള്ളം മാത്രമേ കുടിച്ചിട്ടുള്ളൂ."

ഇതെന്താ ഇയാളീപ്പറയുന്നത്? രണ്ടു ദിവസം കഴിഞ്ഞിരിക്കു
ന്നോ? ഇതെന്താഴ്ചയാണ്?

"തിങ്കളാഴ്ച."

തിങ്കളാഴ്ച. വെള്ളിയാഴ്ചയായിരുന്നു എന്റെ അറസ്റ്റ്. ഓ എന്റെ
തലയ്ക്കൊരു ഭാരം. വെള്ളത്തിനെന്തൊരു തണുപ്പ്. ഉറക്കം, ഞാനുറ
ങ്ങട്ടെ. ജലനിരപ്പിനെ അതിന്റെമേൽ വന്നുവീണ ഒരു തുള്ളി ഇളക്കിമറി
ച്ചിരിക്കുന്നു. ആ കൊച്ചരുവി, അതെനിക്കറിയാം, ആ കുന്നുകളുടെ
ഇടയ്ക്കുള്ള മൈതാനത്തിൽ കൂടെയുള്ള ആ അരുവി. റോക്ലാൻ മല
യുടെ താഴ്വരയിൽ താമസിക്കുന്ന ആ ഫോറസ്റ്ററുടെ വീട്ടിനരികെക്കൂ
ടെ, ആ പുൽപ്പരപ്പിന്റെ നടുവിൽക്കൂടെ, ആ വെള്ളിനീരുറവ അങ്ങനെ
ഒഴുകുന്നതെനിക്കറിയാം. ഇല കൊഴിഞ്ഞ വൃക്ഷങ്ങളുടെ സൂചിപോ
ലുള്ള ശിഖരത്തുമ്പുകളിൽ തൂവിക്കൊണ്ടിരിക്കുന്ന അനന്തമായ ഒരു
പ്രകാശമൊഴിപോലെ അതു പാടിക്കൊണ്ടേയിരിക്കുന്നു............ ഉറ
ങ്ങുക എത്രയോ മധുരതരമാണ്...........പിന്നെ, ഞാനുണർന്നപ്പോൾ
ചൊവ്വാഴ്ച വൈകുന്നേരമായിരുന്നു. ഒരു പട്ടി എന്റെ മേൽ കുനിഞ്ഞു
നോക്കുന്നു. ചെന്നായയെപ്പോലുള്ള ഒരു പട്ടി. ബുദ്ധിശക്തിയെ ദ്യോതി
പ്പിക്കുന്നതും അഴകുള്ളതുമായ ആ കണ്ണുകൾ കൊണ്ടെന്നെ പരിശോ
ധനാഭാവത്തിൽ നോക്കി അവൻ ചോദിക്കുകയാണ്.

"എവിടെയാണ് നീ താമസിക്കുന്നത്?"

ഓ, അല്ല, ആ പട്ടിയല്ല അങ്ങനെ ചോദിച്ചത്. സ്വരം മറ്റാരുടെയോ
ആയിരുന്നു. അതെ മറ്റാരോ ഇവിടെ നിൽക്കുന്നുണ്ട്. ഉയരമുള്ള
ബൂട്സുകൾ എനിക്കു കാണാം. മറ്റൊരു ജോഡി ഉയർന്ന ബൂട്സു
കളും കൂടെ. ഒരു പട്ടാളക്കാരന്റെ ട്രൗസർ (സ്) കാണാം. മേൽപ്പോട്ടുള്ള
തൊന്നും കണ്ടുകൂടാ, തല ഉയർത്താൻ ശ്രമിച്ചാലുടനെ കറങ്ങുന്നു.
അയ്യോ, ആരു വകവെക്കുന്നു, ഞാനൊന്നുറങ്ങിക്കൊള്ളട്ടെ............

ബുധനാഴ്ച സങ്കീർത്തനങ്ങൾ പാടിയിരുന്ന ആ രണ്ടാളുകൾ
ഇപ്പോൾ മേശയ്ക്കരികിലിരുന്നുകൊണ്ട് ഒരു മൺപാത്രത്തിൽനിന്ന്
ആഹാരം കഴിക്കുകയാണ്. ഇപ്പോൾ അവരെ തിരിച്ചു പറഞ്ഞുതരാൻ
കഴിയും. ഒരാൾ മറ്റേയാളേക്കാൾ ചെറുപ്പമാണ്, അവർ സന്യാസിപ്പതി
രിമാർ അല്ലാത്തതുപോലെയും തോന്നിക്കുന്നു. ഇതൊരു സന്യാസാശ്ര
മത്തിലെ മുറിയല്ല; തടവുമുറിയാണ്. നിലത്തുള്ള പ ലകകളെല്ലാം
കൂടെ ഒന്നിച്ച് എന്റെ കണ്ണിൽനിന്നും ഓടിയകലുന്നു, അങ്ങേ അറ്റത്,
അതാ അങ്ങ്, അവിടെ, ഒരു ഭാരിച്ച, ഭീകരമായ ദ്രോഹത്തിന്റെ വാതി
ലും............

വാതിലിന്റെ തഴുതിൽ ഒരു താക്കോലിന്റെ കിരുകിരശബ്ദം. ആ
രണ്ടുപേരും ചാടിയെഴുന്നേറ്റ് അറ്റൻഷനായി നിൽക്കുന്നു, എസ് എസ്
യൂണിഫാം ധരിച്ച രണ്ടുപേർ അകത്തുകടന്ന് എന്നെ വസ്ത്രം ധരിപ്പി
ക്കാൻ മുറിയിലുണ്ടായിരുന്നവരോട് ആജ്ഞാപിച്ചു. വസ്ത്രം ധരിപ്പിക്ക
പ്പെടാൻ വേണ്ടിയുള്ള ഓരോ ചെറിയ ചലനങ്ങളിലും ഇത്രയധികം

വേദന എവിടെ ഒളിച്ചിരുന്നോ, എനിക്കറിഞ്ഞുകൂടാ. അവർ എന്നെ ഒരു സ്ട്രെച്ചറിൽ കിടത്തി വഹിച്ചുകൊണ്ട് കോവണിയിറങ്ങി. അവരുടെ ഭാരിച്ച ബൂട്സിന്റെ ശബ്ദം നെടിയ ആ ഇടനാഴിയിൽ ഇടിമുഴക്കങ്ങ ളുണ്ടാക്കുകയായിരുന്നു....... മുമ്പ്, അവസാനമായി എനിക്ക് ബോധം കെട്ടപ്പോൾ ഈ വിധത്തിലാണവരെന്നെ കെട്ടിയെടുത്തു കൊണ്ടുപോ യത്. എവിടേക്കാണീ പോക്ക്? ഏതു നരകത്തിൽച്ചെന്നാണിത് അവ സാനിക്കുക?

പാൻക്രാറ്റ്സിലെ പൊലീസ്ജയിലിന്റെ ഇരുളടഞ്ഞതും ഭീകരവു മായ സ്വീകരണ മുറിയാണത്; ഇവിടെ അവരെന്നെ നിലത്തുകിടത്തി. ക്രുദ്ധമായ ഒരു ജർമൻ ശബ്ദത്തെ സ്നേഹനാട്യത്തോടുകൂടിയ ഒരു ചെക്കു ശബ്ദം പരിഭാഷപ്പെടുത്തി:

"ഇവളെ നിനക്കറിയാമോ?"

ഞാൻ എന്റെ കൈകൊണ്ട് താടിക്കുപിടിച്ചു തെല്ലൊന്നുയർത്തി. വട്ടമുഖക്കാരിയായ ഒരു യുവതി എന്റെ സ്ട്രെച്ചറിന് അഭിമുഖമായി നിൽക്കുന്നു. അഭിമാനപൂർവം തലയുയർത്തിപ്പിടിച്ചുകൊണ്ട്, മ്ലാനത യുടെ നിഴൽപോലും തട്ടാത്ത തികഞ്ഞ പ്രസരിപ്പോടെ ഉൽകൃഷ്ടഭാവ ത്തിൽ അവളങ്ങനെ നിവർന്നു നിൽക്കുന്നു. എന്നെ നോക്കിക്കാണാനും അഭിവാദ്യം ചെയ്യാനും വേണ്ടിമാത്രം, അവൾ ദൃഷ്ടികൾ കീഴോട്ടു ചായ്ച്ച് തറയിൽ കിടക്കുന്ന എന്റെ നേർക്കു നോക്കുന്നുണ്ട്.

"എനിക്ക് അറിഞ്ഞുകൂടാ."

ഇതിനു മുൻപൊരിക്കൽ ഞാനവരെ കണ്ടിട്ടുള്ളതായി ഒരോർമ്മ വരുന്നുണ്ട്. പക്ഷേ, ഒരു നിമിഷം മാത്രം, പെച്ചെക്ക് കെട്ടിടത്തിൽ വെച്ച നുഭവിച്ച ആ കാളരാത്രിയിലെ ഒരു നിമിഷത്തിൽ. ഇതു രണ്ടാമത്തെ ത്തവണയാണ്. അയ്യോ, കഷ്ടം, ഒരിക്കലും ഒരു മൂന്നാം പ്രാവശ്യമു ണ്ടാവില്ല. അവളുടെ ഈ നിലയിലെ ഈ ഉന്നതഭാവത്തിനുവേണ്ടി ആ കയ്യൊന്നു പിടിച്ചമർത്താൻ ഒരിക്കലും ഒരവസരമുണ്ടാവില്ലേ? എർ ണോസ്റ്റ് ലോറൻസിന്റെ ഭാര്യയാണവൾ. 1942-ലെ നാസിപ്പട്ടാളഭരണ കാലത്തെ ആദ്യത്തെ രക്തസാക്ഷിയായിരുന്നു അവർ.

"ഇവളെ നീ തീർച്ചയായും അറിയും."

അനിച്ക്കാ ജിറാസ്കോവാ! ദൈവത്തെ ഓർത്ത്, എന്റെ അനിച്ക്കാ നിങ്ങൾ ഇവിടെ എങ്ങനെവന്നു? ഞാൻ നിങ്ങളുടെ പേരുപ റഞ്ഞിട്ടില്ല. നിങ്ങൾക്കു ഞാനുമായി ഒരു ബന്ധവുമില്ല, ഞാൻ നിങ്ങളെ അറിയില്ല, മനസിലായോ, എനിക്ക് നിങ്ങളെ അറിഞ്ഞേകൂടാ.

"എനിക്ക് ഇവരെ അറിഞ്ഞുകൂടാ."

"എടോ മനുഷ്യാ, ഓർത്തു സംസാരിക്കു!"

"എനിക്കവരെ അറിഞ്ഞുകൂടാ."

"ജൂലോ, സാരമില്ല." അനിച്ക്കാ പറയുകയാണ്, ചുരുട്ടിപ്പിടിച്ചിരി ക്കുന്ന കൈലേസിനെ അമർത്തുന്ന വിരലിന്റെ ചെറുചലനം മാത്രം അവളുടെ വികാരക്ഷോഭത്തെ പുറത്തുകാട്ടിയിരുന്നു. "അത് സാരമില്ല. ആരോ എന്നെ ഒറ്റിക്കൊടുത്തിരിക്കുന്നു."

"ആരാണത്?"

"വായ്മൂട്! "മറുപടി പറയാൻ അവർ അവളെ സമ്മതിച്ചില്ല. ശക്തിയായ ഒരു തള്ളുകൊടുത്തിട്ട് എന്റെ നേരെ കുനിഞ്ഞു കൈനീട്ടി അടുത്തുകൊണ്ടിരുന്ന അവൾ ദൂരെത്തെറിച്ചുപോയി."

അനിച്ക്കാ!

പിന്നെ അവരുടെ ചോദ്യങ്ങളൊന്നും എനിക്ക് കേൾക്കാൻ കഴിയാ തായി. രണ്ടു എസ് എസ് ഭടന്മാർ വേദന തട്ടാത്തവിധം എന്നെ എടുത്തു തുറുങ്കുമുറിയിലേക്ക് തിരിച്ചുകൊണ്ടുപോകുന്നതായി ദൂരെ നിൽക്കുന്ന ഒരു കാഴ്ചക്കാരനെപ്പോലെ എനിക്കനുഭവപ്പെട്ടു. എത്ര ക്രൂരമായി അവരെന്നെ സ്ട്രെച്ചറിലിട്ടു കുലുക്കുന്നു; ഇടയ്ക്കിടെ അവർ കുലുങ്ങിച്ചിരിച്ചുകൊണ്ടു ചോദിക്കുന്നുണ്ട്:

"നിനക്കൊരു കയറിൽ ഞാന്നു മരിക്കാനാണോ ഇഷ്ടം?"എന്ന്. വ്യാഴാഴ്ച.

എനിക്ക് വീണ്ടും കാര്യങ്ങൾ മനസിലാകാൻ തുടങ്ങി. എന്റെ കൂട്ടുതടവുകാരിലൊരാൾ' 'കാരെക്' എന്നു പേരുള്ള ഇളയവൻ മറ്റേ യാളെ 'അപ്പാപ്പൻ'എന്നാണ് വിളിക്കുന്നത്. അവരുടെ കഥയെപ്പറ്റി എന്തൊക്കെയോ എന്നോടു പറഞ്ഞു. എങ്കിലും എല്ലാം കൂടെ കുഴഞ്ഞു മറിഞ്ഞ രീതിയിലാണ് എന്റെ തലയിൽ കയറുന്നത്. അവരുടെ സംസാ രത്തിൽ ഒരു ഖനി വന്നു എന്നു തോന്നുന്നു. ബഞ്ചുകളിൽ കുറെ കുട്ടി കൾ ഇരിക്കുന്നതുപോലെ തോന്നുന്നു. എവിടെയോ ഞാൻ മണിയടി കേൾക്കുന്നു. വല്ലിടത്തും തീ പിടിത്തമുണ്ടായതായിരിക്കും. എല്ലാ ദിവ സവും ഒരു ഡോക്ടർ വന്ന് എന്നെ നോക്കുന്നുണ്ടെന്നും, എന്റെ നേരെ വലിയ ക്രൂരനല്ലാത്ത ഒരു എസ് എസ് ശുശ്രൂഷകൻ പരിചരിക്കുന്നു ണ്ടെന്നും, എന്റെ സ്ഥിതി വളരെ മോശമല്ല എനിക്ക് വേഗം സുഖം കിട്ടും എന്നും ഒക്കെ അവരെന്നോടു പറഞ്ഞു. 'അപ്പാപ്പ'നാണത് പറയു ന്നത്. കാരെക്ക് ഉത്സാഹപൂർവം അത് ശരിവെക്കുകയും ചെയ്യുന്നു. ഈ പരിതാപകരമായ അവസ്ഥയിൽപോലും, അതു കേട്ടപ്പോൾ, ഇവർ ഒരു 'ഭംഗിയുള്ള കള്ളം' പറയുകയാണെന്നെനിക്ക് തോന്നിപ്പോയി. ഇവർ നല്ല ആളുകളാണ്! എങ്കിലും ഇവരെ വിശ്വസിക്കാൻ നിവർത്തിയില്ലാ ത്തതിൽ ഞാൻ ഖേദിക്കുന്നു.

ഉച്ചതിരിഞ്ഞു.

തുറുങ്കുമുറിയുടെ വാതിൽ തുറക്കുന്നു. ശബ്ദമുണ്ടാക്കാതെ നടന്ന് ആ പട്ടി അകത്തുകയറുന്നു. എന്റെ തലയ്ക്കൽ വന്നുനിന്ന് അവൻ വീണ്ടും എന്നെ പരിശോധനാഭാവത്തിൽ നോക്കുകയാണ്. വീണ്ടും രണ്ടു ജോടി ഭാരിച്ച ബൂട്സ്. അതിൽ ഒരു ജോടി പട്ടിയുടെ ഉട മസ്ഥന്റേതാണെന്നും അയാൾ പാൻക്രാറ്റ്സ് ജയിലിന്റെ സുപ്രണ്ടാ ണെന്നും, മറ്റേ ജോഡിയുടെ ഉടമസ്ഥൻ ഗെസ്റ്റപ്പോയുടെ കമ്യൂണിസ്റ്റ് വിരോധ വകുപ്പിലെ തലവനും ആദ്യ രാത്രിയിലെ എന്റെ വിചാരണ യിൽ അധ്യക്ഷത വഹിച്ച ദേഹവുമാണെന്നും എനിക്ക് മനസിലായി.

ഒരു സിവിലിയൻ (പട്ടാളത്തിന്റേതല്ലാത്ത) പാന്റ് കാണപ്പെട്ടു. അവയ്ക്കു നേരെ ഞാൻ ദൃഷ്ടികളുയർത്തി. അതെ, എനിക്കറിയാം, ഇത് റെയിഡിങ്ങ് സ്ക്വാഡിന്റെ തലവനായ ആ മെലിഞ്ഞു നീണ്ട കമ്മി സാർ ആണെന്ന്. അയാൾ ഒരു കസേരയിലിരുന്നു ചോദ്യം തുടങ്ങി:

"നിന്റെ മത്സരത്തിൽ നീ മുഴുവനായും തോറ്റു. സ്വരക്ഷക്കെ ങ്കിലും കരുതലെടുത്തോളൂ; പറഞ്ഞേക്കൂ!"

അയാൾ എനിക്കൊരു സിഗററ്റു സമ്മാനിക്കുന്നു. എനിക്കതിന്റെ ആവശ്യമില്ല. അതെനിക്കു സഹിച്ചില്ല.

"നീ എത്രനാൾ ബക്സാസിന്റെ വീട്ടിൽ താമസിച്ചു?"

ബക്സാസിന്റെ വീട്ടിലോ? ഇതു കുറെ കവിഞ്ഞ സംഗതിയാണ്. ഇവരോടിതാരു പറഞ്ഞു?

"ഇതാ നോക്ക്, ഞങ്ങൾക്കെല്ലാം അറിയാം പറഞ്ഞോളൂ!"

നിങ്ങൾക്കെല്ലാം അറിയാമെങ്കിൽ കൂടുതലായി ഞാനെന്തിനു പറ യണം? എന്റെ ജീവിതം ഞാൻ പാഴാക്കിയിട്ടില്ല; ഇനി അതിന്റെ അന്ത്യം ഞാൻ പാഴാക്കുകയുമില്ല.

വിചാരണ ഒരു മണിക്കൂർ നീണ്ടുനിന്നു. അയാൾ ഒച്ചപ്പാടുണ്ടാ ക്കുന്നില്ല; ക്ഷമാപൂർവം ചോദ്യങ്ങൾ ചോദിക്കുകയും ഉത്തരം കിട്ടാതെ വരുമ്പോൾ മറ്റൊരു ചോദ്യം ചോദിക്കുകയും. അങ്ങനെ തിരിച്ചും മറിച്ചും അന്തമില്ലാതെ ചോദ്യങ്ങൾ ചോദിച്ചുകൊണ്ടിരിക്കുകയും ചെയ്തു.

"നിനക്ക് മനസിലാകുന്നില്ലേ? ഇതാണ് അവസാനം, മനസി ലായോ? നിന്റെ മത്സരത്തിൽ നീ തോറ്റു."

"തോറ്റുപോയത് ഞാൻ മാത്രമാണ്."

"അപ്പോൾ കമ്യൂണിസ്റ്റിന്റെ വിജയത്തിൽ നീ ഇപ്പോഴും വിശ്വസി ക്കുന്നുണ്ട്, അല്ലേ?"

"വളരെ സ്വാഭാവികമായും."

"അവൻ ഇനിയും വിശ്വസിക്കുന്നോ" പ്രധാനി ജർമൻഭാഷയിൽ ചോദിക്കുകയാണ്-കമ്മിസാർ തർജുമ ചെയ്യുന്നു-"റഷ്യയുടെ വിജയ ത്തിൽ അവനിപ്പോഴും വിശ്വസിക്കുന്നു?"

"സ്വാഭാവികമായും അങ്ങനെയല്ലാതെ വരില്ല."

ഞാൻ നന്നേ ക്ഷീണിച്ചു. കരുതലായിരിക്കാൻ വേണ്ടി ഞാൻ എന്റെ മുഴുവൻ കഴിവുകളും സംഭരിച്ചു; അഗാധമായ ഒരു മുറി വിൽനിന്നും രക്തം വാർന്നുപോകുന്നതുപോലെ ബോധം എന്നിൽ നിന്നും പൊയ്ക്കൊണ്ടിരിക്കുന്നു. അവർ കൈകൾ നീട്ടി എന്നെ തൊടു ന്നതുപോലെ തോന്നി. ഒരുപക്ഷേ എന്റെ നെറ്റിയിൽ മരണത്തിന്റെ അട യാളം കണ്ടിട്ടായിരിക്കാം. ചില രാജ്യങ്ങളിൽ, കൊലപ്പുള്ളിയെ ആരാ ച്ചാർ തൂക്കിലിടുന്നതിന്റെ മുമ്പായി ചുംബിക്കുക എന്ന പതിവുപോലു മുള്ളതായി കേട്ടിട്ടുണ്ട്.

സായാഹ്നം.

രണ്ടുപേർ ഒരാൾക്കു പിന്നിൽ മറ്റൊരാളായി വട്ടത്തിൽ നടക്കുന്നു. അവർ വ്യസനാത്മകമായ ഒരു സങ്കീർത്തനം പരസ്പരം യോജിപ്പി ല്ലാത്ത സ്വരത്തിൽ വലിച്ചുനീട്ടുകയാണ്: "സൂര്യന്റെ സുഖകരമായ ചൂടും നക്ഷത്രങ്ങളുടെ ശോഭയും നമ്മിൽനിന്ന് മറയുമ്പോൾ, നമ്മിൽ നിന്ന് മറയുമ്പോൾ........."

ഓ, സ്നേഹിതൻമാരെ, അതു നിർത്തുക! അതൊരു നല്ല പാട്ടാ യിരിക്കാം. എന്നാൽ ഇന്ന്; മെയ് 1-ന്റെ തലേന്നാളാണ്; മനുഷ്യന്റെ ഏറ്റവും ആഹ്ലാദപരവും മനോഹരവുമായ ഒഴിവുദിവസത്തിന്റെ തലേദി വസം. ആഹ്ലാദകരമായ എന്തെങ്കിലും പാടാൻ ഞാൻ ശ്രമിച്ചുനോക്കി. ഒരുപക്ഷേ അതു അവരുടെ പാട്ടിനേക്കാൾ വ്യസനകരമായതായി അവർക്ക് തോന്നിയിരിക്കാം. ചെറുപ്പക്കാരനായ ആ മനുഷ്യൻ മുഖം തിരിച്ചുകളയുകയും, അപ്പാപ്പൻ കണ്ണുതുടയ്ക്കുകയും ചെയ്യുന്നതിൽ നിന്ന് അങ്ങനെയാണ് മനസിലാകുന്നത്. എന്നാൽ അതെല്ലാം ആര് ശ്രദ്ധിക്കുന്നു, ഞാൻ തുടർന്നു പാടി, അവർ സാവധാനം എന്നോട് ചേർന്ന് പാടിത്തുടങ്ങി. സന്തോഷകരമായ ഒരു മാനസികാവസ്ഥയിൽ ഞാൻ ഉറക്കത്തിൽപ്പെട്ടു.

മെയ്ദിനത്തിലെ പുലരി.

ജയിൽ ടവറിലെ ക്ലോക്ക് മണി മൂന്നടിക്കുന്നു. ഞാനതു വ്യക്ത മായി കേൾക്കുന്നതിപ്പോഴാദ്യമാണ്. എനിക്ക് പരിപൂർണമായ ബോധം വീണുകിട്ടി. തുറന്നു കിടക്കുന്ന ജനാലയിൽകൂടെ അകത്തേക്കു പ്രവ ഹിക്കുന്ന ശുദ്ധവായു എന്റെ വൈക്കോൽതടുക്കിനു ചുറ്റും വന്നടിച്ചു കൊണ്ടിരിക്കുന്നത് എനിക്കറിയാൻ കഴിയുന്നു. വൈക്കോലിന്റെ എഴു ന്ന നാരുകൾ പെട്ടെന്നു ഞാൻ സ്പർശിച്ചറിയുന്നു. ശരീരത്തിലെ ഓരോ ഇഞ്ചിലും ഒരായിരം വേദനകളുള്ളതിനാൽ എനിക്ക് ശ്വാസോച്ഛ്വാസം വളരെ വിഷമകരമായിരിക്കുന്നു. ഒരു ജനൽ പെട്ടെന്നു തുറന്നാലെന്നപോലെ ഇതാണവസാനമെന്നു ഞാൻ വ്യക്തമായിക്കാ ണുന്നു. ഞാൻ മരിച്ചുപോകുന്നു.

മരണമേ, നിന്റെ വരവിന് നീ വളരെ സമയമെടുത്തു. ഒരിക്കൽ ഞാൻ വിചാരിച്ചത് ഇനിയും വളരെ വർഷങ്ങൾ കഴിഞ്ഞുമാത്രമേ നിന്നെ പരിചയപ്പെടാൻ സാധിക്കുകയുള്ളൂ എന്നാണ്. ഒരു സ്വതന്ത്രമ നുഷ്യന്റെ ജീവിതം ഞാൻ പ്രതീക്ഷിച്ചു. വളരെയേറെ പ്രവർത്തി ക്കാനും വളരെയേറെ സ്നേഹിക്കാനും വേണ്ടി ഞാൻ പ്രതീക്ഷയുള്ള വനായിരുന്നു. പാട്ടുകൾ പാടാനും ലോകം ചുറ്റി സഞ്ചരിക്കാനും കഴി യുമെന്നു ഞാൻ പ്രതീക്ഷിച്ചു. എനിക്കന്നു പ്രായം തികഞ്ഞിട്ടേയുള്ളാ യിരുന്നു; വളരെയേറെ ശക്തിയും എനിക്കുണ്ടായിരുന്നു. എന്നാൽ ഇന്നെനിക്കില്ല, അതെല്ലാം അസ്തമിക്കുകയാണ്.

ഞാൻ ജീവിതത്തെ സ്നേഹിക്കുകയും അതിന്റെ സൗന്ദര്യത്തി നുവേണ്ടി പടവെട്ടാൻ പുറപ്പെടുകയും ചെയ്തു. ഞാൻ മനുഷ്യരെ സ്നേഹിച്ചു. എന്റെ സ്നേഹം നിങ്ങൾ സ്വീകരിക്കുകയും തിരിച്ചു

സ്നേഹിക്കുകയും ചെയ്തപ്പോൾ ഞാൻ ആഹ്ലാദവാനായി. നിങ്ങൾ എന്നെ തെറ്റിദ്ധരിക്കുമ്പോൾ എന്റെ ഹൃദയം നോവുകയായിരുന്നു. ഞാൻ ആരോടെല്ലാം തെറ്റുചെയ്തിട്ടുണ്ടോ അവർ എനിക്ക് മാപ്പുത രുക; ആരെയൊക്കെ സന്തോഷിപ്പിച്ചിട്ടുണ്ടോ അവർ എന്നെ മറന്നുകള യുക. എന്റെ പേരിനോടു കൂടെ വ്യസനം ഒരിക്കലും ഉണ്ടാകാതിരിക്ക ട്ടെ, ഇതാണെന്റെ മരണപത്രം. എന്റെ അച്ഛാ, അമ്മേ, സഹോദരിമാരേ, അഗസ്സ്റാ, എന്റെ പ്രിയപ്പെട്ട സഖാക്കളേ–ഞാൻ സ്നേഹിച്ച എല്ലാ വരുമേ നിങ്ങൾക്ക്, ദുഃഖത്തിന്റെ പൊടി നീക്കിക്കളയാൻ കണ്ണുനീരിനു കഴിയുമെന്ന് നിങ്ങൾ കരുതുന്നെങ്കിൽ സ്വൽപ്പം കരയുക. എന്നാൽ വ്യസനിക്കരുത്. ഞാൻ ആനന്ദത്തിനുവേണ്ടി ജീവിച്ചു; ആനന്ദത്തിനു വേണ്ടി മരിക്കുന്നു, എന്റെ ശവകുടീരത്തിൻമേൽ ദുഃഖത്തിന്റെ ദൈവദൂ തനെ പ്രതിഷ്ഠിക്കുന്നത് ഒരനീതിയായിരിക്കും.

മെയ് 1 ! ഈ പുലർവേളയിൽ ഉണർന്നാണ് ഞങ്ങൾ നാട്ടിൻപുറ ത്തുവെച്ച് കൊടികൾ തയ്യാറാക്കുന്നത്. ഈ മണിക്കൂറുകളിൽ മോസ്കോവിലെ വീഥികളിൽ മെയ്ദിനപരേഡിനുവേണ്ടി ഏറ്റവും നല്ല പട്ടാളവിഭാഗങ്ങൾ അണിനിരന്നിട്ടുണ്ടാവും. ഈ മണിക്കൂറുകളിൽ മനു ഷ്യസ്വാതന്ത്ര്യത്തിനുവേണ്ടിയുള്ള അവസാനസമരത്തിൽ കോടിക്കണ ക്കിന് ജനങ്ങൾ പൊരുതുന്നുണ്ടാവും; ആയിരക്കണക്കിന് യോദ്ധാക്കൾ ആ സമരത്തിൽ മരിക്കുന്നുണ്ടാവും. ഞാൻ അങ്ങനെ മരിക്കുന്നവരി ലൊരുവനാണ്. അവരിലൊരുവനാകുന്നത് മനോഹരമാണ്; അവസാന സമരത്തിലെ പടയാളികളിലൊരുവൻ. എന്നാൽ മരണം മനോഹരമല്ല. ഞാൻ വിമ്മിട്ടപ്പെടുകയാണ്. എനിക്ക് ശ്വാസം വിടാൻ കഴിയുന്നില്ല..... എന്റെ തൊണ്ടയിലെ കുറങ്ങൽ ശബ്ദം എനിക്ക് കേൾക്കാം, അത് ഒരു പക്ഷേ എന്റെ കൂട്ടുതടവുകാരെ ഉണർത്തിയേക്കും. കുറച്ചുവെള്ളം കുടിച്ചെങ്കിൽ........പാത്രത്തിൽ വെള്ളമില്ല. ഞാൻ കിടക്കുന്നിടത്തുനിന്ന് ആറടി അകലെയാണെങ്കിലും, മുറിയുടെ മൂലയിലുള്ള മുഖം കഴുകുന്ന സ്ഥലത്ത് ധാരാളം വെള്ളമുണ്ട്. അവിടം വരെ എത്താൻ വേണ്ടുവോളം ശക്തി എന്നിൽ ശേഷിച്ചിട്ടുണ്ടായിരിക്കുമോ?

ഞാൻ കമിഴ്ന്നു കിടന്ന കിടപ്പിൽ വയറിൻമേൽ ഇഴഞ്ഞുനീന്തുക യാണ്. വളരെ നിശ്ശബ്ദമായി–മരണത്തിന്റെ മഹത്വം മുഴുവൻ ഞാൻ ആരേയും ഉണർത്താതിരിക്കുന്നതിലാണെന്നതു പോലെ അത്രയ്ക്കു ശാന്തമായി ഞാനിഴഞ്ഞു. ഒടുവിൽ ഞാനവിടെയെത്തി അത്യാർത്തി യോടെ വെള്ളം കുടിച്ചു.

എത്രസമയം അതിനു ഞാനെടുത്തു എന്നെനിക്കറിഞ്ഞുകൂടാ. തിരികെ ഇഴഞ്ഞുവരാനും എത്രസമയം എടുത്തു എന്നറിവില്ല. ബോധം വീണ്ടും അസ്തമിക്കുന്നു. എന്റെ നാഡി പിടിച്ചുനോക്കാൻ ഞാൻ ശ്രമിച്ചെങ്കിലും എനിക്കൊന്നും അറിയാൻ കഴിഞ്ഞില്ല. ഹൃദയം തൊണ്ടയിലേക്ക് വലിഞ്ഞുവരുന്നതുപോലെയും പെട്ടെന്ന് കീഴോട്ട് തിരിച്ചു വീണുപോകുന്നതുപോലെയും തോന്നി. അതോടെ ഞാനും

വീണുപോകുന്നു. വളരെ സമയമായി വീഴുന്നു. പകുതി വഴിക്കുവെച്ച്
'കാരെക്കി'ന്റെ സ്വരം ഞാൻ കേട്ടു.

"അപ്പാപ്പാ, അപ്പാപ്പാ, കേട്ടോ? ആ പാവം മരണശ്വാസം വലിക്കു
ന്നു."

പുലർന്നുകഴിഞ്ഞ് ഡോക്ടർ വന്നു.

പക്ഷേ അതൊക്കെ പിന്നീടാണ് ഞാനറിഞ്ഞത്.

അയാൾ വന്ന് എന്നെ പരിശോധിച്ചിട്ട് തലകുലുക്കി. എന്നിട്ട്
അയാൾ ആശുപത്രിയിലേക്ക് തിരിച്ചുപോയി. തലേദിവസം എന്റെപേർ
ചേർത്തു തയ്യാറാക്കിവെച്ച മരണറിപ്പോർട്ടെടുത്തു കീറിക്കളഞ്ഞു.
അതുകഴിഞ്ഞ് ഒരു വിദഗ്ധന്റെ ആത്മവിശ്വാസത്തോടെ പറയുകയാണ്:

"ഒരു കുതിരയുടെ ഉടലാണിവന്റേത്."

3

തുറുങ്കുമുറി 267

വാതിൽക്കൽ നിന്ന് ജനാലയിലേക്ക് ഏഴു ചുവട്, ജനാലക്കൽ നിന്ന് വാതിൽക്കലേക്ക് ഏഴു ചുവട്.

അതെനിക്ക് അസലായറിയാം.

ആ അകലം പാൻക്രാറ്റ്സിലെ എന്റെ തുറുങ്കുമുറിയിലെ പൈൻമ രപ്പലകകളുടെമേൽ എത്രയോ പ്രാവശ്യം ഞാൻ അങ്ങോട്ടുമിങ്ങോട്ടും നടന്നിരിക്കുന്നു! ഒരുപക്ഷേ, നമ്മുടെ പട്ടണവാസികളുടെ വിനാശകാരി കളായ നയങ്ങളുടെ ദുഷ്ഫലങ്ങൾ ചെക്കു ജനത അനുഭവിക്കുന്നത് വ്യക്തമായിക്കാണാൻ കഴിഞ്ഞതുകൊണ്ടായിരിക്കാം ഞാനിങ്ങനെ കിടക്കേണ്ടിവന്നത്. എന്റെ ജനത ഇപ്പോൾ ക്രൂശിൻ മേൽ വിരിച്ചു കിട ത്തപ്പെട്ടിരിക്കുകയാണ്. എന്റെ തുറുങ്കുമുറിക്കുമുമ്പിൽ ജർമൻ വാർ ഡർമാർ കാവൽ നിൽക്കുന്നു; വെളിയിൽ അങ്ങെവിടെയോ രാഷ്ട്രീയ സൃഷ്ടികർത്താക്കൾ രാജ്യദ്രോഹത്തിന്റെ നൂലുകൾ പിരിച്ചുണ്ടാക്കു ന്നു. മനുഷ്യൻ കണ്ണുതുറക്കാൻ ഇനിയും എത്രനാൾ വേണം? മനുഷ്യ രാശി അതിന്റെ മുന്നോട്ടുള്ള ഗതിയിൽ എത്രയോ തുറുങ്കുമുറികൾ കഷ്ടപ്പെട്ടു പിന്നിട്ടിരിക്കുന്നു. ഇനിയും എത്രയോ കടക്കേണ്ടതായിരി ക്കുന്നു. ഓ 'നെറൂദാ' യുടെ ക്രിസ്തുശിശോ, മനുഷ്യന്റെ രക്ഷയുടെ വഴി അന്തമറ്റതാണ്. എന്നാൽ ഇതാ മനുഷ്യർ അവസാനമായി ഉണർന്നിരിക്കുന്നു, അവസാനമായി ഉണർന്നിരിക്കുന്നു.

ഏഴടി അങ്ങോട്ടും ഏഴടി പിന്നോട്ടും. ഒരു ചുമരിൽ ചേർത്തു മട ക്കി വയ്ക്കാവുന്ന ഒരു ബഞ്ചും, മറ്റേച്ചുമരിൽ ഒരു മൺപാത്രം വച്ച് തവിട്ടു നിറത്തിലെ ഒരു ഷെൽഫും ഉണ്ട്. ഇതൊക്കെ ഇപ്പോഴെനിക്ക് മനസിലാകുന്നുണ്ട്. ഇക്കാലത്ത് ജയിലുകളൊക്കെ യന്ത്രവൽകൃതമാ ണ്, പഴയ വെള്ളത്തൊട്ടിയുടെ സ്ഥാനത്ത് ഇപ്പോൾ 'ഫ്ളഷ് ടോയ്ലറ്റ്',

ഒരു കേന്ദ്രത്തിൽ നിന്ന് എല്ലാ മുറിക്കും ചൂടുകൊടുക്കാനുള്ള ഏർപ്പാടു കൾ-മനുഷ്യൻപോലും യന്ത്രവൽക്കരിക്കപ്പെട്ടിരിക്കുന്നു. വെറും യന്ത്ര പ്പാവകൾ. ഒരു ബട്ടൺ അമർത്തിയാൽ വാതിൽത്തഴുതിൽ ഒരു താക്കോൽ ശബ്ദിക്കുന്നതു കേൾക്കാം. മുറിക്കുള്ളിലേക്ക് എത്തിനോ ക്കാനുള്ള ദ്വാരം തന്നത്താൻ തുറക്കുന്നതുകാണാം-അപ്പോഴേക്കും തട വുകാർ-അവർ എന്തു ചെയ്തുകൊണ്ടിരുന്നാലും-ചാടിയെഴുന്നേൽ ക്കും; ഒരാൾക്കു പിന്നിൽ മറ്റൊരാളായി അറ്റൻഷനിൽ നിൽക്കും. വാതി ൽ തുറന്നാലുടനെ മുറിയിലുള്ളതിലേക്കും പ്രായംകൂടിയ ആൾ ഒരൊറ്റ ശ്വാസത്തിൽ വിളിച്ചു പറയും.

"അറ്റൻഷൻ! 'സെൽ' നമ്പർ 267, മൂന്നുപേർ എല്ലാം ശരി."

നമ്പർ 267 ഞങ്ങളുടെ മുറിയാണ്. എന്നാൽ ഇതിലെ യന്ത്രപ്പാവ കൾ ഇന്നു ശരിക്കു പ്രവർത്തിക്കുന്നില്ല. രണ്ടുപേർ മാത്രം ചാടിയെഴു ന്നേൽക്കുന്നു. ഞാൻ ജനാലയ്ക്കു കീഴേയുള്ള എന്റെ വൈക്കോൽ തടുക്കിൽ അനങ്ങാതെ കിടക്കുകയാണ്-മുഖം കുത്തി ചരിഞ്ഞുകൊ ണ്ടുള്ള ഈ കിടപ്പ്. ഒരാഴ്ച, രണ്ടാഴ്ച, ഒരു മാസം, ആറാഴ്ചകളായി ഞാനിങ്ങനെ കിടക്കുന്നു. ഞാനിതാ, ഇപ്പോൾ പുനർജന്മം പ്രാപിച്ചിരി ക്കുന്നു. എന്റെ ശിരസു തിരിക്കാനും കൈ അനക്കാനും എനിക്കിപ്പോൾ കഴിയുന്നുണ്ട്, കൈമുട്ടിൻമേൽ ഉയർന്ന് ഒന്നുമലർന്നുകിടക്കാൻ പോലും ഞാൻ ശ്രമിച്ചു. എന്നാൽ അപ്പോഴതു ചെയ്യാൻ കഴിഞ്ഞതിനേ ക്കാൾ വേഗത്തിൽ ഇപ്പോൾ അതെഴുതാൻ എനിക്ക് കഴിയുന്നു.

മുറിയിൽ മാറ്റങ്ങളുണ്ടായിട്ടുണ്ട്. എന്റെ മരണസങ്കീർത്തനം പാടിയ രണ്ടു പേരിൽ ഇളയവനായ കാരെക്ക് അപ്രത്യക്ഷനായതിനെ ത്തുടർന്ന്, വാതിൽകതകിൻമേലുള്ള മൂന്നു പേരുകളുടെ സ്ഥാനത്ത് രണ്ടായിത്തീർന്നു. കനിവേറിയ ഒരു ഹൃദയത്തിന്റെ സ്മരണകളെ അവ ശേഷിപ്പിച്ചുംകൊണ്ടാണ് അയാൾ അപ്രത്യക്ഷനായത്. പകുതി ബോധവും പകുതി സ്വപ്നവുംപോലുള്ള ഒരവസ്ഥയിൽ മാത്രമെ എനി ക്കയാളെ കാണാൻ കഴിയുന്നുള്ളൂ; ഞങ്ങളൊന്നിച്ചുള്ള അവസാന രണ്ടു ദിവസങ്ങളിലെ ഓർമ്മകളിൽ മാത്രമേ അയാളെ എനിക്ക് കാണാൻ കഴിയുന്നുമുള്ളൂ. അയാളുടെ കേസിന്റെ വിവരങ്ങൾ ആവർത്തിച്ചാവർത്തിച്ച് അയാൾ എന്നെ പറഞ്ഞു കേൾപ്പിച്ചിരുന്നു; അയാളുടെ കഥകളുടെ നടുക്കുവച്ചു ഞാനുറങ്ങുകയായിരുന്നു പതിവ്.

അയാളുടെ പേർ 'കാരെക്ക് മാലെറ്റ്സ്' എന്നായിരുന്നു ഹൂസ്ലിറ്റ്സിന് അടുത്തെവിടെയോ ഉള്ള ഒരു ഇരുമ്പുഖനിയിൽ പണി യെടുത്ത ഒരു 'മെക്കാനിക്ക്' ആണയാൾ. ഒളിപ്പോരിന് വേണ്ടിയിരുന്ന വെടിമരുന്നു സാധനങ്ങൾ അയാൾ കടത്തിക്കൊടുത്തിരുന്നു. ഏക ദേശം രണ്ടു വർഷം മുമ്പാണയാൾ അറസ്റ്റു ചെയ്യപ്പെട്ടത്. ഇപ്പോൾ വിചാരണക്കു പോവുകയാണ്. പക്ഷേ ബർലിനിലേക്കായിരിക്കാം. ഒരു വലിയ സംഘം മുഴുവനും ഇങ്ങനെ പോകുന്നുണ്ട്. എന്തുശിക്ഷയായി രിക്കും ഇവർക്ക് കിട്ടുകയെന്ന് ആർക്കറിയാം? അയാൾക്ക് ഭാര്യയും

രണ്ടു കുഞ്ഞുങ്ങളുമുണ്ട്. അയാളവരെ സ്നേഹിക്കുന്നു-എന്നാൽ........
ഇതാ, ഇതെന്റെ കടമയാണ്, ഇതല്ലാതെ ഒന്നും ചെയ്യാൻ എനിക്ക് കഴി
വില്ല............ഇങ്ങനെ കുറിച്ചുവെക്കാം.

എന്റെ കിടക്കമേൽ വന്നിരുന്നു എന്നെ ഭക്ഷണം കഴിപ്പിക്കാൻ
അയാൾ ഉത്സാഹിച്ചു. പക്ഷേ, എനിക്ക് കഴിഞ്ഞില്ല. ശനിയാഴ്ച ദിവസം
-ഇവിടെ ഞാൻ എട്ടുദിവസമായയോ?-അയാൾ അങ്ങേയറ്റത്തെ ഒരു
സൂത്രമെടുത്തു. ഇത്ര ദിവസവും ഞാൻ യാതൊരു ആഹാരവും കഴിച്ചി
ല്ലെന്ന് പൊലീസ് മാസ്റ്റർക്കു റിപ്പോർട്ടു ചെയ്തു. ഒരിക്കലും സൈ്വരമി
ല്ലാത്ത ആ പൊലീസ് മാസ്റ്റർ, എസ് എസ് യൂണിഫാറക്കാരനായ
പാൻക്രാറ്റ്സിലെ ആ ആർഡർലി-ഇയാളുടെ അനുവാദം കൂടാതെ
ചെക്കുകാരനായ ഡോക്ടർക്ക് ഒരു 'ആസ്പിരിൻ' ഗുളികപോലും കുറി
ക്കുന്നതിന് അധികാരമില്ല-ഒരു പാത്രം ആശുപത്രിസൂപ്പ് കൊണ്ടു
വന്നു എന്റെ അടുത്തുനിന്ന് അതു മുഴുവൻ എന്നെ കുടിപ്പിച്ചു. ഇങ്ങ
നെ നിർബന്ധം ചെലുത്താൻ സാധിച്ചതിൽ കാരെക് സംതൃപ്തനായി.
പിറ്റേദിവസം അയാൾതന്നെ ഒരു പാത്രം 'ഞായറാഴ്ച സൂപ്പ്' എന്റെ
അകത്താക്കിച്ചു.

എങ്കിലും കൂടുതലായൊന്നും കഴിക്കാൻ എനിക്ക് സാധ്യമല്ലായി
രുന്നു. ഞങ്ങളുടെ ഞായറാഴ്ച ഗൗലാഷ്ലെ (ഒരുതരം ജയിൽ ഭക്ഷ
ണം) വെന്തലിഞ്ഞ ഉരുളക്കിഴങ്ങിന്റെ കഷണങ്ങൾപോലും ചവയ്ക്കാ
ൻ നീരുവെച്ചു വീങ്ങിയ എന്റെ മോണകൾ അശക്തങ്ങളായിരുന്നു.
നീരുവെച്ചു വീർത്ത എന്റെ തൊണ്ട യാതൊന്നും വിഴുങ്ങാൻ സമ്മതി
ച്ചില്ല.

"ഗൗലാഷ് പോലും വേണ്ടേ; അയാൾക്ക് ഗൗലാഷ്പോലും
വേണ്ടാ," കുനിഞ്ഞു, വ്യസനപൂർവം എന്നെ നോക്കി തലയാട്ടിക്കൊണ്ട്
കാരെക് ആവലാതിപ്പെടുകയാണ്.

എന്റെ ഭക്ഷണം ഭാഗിച്ചു പകുതി 'അപ്പാപ്പ'നു കൊടുത്തിട്ട്
ബാക്കി സ്വയം അകത്താക്കി.

ഓ, 1942-ൽ പാൻക്രാറ്റ്സിൽ ജീവിച്ചിട്ടില്ലാത്ത നിങ്ങൾക്ക് ഗൗലാ
ഷിന്റെ സ്വാദ് അറിയില്ല. നിങ്ങൾ ഒരിക്കലും അറിയുകയുമില്ല. ദുരിത
ത്തിന്റെ വറുതിയിലെ ആ ദിവസങ്ങളിൽ ഞങ്ങളുടെ വയർ വിശന്നു
പൊരിഞ്ഞിരുന്ന-ആഴ്ചയിലൊരിക്കൽ കുളിപ്പിക്കാൻ വേണ്ടി മനു
ഷ്യന്റെ തൊലി പൊതിഞ്ഞ അസ്ഥിപഞ്ജരങ്ങളായ ഞങ്ങളെ പുറത്തി
റക്കി നിരത്തി നിർത്തിയിരുന്ന നിങ്ങളുടെ ഉറ്റ സ്നേഹിതൻ നിങ്ങളുടെ
ഭക്ഷണം കണ്ണുകൊണ്ടെങ്കിലും കട്ടെടുത്തിരുന്ന-കാലമായ-ദുരിത
ത്തിന്റെ ആ ദിവസങ്ങളിൽ-വാടിക്കരിഞ്ഞ പച്ചക്കറികളും തക്കാളിയും
ചേർത്തുണ്ടാക്കിയ വെള്ളം ചേർത്തുനീട്ടിനീട്ടി പാകപ്പെടുത്തിയ ആ
ആഹാരസാധനം-ഗൗലാഷ്-ഒരപൂർവസാധനം തന്നെയായിരുന്നു;
വളരെ രുചിയേറിയതായിരുന്നു. ആ ദുരിതം പിടിച്ച ദിവസങ്ങളിൽ,
ആഴ്ചയിൽ രണ്ടു പ്രാവശ്യം വീതം, വ്യാഴാഴ്ചയും ഞായറാഴ്ചയും,

ഒരു കൈയിൽ ഉരുളക്കിഴങ്ങു കുഴച്ചതും അതിന്റെ പുറത്തു സ്വൽപ്പം 'ഗൗലാഷ്' ഗ്രേവിയും രണ്ടുമൂന്നു ഇറച്ചിത്തുണ്ടുകളും സൂക്ഷിപ്പുകാ രൻ ഞങ്ങളുടെ ചട്ടിയിൽ–ഇട്ടും വച്ചുപോകും. അതിന്റെ രുചി അദ്ഭുത കരമായിരുന്നു. എന്നാൽ രുചിയേക്കാൾ കൂടുതലായി, അത് മനുഷ്യജീ വിതത്തെക്കുറിച്ചുള്ള വസ്തുനിഷ്ഠാത്മകമായ ഒരു അനുസ്മരണമാ യിരുന്നു; പരിഷ്കൃതമായ ഏതോ ഒന്ന്, ഗെസ്റ്റപ്പോ തടവിന്റെ ക്രൂരമായ അസാധാരണത്വത്തിനു മധ്യത്തിൽവെച്ചു സാധാരണ ജീവിതത്തിലെ ഏതോ ഒന്ന്, അതിനെപ്പറ്റി മധുരമായ ആവേശത്തോടെ ഞങ്ങൾ സംസാരിച്ചു. അനുദിനം വളർന്നുകൊണ്ടിരിക്കുന്ന മരണഭീതമായ അവ സ്ഥക്ക് അനുരൂപപ്പെട്ടുകഴിയുമ്പോൾ, ആ ഒരു സ്പൂൺ ഗ്രേവിക്കു ആശിക്കാൻ കഴിയുന്ന മാനുഷികമൂല്യത്തിന്റെ ഔന്നത്യവും മഹനീയ തയും! അതാർക്കുതന്നെ മനസിലാക്കാൻ കഴിയും?

രണ്ടുമാസം കഴിഞ്ഞപ്പോൾ, അന്ന് എനിക്ക് ഗൗലാഷ് വേണ്ടെന്നു പറഞ്ഞതിൽ കാരെക്കിനുണ്ടായ പരിഭ്രമത്തിന്റെ ഗൗരവം എനിക്ക് മന സിലായി. എന്റെ മരണം അടുത്തിരിക്കുന്നു എന്നതിനു, ഞാൻ ഗൗലാഷ് പോലും കഴിക്കാൻ കൂട്ടാക്കുന്നില്ല എന്ന വസ്തുതയേക്കാൾ വ്യക്തമായ തെളിവ് വേറെ വേണ്ടിയിരുന്നില്ല.

അതിന്റെ പിറ്റേരാത്രി രണ്ടു മണിക്ക് അവർ കാരെക്കിനെ ഉണർത്തി. അഞ്ചു മിനിട്ടിനുള്ളിൽ അയാൾ തയ്യാറാകേണ്ടിവന്നു. സ്വൽപ്പസമയത്തേക്കു വെളിയിൽ പോവുകയാണ്, അല്ലാതെ ജീവി തത്തിന്റെ അവസാനത്തിലേക്ക് മറ്റൊരു ജയിലിലേക്കോ, കോൺസ ൻട്രേഷൻ ക്യാമ്പിലേക്കോ, അതുമല്ലെങ്കിൽ കഴുമരത്തിലേക്കു തന്നെ യോ–എവിടേയ്ക്കെന്ന് ആർക്കു പറയാൻ കഴിയും–എന്റെ കിടക്കക രികെ മുട്ടുകുത്തി കൈകൾ നീട്ടി എന്റെ കഴുത്തിനു ചേർത്തു, എന്നെ ചുംബിക്കുന്നതിനായി അയാൾ സമയമെടുത്തു. അപ്പോഴേക്കും പാൻക്രാറ്റ്സിൽ മൃദുലവികാരങ്ങൾക്ക് സ്ഥാനമില്ലെന്നു താക്കീതു ചെയ്യുന്ന ആ യൂണിഫാറത്തിലെ ശരീരത്തിന്റെ, പരുപരുത്ത ശബ്ദം ഇടനാഴിയിൽ മുഴങ്ങി. കാരെക് വാതിലിൽ കൂടെ പുറത്തേക്കോടി. തഴു തിനുള്ളിൽ താക്കോൽ കിരുകിര ശബ്ദിച്ചു.........ഇപ്പോൾ ഈ തുറു ങ്കിൽ ഞങ്ങൾ രണ്ടാൾ മാത്രമായിരിക്കുന്നു.

നാമിനി എന്നെങ്കിലും കൂട്ടിമുട്ടുമോ? എന്റെ പൊന്നു കുഞ്ഞേ? അടുത്തതായി പിരിഞ്ഞു പോകുന്നതാരായിരിക്കും? എവിടേക്കായി രിക്കും? അയാളെ കൊണ്ടുപോകാൻ ആരുവരും? യൂണിഫാറം ധരിച്ച എസ് എസ് ശിപായിയയോ–അതോ യൂണിഫാറം ധരിക്കാത്ത മരണമോ?

ജയിലിൽവെച്ചുണ്ടായ ആദ്യ വിയോഗത്തിനുശേഷം ഞങ്ങളെ ഞെരുക്കിപ്പിടിച്ച വിചാരങ്ങളുടെ പ്രതിധ്വനിയിലാണ് ഞാനിപ്പോൾ ഇതെഴുതുന്നത്. അതു മുതൽ ഇപ്പോൾ ഒരു കൊല്ലമായിട്ടുണ്ട്. ഞങ്ങളുടെ ചങ്ങാതിയെ അനുഗമിച്ച ചിന്തകൾ പലപ്പോഴും ആവർത്തി ക്കപ്പെടുകയുണ്ടായി. ആ ചിന്തകൾക്ക് ചിലപ്പോൾ മൂർച്ച വളരെക്കൂ

ടിയും ചിലപ്പോൾ കുറഞ്ഞും ഇരിക്കും. ഞങ്ങളുടെ വാതിലിൻമേലുള്ള രണ്ടു പേരുകൾ ചിലപ്പോൾ മൂന്നായി വർദ്ധിക്കും. വീണ്ടും രണ്ടായി കുറയും–പിന്നെ മൂന്ന്, രണ്ട്, മൂന്ന്, രണ്ട്–പുതിയ തടവുകാർ വരുന്ന തും പോകുന്നതും അനുസരിച്ച് ആ സംഖ്യ വ്യത്യാസപ്പെട്ടുകൊണ്ടിരു ന്നു. 267-ൽ അവശേഷിച്ച ആ രണ്ടുപേർ ഇന്നും വിശ്വസ്തതയോടെ അവിടെ തങ്ങിനിൽക്കുന്നു.

"അപ്പാപ്പ"നും ഞാനും.

അപ്പാപ്പൻ അറുപതു വയസുചെന്ന ഒരു അധ്യാപകനാണ്; 'ജോസഫ് പെഷെക' എന്നാണ് പേര്. അറസ്റ്റു ചെയ്യപ്പെട്ട അധ്യാപ കൻമാരിൽവെച്ച് ഏറ്റവും പ്രായംകൂടിയ ആൾ അദ്ദേഹമാണ്. എന്നെ ക്കാൾ 85 ദിവസം മുമ്പ് അറസ്റ്റു ചെയ്യപ്പെട്ടു. കാരണം, ചെക്കു സ്കൂളു കൾ വീണ്ടും സ്വതന്ത്രങ്ങളാകുമ്പോൾ അവയെ പരിഷ്കരി ക്കാൻവേണ്ടി ഒരു പദ്ധതി തയ്യാറാക്കാൻ ശ്രമിച്ചു എന്നുള്ളതാണ്, 'ജർമൻ രാഷ്ട്രത്തിനെതിരായ ഗൂഢാലോചന'യാണെന്ന് ആരോപിക്ക പ്പെട്ട കുറ്റം.

"അപ്പാപ്പൻ........."

എന്നാൽ ഇതൊക്കെ ഇങ്ങനെ എഴുതിയിടാൻ എന്നെങ്കിലും സാധ്യമാണോ, എന്റെ കുഞ്ഞേ? ഒരു കൊല്ലം ഒരു മുറിയിൽ കിടന്ന രണ്ടുപേരെക്കുറിച്ച് വിവരിക്കാൻ എത്ര വിഷമിക്കുന്നു. ഇത്രയും കാലം കൊണ്ട് "അപ്പാപ്പൻ" എന്ന അദ്ദേഹത്തിന്റെ സംജ്ഞക്ക് കരുതപ്പെട്ടി രുന്ന ഉദ്ധാരണ ചിഹ്നം ഇല്ലാതായി; ഇത്രയും കാലംകൊണ്ട് വ്യത്യസ്ത പ്രായക്കാരായ ഞങ്ങൾ രണ്ടുപേർ വാസ്തവത്തിൽ അച്ഛനും മകനും തന്നെയായിത്തീർന്നു. ഇത്രയും കാലംകൊണ്ട് ഞങ്ങൾ പരസ്പരം ഓരോരുത്തരുടെയും പ്രത്യേക സംസാരശൈലി കളും അംഗവിക്ഷേപരീതികളും, സ്വരത്തിന്റെ മുറപോലും അംഗീകരി ച്ചു. മുറിക്കെത്തുള്ള സാധനങ്ങൾ ഏതേതെല്ലാം ആരുടേതെന്നോ ആരാര് ഏതേതെല്ലാം കൊണ്ടുവന്നു എന്നോ ആർക്കും പറയാൻ സാധ്യമല്ല.

അദ്ദേഹം രാത്രിതോറും ഉറക്കമൊഴിഞ്ഞ് എന്റെ അരികെ ഇരുന്ന് വെള്ളത്തിൽ മുക്കിയ വെളുത്ത ശീലപ്പട്ടീസുകൊണ്ട് എന്റെ അടു ത്തേക്കു വന്നിരുന്ന മരണത്തെ ആട്ടിയോടിച്ചുകൊണ്ടിരുന്നു. പഴുപ്പുക ളുഞ്ഞ്, എന്റെ മുറിവുകളെ അദ്ദേഹം വൃത്തിയാക്കുകയും എന്റെ കിട ക്കയ്ക്കു ചുറ്റും തങ്ങിനിന്ന ദുർഗന്ധം അനുഭവപ്പെടുന്നതായി ഒരി ക്കൽപോലും ഭാവിക്കാതിരിക്കുകയും ചെയ്തു. എന്റെ കീറിപ്പറിഞ്ഞ ഷർട്ടിന്റെ അവശിഷ്ടങ്ങൾ അദ്ദേഹം അലക്കിയെടുക്കുകയും, തുന്നി ച്ചേർക്കുകയും ചെയ്തു. ഒടുവിൽ തുന്നിച്ചേർക്കാൻ സാധിക്കാതെ വന്ന പ്പോൾ, തന്റെ സ്വന്തം ഒരു ഷർട്ട് എന്നെ ഇടുവിച്ചു. ഒരു ദിവസം അദ്ദേഹം എനിക്ക് ഒരു ചെറിയ 'ഡെയിസി'പ്പൂവും, ഏതാനും പുൽക്കൊടികളും കൂടെ കൊണ്ടുവന്നു തന്നു. കാലത്ത് ജയിൽമുറ്റത്തു

പതിവുള്ള അരമണിക്കൂർ സമയത്തെ വ്യായാമത്തിനുപോയി തിരിച്ചുവ
ന്നപ്പോഴാണ് അദ്ദേഹം അതുകൊണ്ടുവന്നത്; ജയിലധികാരികൾ
കണ്ടാൽ അദ്ദേഹത്തിന്റെ ജീവൻ അപകടത്തിലാകുന്ന ഏർപ്പാടായിരു
ന്നു, എന്നിട്ടുകൂടെ അതു കൂട്ടാക്കാതെ അദ്ദേഹം എനിക്കായി അതു
പറിച്ചെടുത്തു കൊണ്ടുവന്നു. ഓരോ പ്രാവശ്യവും പുതിയ പുതിയ
വിചാരണകൾക്കായി എന്നെ പുറത്തേക്ക് കൊണ്ടുപോകുമ്പോൾ ആ
കനിവേറിയ ദൃഷ്ടികൾ എന്നെ അനുഗമിക്കുകയും തിരിച്ചുകൊണ്ടു
വരുമ്പോൾ കാണപ്പെടുന്ന പുതിയ പുതിയ മുറിവുകൾ നനഞ്ഞ പട്ടീ
സുകൊണ്ട് സ്നേഹപൂർവം അദ്ദേഹം വെച്ചുകെട്ടുകയും ചെയ്യും.
എന്നെ കൊണ്ടുപോകുന്നത് രാത്രിയിലായിരുന്നതിനാൽ ഞാൻ
തിരിച്ചു വന്നു എന്നെ കിടക്കയിൽ കിടത്തി പുതപ്പിച്ചു കഴിഞ്ഞാൽ
മാത്രമേ അദ്ദേഹത്തിന് ഉറക്കം വരുമായിരുന്നുള്ളൂ.

അർധരാത്രിയിലെ മർദ്ദനത്തിനുശേഷം ഇങ്ങനെയാണ് ആ
ബന്ധം ആരംഭിച്ചത്. എനിക്ക് വീണ്ടും എഴുന്നേറ്റുനിൽക്കാൻ ശക്തി
ലഭിക്കുകയും, ആ പിതാവിനോടുള്ള എന്റെ കടമകൾ നിർവഹിക്കാൻ
തുടങ്ങുകയും ചെയ്തതിൽപിന്നെ യാതൊന്നും ഞങ്ങളുടെ ആ
ബന്ധത്തെ കെടുത്തിയിട്ടില്ല.

എന്നാൽ ഇതെല്ലാം ഒരേ ഇരുപ്പിൽ എഴുതിത്തീർക്കാൻ ഒരിക്ക
ലും സാധ്യമല്ല, എന്റെ കുഞ്ഞേ, തുറുങ്കുമുറി 267-ന് അക്കൊല്ലം ധന്യ
മായ ഒരു ജീവിതമുണ്ടായിരുന്നു. അതിലെ ഓരോ നിമിഷത്തിലും അ
പ്പാപ്പൻ തന്റെ സ്വന്തം രീതിയിൽ ജീവിക്കുകയും ചെയ്തു. എന്നാൽ ഇതു
കൊണ്ടു കഥ ആകുന്നില്ല-ഇതിന് ആശയുടേതായ ഒരു ധനിയുണ്ട്.

267-ന് ധന്യമായ ഒരു ജീവിതമുണ്ടായിരുന്നു. ചിലപ്പോഴൊക്കെ
പെട്ടെന്ന് വാതിൽ തുറക്കപ്പെടുകയും ഞങ്ങൾ മണിക്കൂറുതോറും പരി
ശോധിക്കപ്പെടുകയും ചെയ്തിരുന്നു. തങ്ങളുടെ കമ്യൂണിസ്റ്റ് കുറ്റവാ
ളിയെ കൂടുതൽ കർശനമായി സൂക്ഷിച്ചുകൊള്ളാനുള്ള ഉത്തരവുകൾ
ലഭിച്ചതനുസരിച്ചാണ് അതെല്ലാം സംഭവിച്ചത്. എന്നാൽ ചിലപ്പോൾ
വെറും ജിജ്ഞാസയുമാവും കാരണം. മരിക്കുമെന്നു തീരെ കരുതിയിരി
ക്കാത്തപ്പോൾ പലപ്പോഴും ഇവിടെ ആളുകൾ മരിക്കാറുണ്ട്. എന്നാൽ
മരിക്കുമെന്നു പ്രതീക്ഷിക്കപ്പെടുന്നവർ മരിക്കാതെ വരികയുമില്ല. മറ്റു
വാർഡുകളിൽനിന്ന് വാർഡർമാർ വരാറുണ്ട്. ചിലർ ഉറക്കെ സംസാരി
ക്കും, ചിലർ നിശ്ശബ്ദമായി കരിമ്പടം പൊക്കി വിദഗ്ധൻമാരുടെ ഭാവ
ത്തിൽ എന്റെ മുറിവുകൾ മണത്തുനോക്കും, എന്നിട്ട് ഓരോരുത്ത
ന്റെയും സ്വഭാവത്തിന്റെ രീതിയിൽ ഹൃദയശൂന്യമായ തമാശകൾ പറ
യുകയോ, അല്ലെങ്കിൽ സ്നേഹഭാവമുള്ള ഒരു സ്വരം സ്വീകരിക്കു
കയോ ചെയ്യും. അവരിൽ ഒരുവൻ-സ്മാർട്ടിനെന്നാണ് അയാളെ
ഞങ്ങൾ വിളിക്കുന്നത്-മറ്റാരേക്കാളും കൂടുതൽ പ്രാവശ്യം വരാറുണ്ട്.
അയാൾ സാധാരണയായി ഒരു പുഞ്ചിരിയോടുകൂടെ "ആ ചുവന്ന
ചെകുത്താന്" എന്തെങ്കിലും ആവശ്യമുണ്ടോ എന്ന് അന്വേഷിക്കും.

വേണ്ട, ഉപകാരം, ഒന്നും വേണ്ടാ. കുറച്ചു ദിവസങ്ങൾക്കകം ചുവന്ന ചെകുത്താനു വേണ്ടതായി എന്തോ ഒന്നു സ്മാർട്ടി കണ്ടുപിടിച്ചു-ഒരു ക്ഷൗരം. അങ്ങനെ അയാൾ ക്ഷൗരക്കാരനെ കൂട്ടിക്കൊണ്ടുവന്നു.

ഞങ്ങളുടെ തുറുങ്കുമുറിക്കു വെളിയിൽനിന്ന് ആദ്യമായി ഞങ്ങൾ പരിചയപ്പെട്ട ഒരു തടവുകാരൻ ഒരു ബാർബറായിരുന്നു-സഖാവ് ബോച്ചെക്ക് സ്മാർട്ടിയുടെ സദുദ്ദേശ്യപരമായ സ്നേഹകൃത്യം ഒരു തരം ക്രൂരതയായിട്ടാണ് കലാശിച്ചത്. അപ്പാപ്പൻ എന്റെ തല താങ്ങിപ്പിടിച്ചു. ബോച്ചെക്ക് കിടക്കയുടെ അരികിൽ മുട്ടുകുത്തിനിന്ന്, അശേഷം മൂർച്ചയില്ലാത്ത ഒരു കത്തികൊണ്ട് എന്റെ മുഖത്തെ വളർന്നു മുറ്റിയ മീശക്കാട് വെട്ടിത്തെളിച്ചു തുടങ്ങി. അയാളുടെ കൈകൾ വിറച്ചു. കണ്ണുകൾ നിറഞ്ഞൊഴുകി; കാരണം,താൻ ഒരു ശവത്തിനെയാണ് ക്ഷൗരം ചെയ്യുന്നതെന്ന് അയാൾക്ക് ബോധ്യമുണ്ടായിരുന്നു. ഞാനയാളെ ധൈര്യപ്പെടുത്തി.

"കുഞ്ഞേ ധൈര്യമായിരിക്കൂ, പെച്ചെക്ക് കെട്ടിടത്തിലെ മർദ്ദനത്തെ അതിജീവിക്കാനെനിക്ക് കഴിഞ്ഞെങ്കിൽ നിന്റെ ക്ഷൗരം സഹിക്കാനും എനിക്ക് ശേഷിയുണ്ട്."

എന്നാൽ ഞങ്ങളിരുവരും തീരെ ശക്തി ക്ഷയിച്ചു കഴിഞ്ഞവരായിരുന്നതിനാൽ ഇടക്കിടെ ക്ഷൗരം നിർത്തി വിശ്രമിക്കേണ്ടി വന്നു.

രണ്ടു ദിവസത്തിനുശേഷം രണ്ടു തടവുകാരെക്കൂടി ഞാൻ പരിചയപ്പെട്ടു. പെച്ചെക്ക് കെട്ടിടത്തിലെ മാന്യൻമാരായ കമ്മിസാർമാർക്ക് ക്ഷമയറ്റു തുടങ്ങി. ഓരോ ദിവസവും എന്നെ കൊണ്ടുചെല്ലാൻ അവർ ആളയച്ചെങ്കിലും പൊലീസ് മാസ്റ്റർ "മാറ്റാൻ പറ്റിയ അവസ്ഥയല്ല," എന്നെഴുതി മടക്കി. പിന്നീട് അതു കൂട്ടാക്കാതെ തന്നെ എന്നെ അയക്കാൻ കൽപ്പനയായി. കൺവിക്ട് വാർഡർമാരുടെ വേഷത്തിൽ രണ്ടു തടവുകാർ ഒരു സ്ട്രെച്ചറുംകൊണ്ട് എന്റെ അടുക്കൽ വന്നു നിന്നു. എന്നെ ശരിക്കും പുതപ്പിക്കാൻ അപ്പാപ്പൻ ധൃതിപ്പെട്ടു. കൺവിക്ട് വാർഡർമാർ എന്നെ സ്ട്രെച്ചറിലിട്ട് ചുമന്നുകൊണ്ടുപോയി. അവരിലൊരാൾ ആ ബ്ലോക്കിന്റെ മുഴുവൻ ശ്രദ്ധാലുവായ കാരണവർ സ്കൊറിയപ്പായാണ്. രണ്ടാമത്തെയാളാണ് ഞാൻ സ്ട്രെച്ചറിൽ കിടന്നുള്ള കോണിയിറക്കത്തിൽ മറിഞ്ഞുവീഴാൻ പോവുമ്പോൾ എന്റെ മേൽ കുനിഞ്ഞ് "മുറുകെപ്പിടിച്ചോളൂ" എന്നു പറഞ്ഞത്.

പിന്നെ ഒരു പതിഞ്ഞ സ്വരത്തിൽ അയാൾ വീണ്ടും പറഞ്ഞു:

"രണ്ടർഥത്തിലും, മുറുകെപ്പിടിച്ചോളൂ."

ഇത്തവണ ഞങ്ങൾ ആപ്പീസ് മുറിയിൽ തങ്ങിയില്ല. ആളുകളെ കൊണ്ടു നിറഞ്ഞ ഒരു നീണ്ട ഹാളിൽകൂടെ അവരെന്നെ ചുമന്നുകൊണ്ടുപോയി. അന്നു വ്യാഴാഴ്ചയായിരുന്നു. തടവുകാർക്ക് പുതിയ വസ്ത്രങ്ങൾ കൊടുക്കാനും , മുഷിഞ്ഞവ വാങ്ങിക്കൊണ്ടു പോകാനുമായി അവരുടെ ബന്ധുക്കൾ വന്നിരുന്നു. ദുഃഖകരമായ ഞങ്ങളുടെ ഈ ഘോഷയാത്രയെ ആളുകൾ നിർനിമേഷരായി സഹതാപത്തോടെ

നോക്കിനിന്നു. അതെനിക്കത്ര ഇഷ്ടപ്പെട്ടില്ല. ഞാൻ എന്റെ കൈ തല യ്ക്കുമീതെ ഉയർത്തി മുഷ്ടി ചുരുട്ടി. അതൊരു അഭിവാദ്യമായി അവർ ഒരുപക്ഷേ മനസിലാക്കിയേക്കാം. ഒരുപക്ഷേ, അതൊരു ബുദ്ധിശൂന്യ മായ ആംഗ്യമായിരുന്നിരിക്കാം. എങ്കിലും അതിൽ കൂടുതലായി യാ തൊന്നിനും, ഒരു വാക്കിനുപോലും എനിക്ക് ശക്തിയുണ്ടായിരുന്നില്ല.

ജയിൽമുറ്റത്ത്, ഒരു പട്ടാള ലോറിയിൽ അവർ എന്റെ സ്ട്രെച്ചർ കിടത്തി. ഡ്രൈവറുടെ അടുത്ത സീറ്റിൽ രണ്ട് എസ് എസ്കാർ ഇരിക്കു ന്നുണ്ട്. എന്റെ തലയ്ക്കലും രണ്ട് എസ് എസ് കാരുണ്ട്, നിൽക്കുന്നു. കൈത്തോക്കിന്റെ പിടിയിൻമേലാണ് അവരുടെ കൈകൾ. അങ്ങനെ ഞങ്ങൾ ഓടിച്ചുപോയി. റോഡ് വളരെ മോശം. ചക്രങ്ങൾ ഒരു കുണ്ടിൽനിന്ന് മറ്റൊരു കുണ്ടിലേക്കു ചാടിക്കൊണ്ടിരുന്നു. ഏതാണ്ടൊ രു ഇരുനൂറുവാര ദൂരം ഓടുന്നതിനകമായി എന്റെ ബോധം മറഞ്ഞുകഴി ഞ്ഞു. പ്രേഗ് നഗരവീഥികളിൽക്കൂടെയുള്ള ഒരു ഹാസ്യയാത്രയായിരു ന്നു അത്– മുപ്പതുപേരെ കയറ്റാവുന്ന ഒരു അഞ്ചുടൺ 'ട്രക്ക്' ഒരാൾക്കു മാത്രം വേണ്ടി ഇത്രയേറെ പെട്രോൾ ചെലവാക്കി ഓടിക്കുന്നു. ഈര ണ്ട് എസ് എസ് പട്ടാളക്കാർ വീതം റിവോൾവറുകളും പിടിച്ച് മുമ്പിലും പുറകിലും ഒരു ശവത്തിനു കാവൽ നിൽക്കുന്നു. ഈ ശവം അവരുടെ പിടിയിൽ നിന്ന് രക്ഷപ്പെട്ടുകളഞ്ഞാലോ എന്നു ഭയന്നിട്ട്.

എനിക്ക് ബോധമില്ലാതെ വിചാരണ നടത്തുക സാധ്യമല്ലായിരു ന്നു. അതിനാൽ അവരെന്നെ പാൻക്രാറ്റ്സിലേക്ക് തിരിച്ചുകൊണ്ടുപോ യി. പിറ്റേന്നും ഈ പ്രഹസനം ആവർത്തിക്കപ്പെട്ടു. ഒരു വ്യത്യാസം മാത്രം. ഇത്തവണ പെച്ചെക്ക് കെട്ടിടത്തിൽ എത്തുന്നതുവരെ എനിക്ക് ബോധമുണ്ടായിരുന്നു. എങ്കിലും വിചാരണ അധികസമയം നടന്നില്ല. കമ്മിസാർ ഫ്രെഡറിക് അൽപ്പം അശ്രദ്ധമായി എന്റെ ദേഹം സ്പർശി ച്ചു. പിന്നെയും പ്രജ്ഞയില്ലാത്ത അവസ്ഥയിൽ എന്നെ അവർ മടക്കി.

ഞാൻ ഇനിയും ജീവിക്കുന്നുവെന്ന സംഗതിയിൽ എനിക്ക് സംശയം ശേഷിച്ചിട്ടില്ലാത്ത ദിവസങ്ങളാണ് തുടർന്നുവന്നത്. വേദന— ജീവിതത്തിന്റെ ഇരട്ടപെറ്റ ആ സഹോദരി-നിരന്തരമായും വ്യക്തമായും എന്നെ അതു ബോധ്യപ്പെടുത്തി. ഏതോ ഒരു സൂക്ഷ്മക്കേടിന്റെ ഫല മായി ഞാൻ ഇനിയും ജീവിക്കുന്നുവെന്ന് പാൻക്രാറ്റ്സിലുള്ളവർ മുഴു വൻ അറിയുകയും എനിക്ക് അഭിവാദ്യങ്ങളയച്ചു തുടങ്ങുകയും ചെയ് തു. കനത്ത ഭിത്തികളിൽ വിരൽകൊണ്ട് കൊട്ടി അടയാളങ്ങൾ കേൾ പ്പിച്ചും ഭക്ഷണം കൊണ്ടുവന്ന കൺവിക്ട് വാർഡർമാരുടെ കണ്ണുകൾ മുഖേനയുമായിരുന്നു ആ അഭിവാദ്യങ്ങൾ.

എന്റെ ഭാര്യമാത്രം എന്നെപ്പറ്റി യാതൊന്നും അറിഞ്ഞില്ല. ഞാൻ കിടന്നതിന്റെ നേരെ താഴത്തെ നിലയിൽ, ഏതാനും നമ്പരുകൾക്കപ്പുറ മുള്ള മുറിയിൽ ഉൽകണ്ഠയോടും ആശയോടുംകൂടെ ഏകാകിയായി അവൾ ജീവിച്ചു. അങ്ങനെ ഒടുക്കം, ഒരു ദിവസം വ്യായാമത്തിനു പുറ ത്തിറങ്ങിയ സമയത്ത് ഒരു സ്ത്രീ അവളുടെ ചെവിയിൽ മന്ത്രിച്ചു. ഞാ

ൻ മരിച്ചു പോയെന്ന്. ആദ്യത്തെ മർദ്ദനത്തിൽനിന്നേറ്റ മുറിവുകൾ നിമിത്തം തടവുമുറിയിൽ കിടന്ന് അന്ത്യശ്വാസം ഞാൻ വലിച്ചു അവ സാനിച്ചു എന്ന്. അവൾക്കതു താങ്ങാൻ കഴിയാത്ത ഒരടിയായിരുന്നു. തലയ്ക്ക് വെളിവില്ലാത്തവളെപ്പോലെ അവൾ ആ മുറ്റത്തു കറങ്ങിനട ന്നു. ജയിലിലെ ജീവിതംകൊണ്ടു വെറും കോലങ്ങളായി തീർന്ന മറ്റു സ്ത്രീകളുടെ അണിയിൽ അവളെ ശരിക്കു പിടിച്ചുനിർത്താൻവേണ്ടി സ്ത്രീവാർഡർ അവളുടെ മുഖത്തടിച്ചു. ഇടികൾപോലും അവളറിഞ്ഞി ല്ല. അറിയാനുള്ള കഴിവിന്റെയും പരിധിക്കപ്പുറം തകർന്നുകഴിഞ്ഞിരുന്ന ആ ഹൃദയവുമായി ദിവസംമുഴുവൻ ആ തുറുങ്കു ഭിത്തിയിൻമേൽ തുറി ച്ചുനോക്കിക്കൊണ്ട് അവൾ ഇരുന്ന ആ ഇരുപ്പിൽ, അവളുടെ കനിവേ റിയ വിരിഞ്ഞ കണ്ണുകൾക്കു മുമ്പിൽ എത്രയെത്ര രംഗങ്ങൾ തെളിഞ്ഞു കാണപ്പെട്ടിട്ടില്ല! പിറ്റേന്നു മറ്റൊരു കിംവദന്തി കൂടെ അവൾ കേട്ടു, എന്നെ കൊന്നതല്ല, വേദന സഹിക്ക വയ്യാഞ്ഞിട്ട് സ്വയം തൂങ്ങി മരിച്ച താണെന്ന്.

ഈ സമയമെല്ലാം എന്റെ നാറിയ കിടക്കയിൽ കിടന്ന് ഞാൻ വള യുകയും പുളയുകയുമായിരുന്നു. ദിവസവും സന്ധ്യാസമയത്ത് ഞാൻ മതിലിന് അഭിമുഖമായി ചരിഞ്ഞുകിടന്നുകൊണ്ട്, എന്റെ അഗസ്തീ നക്ക് ഏറ്റവും പ്രിയപ്പെട്ട പാട്ടു ഞാൻ പാടാറുണ്ട്. ഇത്രയേറെ വികാരം ഞാനതിൽ ചെലുത്തിയിട്ടും അവൾക്കെന്തുകൊണ്ടതു കേൾക്കാൻ കഴിയുന്നില്ല?

ഇന്ന് അവൾ അതറിയുന്നു; ഇന്ന് അവളാ പാട്ടു കേൾക്കുന്നു. അവളിന്ന് അന്നത്തെക്കാൾ അകലെയാണെങ്കിലും–267–ാം നമ്പർ മുറി യിൽ പാട്ടു കേൾക്കുമെന്നുള്ള വസ്തുത ഇന്ന് വാർഡർമാർക്ക് സുപരി ചിതമായിരിക്കുന്നു. നിശബ്ദതക്കാവശ്യപ്പെട്ടുകൊണ്ട് ഇന്നവർ വാതി ലിൽ മുട്ടാറില്ല.

267–ാം നമ്പർ പാടുന്നു. ജീവിതകാലം മുഴുവൻ ഞാൻ പാടിയിട്ടു ണ്ട്. ജീവിതത്തിന്റെ അവസാനത്തിൽ, ഏറ്റവും ശക്തിയായി ജീവി ക്കുന്ന അവസരത്തിൽ അത് നിർത്താൻ ഞാൻ കാരണം കാണുന്നില്ല. എന്നാൽ അപ്പാപ്പന്റെ കഥയോ? അദ്ദേഹം ഒരു അസാധാരണജീവി യാണ്. സംഗീതമെന്നുവെച്ചാൽ പുള്ളിക്കു ജീവനാണ്, ശബ്ദം നല്ല തല്ല; നല്ല സംഗീതം തിരിച്ചറിയാനുള്ള കഴിവോ ഓർമ്മശക്തിയോ ഇല്ല. എങ്കിലും മനോഹരവും കറയറ്റതുമായ ഒരു സ്നേഹത്തോടു കൂടി അദ്ദേഹം സംഗീതത്തെ സ്നേഹിക്കുന്നു. പാട്ടിൽ അദ്ദേഹം അനുഭവി ക്കുന്ന ആനന്ദാതിരേകം നിമിത്തം ഒരു സ്വരത്തിൽ നിന്നും മറ്റൊരു സ്വരത്തിൽ വഴുതിവീഴുമ്പോഴും നിങ്ങളുടെ കാതുകൾ 'എ'എന്നു കേൾക്കാൻ പ്രതീക്ഷിക്കുമ്പോൾ അദ്ദേഹം 'ജി' എന്നു ശരിച്ചു പാടു മ്പോഴും ഞാൻ ആ തെറ്റു ശ്രദ്ധിക്കാറില്ല. അങ്ങനെ സന്തോഷകരമായ സന്ദർഭങ്ങൾ ഉണ്ടാകുമ്പോഴോ അല്ലെങ്കിൽ പാടാനുള്ള ആഗ്രഹം തടു ക്കാനാവാതെ വരുമ്പോഴോ ഒക്കെ ഞങ്ങൾ പാടും. പിന്നീടൊരിക്കലും

ഞങ്ങൾക്ക് കാണാൻ സാധിക്കാതായേക്കാവുന്ന ഒരു സഖാവ് ഞങ്ങളെ വിട്ടുപിരിയുമ്പോൾ അയാളെ യാത്രയാക്കാൻവേണ്ടി ഞങ്ങൾ പാടും. കിഴക്കൻ യുദ്ധരംഗത്തുനിന്നുള്ള നല്ല വാർത്തകളെ ഞങ്ങൾ സ്വാഗതം ചെയ്യുന്നതും പാടിക്കൊണ്ടായിരിക്കും. ആനന്ദത്തിനുവേ ണ്ടിയും സ്വയം സാന്ത്വനപ്പെടുത്താൻവേണ്ടിയും ഞങ്ങൾ അങ്ങനെ പാടിയിരിക്കുന്നു: മനുഷ്യർ യുഗങ്ങളായി പാടിക്കൊണ്ടിരിക്കുന്നതുപോ ലെ, മനുഷ്യർ മനുഷ്യരായിരിക്കുന്നിടത്തോളംകാലം ഇനിയും പാടു കയും ചെയ്യും.

സംഗീതമില്ലാതെ ജീവിതമില്ല. സൂര്യനെക്കൂടാതെ ജീവിതമില്ലാ ത്തതുപോലെ സംഗീതമില്ലാതെ ജീവിതമില്ല. ഇവിടെ ഞങ്ങൾക്ക് പാട്ടിന്റെ ആവശ്യം ഇരട്ടിയാണ്, എന്തുകൊണ്ടെന്നാൽ ഇവിടെ സൂര്യ നു പ്രവേശനമില്ല. 267-ാം നമ്പർ മുറിയുടെ മുഖം വടക്കോട്ടു തിരിഞ്ഞി ട്ടാണ്. വേനൽക്കാലത്ത് മാത്രമെ ചിലപ്പോഴെല്ലാം അസ്തമയസൂര്യൻ ഞങ്ങളുടെ മുറിയുടെ ജനലിന്റെ എതിർവശത്ത് ഏതാനും സമയം ശോഭിക്കാറുള്ളൂ. അപ്പോഴൊക്കെ, അപ്പാപ്പൻ ആ ഏതാനും മിനിട്ടുസ മയം ചുവരിനോടു ചേർത്തു മടക്കിവച്ച തന്റെ ബഞ്ചിനരികെ നിന്നു കൊണ്ട് സൂര്യന്റെ ആ ധൃതിപിടിച്ച സന്ദർശനത്തെ ഉറ്റുനോക്കും.......... വ്യസനകരമായ കാഴ്ച ഒരിക്കലും കാണാൻ ഞങ്ങൾക്ക് കഴിയില്ല.

സൂര്യൻ തന്റെ മാന്ത്രികരശ്മികളെ എത്ര ഉദാരമായി വാരി വിത റുന്നു. മനുഷ്യന്റെ കൺമുന്നിൽ അവനെത്രയോ അദ്ഭുതങ്ങൾ പ്രവർ ത്തിക്കുന്നു! എങ്കിലും എത്ര ചുരുക്കം പേർ മാത്രം സൂര്യപ്രകാശത്തിൽ ജീവിക്കുന്നു! അവൻ പ്രകാശിക്കും, അതെ, നമുക്കെല്ലാവർക്കും വേണ്ടി ഒരു ദിവസം പ്രകാശിക്കും. അവന്റെ ചൂടുള്ള രശ്മികളിൽ നാമെല്ലാം ജീവിക്കുകയും ചെയ്യും. അറിയുന്നത് ആനന്ദകരമാണ്; എങ്കിലും, അ തിലും എത്രയോ പ്രാധാന്യം കുറഞ്ഞ ഒരു കാര്യം അറിയാൻ ഞാനാ ഗ്രഹിക്കുന്നു-ഞങ്ങൾ രണ്ടാൾക്കുംവേണ്ടി അദ്ദേഹം ഇനിയും ക്ലേശി ക്കുമോ?

ഞങ്ങളുടെ മുറി വടക്കോട്ടു തിരിഞ്ഞിട്ടാണ്, വേനൽക്കാലത്ത് വളരെ അപൂർവമായി മാത്രം, വളരെ അസാധാരണ ഭാഗ്യത്തിന്, ഒരിക്ക ലെങ്ങാനും സൂര്യാസ്തമയം കാണാൻ ഞങ്ങൾക്ക് സാധിച്ചേക്കും. ഓ എന്റപ്പാ ഒരിക്കൽ കൂടെ സൂര്യോദയം കാണാൻ ഞാനെത്രയോ കൊതി ക്കുന്നു.

4

നമ്പർ 400

ഉയിർത്തെഴുന്നേൽപ്പ് ഏറെക്കുറെ അപൂർവമായ ഒരു സംഭവമാ ണ്. അത് അസാധാരണവും അവർണനീയവുമാണ്. ആകർഷണീയ മായ ഒരു ദിവസത്തിൽ നല്ലവണ്ണം ഒന്നുറങ്ങിയെണീറ്റു നോക്കിയാൽ ലോകം മനോഹരമായിത്തോന്നും. മറ്റെപ്പോഴത്തെക്കാളുമധികം നന്നാ യിട്ട് ഉറങ്ങി എഴുന്നേറ്റിട്ടെന്നപോലെ, ഉയിർത്തെഴുന്നേൽപ്പിന്റെ ദിവസം മറ്റു ദിവസങ്ങളേക്കാൾ മനോഹരമായ ഒന്നായിരിക്കും. ജീവിതമാകുന്ന നാടകവേദി നിങ്ങൾ ശരിക്കറിയുമെന്നാണ് നിങ്ങളുടെ വിചാരം, എന്നാൽ ഉയിർത്തെഴുന്നേൽപ്പ് ആ വേദിയിലെ ദീപങ്ങളുടെ കണ്ണാടിച്ചി ല്ലുകൾ പുതുക്കി, പുത്തനും പ്രകാശം മുഴുവൻ പ്രതിഫലിപ്പിക്കുന്നവ യുമായ ചില്ലുകളാക്കിത്തീർക്കുകയും, അങ്ങനെ പെട്ടെന്നു ആ നാടക വേദിയെ നിറവെളിച്ചത്തിൽ നിങ്ങൾക്ക് കാണിച്ചുതരികയും ചെയ്യുന്നു. ജീവിതം വേണ്ടത്ര വ്യക്തമായി കണ്ടിട്ടുണ്ടെന്നാണ് നിങ്ങളുടെ വിചാ രം. എന്നാൽ ഉയിർത്തെഴുന്നേൽപ്പ് നിങ്ങളുടെ കണ്ണുകൾക്ക് ഒരു ദൂര ദർശിനി പിടിച്ചു തരുകയത്രെ. അതോടൊപ്പം ഒരു ഭൂതക്കണ്ണാടി കൂടെ അത് പിടിച്ചുതരുന്നു. തികച്ചും വസന്താഗമംപോലുള്ള ഒരു സംഭവമാ ണത്. ഏറ്റവും സുപരിചിതമായ ചുറ്റുപാടുകളിൽപോലും സംശയിക്ക പ്പെടാത്ത ചെപ്പടിവിദ്യകൾ പ്രയോഗിക്കുന്ന വസന്തത്തിന്റെ പ്രവേശം പോലെ.

അത് ഒരു നിമിഷനേരത്തേക്ക് മാത്രമേ ഉണ്ടായിരിക്കാൻ സാധ്യത യുള്ളൂ എന്ന് നിങ്ങൾക്ക് ബോധ്യപ്പെടുന്ന, ഇവിടെപ്പോലും, അതാണ് സംഭവം, പാൻക്രാറ്റ്സിലെ ഒരു തുറുങ്കു മുറിയിലെപോലെ നിങ്ങളുടെ സാഹചര്യങ്ങൾ സംഭവബഹുലവും ആകർഷണീയവുമാണെങ്കിൽ പോലും അതങ്ങനെ തന്നെയായിരിക്കും.

ഒടുവിൽ ഒരു ദിവസം അവർ നിങ്ങളെ ലോകത്തിലേക്ക് കൂട്ടി ക്കൊണ്ടുപോകും. ഒരു ദിവസം സ്ട്രെച്ചർ കൂടാതെതന്നെ അവർ നിങ്ങളെ ഒരു വിചാരണക്ക് വിളിക്കും, അവിടെ അങ്ങനെ എത്തിച്ചേ രുക അസാധ്യമാണെന്ന് നിങ്ങൾ കരുതുന്നുണ്ടെങ്കിലും അങ്ങനെ അവിടെ എത്തും. ഇടനാഴിക്ക് ഒരു വശത്ത് അഴികളുണ്ട്, കോണിപ്പ ടിക്ക് അഴികളുണ്ട്; നടക്കുക എന്നതിനേക്കാൾ നിങ്ങൾ ഇഴയുകയായി രിക്കും വേണ്ടിവരിക. കോണിയിറങ്ങിക്കഴിഞ്ഞാൽ കൂട്ടുതടവുകാർ നിങ്ങളെ താങ്ങിപ്പിടിച്ച് അവിടെ മുറ്റത്തുള്ള ജയിൽ ബസിൽ കൊണ്ടു ചെന്നാക്കിത്തരും. അതിൽ നിങ്ങൾ ഇരിക്കുന്നു. ഇരുട്ടടഞ്ഞ ഒരു സഞ്ച രിക്കുന്ന തടവുമുറിയിൽ പത്തോ പന്ത്രണ്ടോ പേരങ്ങനെ ഇരിക്കുന്നു. പുതിയ മുഖങ്ങൾ നിങ്ങളെ നോക്കി മന്ദഹസിക്കുന്നു, നിങ്ങൾ അങ്ങോട്ടും മന്ദഹസിക്കുന്നു. ആരോ നിങ്ങളോട് എന്തോ മന്ത്രിക്കു ന്നു, ആരാണെന്ന് അറിയാൻ കഴിയുന്നില്ല. ആരുടെയോ കൈപിടിച്ച് അമർത്തുന്നു. പക്ഷേ, ആരുടെയാണെന്ന് അറിയുന്നില്ല. ബസ് പെച്ചെക്ക് മാളികയുടെ മുറ്റത്തേക്ക് കുത്തനെ തിരിയുന്നു, നിങ്ങളുടെ പുതിയ സഖാക്കൾ നിങ്ങളെ താങ്ങി താഴെയിറക്കുന്നു. നഗ്നമായ ചുമ രുകളോടുകൂടിയതും, അഞ്ചുവരിയായി ഇട്ടിരിക്കുന്ന നെടിയ ബഞ്ചുക ളിൽ ചില ശരീരങ്ങൾ 'അറ്റൻഷ'നായി ഇരിക്കുന്നതായി കാണപ്പെടു ന്നതുമായ ഒരു വലിയ മുറിയിലേക്ക് നിങ്ങളെല്ലാം കയറിപ്പോകുന്നു. അവിടെ അങ്ങനെ, ആ ബഞ്ചുകളിൽ നിരന്നിരിക്കുന്ന, അവരുടെ കൈകൾ കാൽമുട്ടുകളിൻമേൽ അമർത്തിപ്പിടിച്ചിട്ട്, ആ അവസ്ഥയിലി രുന്ന് മരവിച്ചുപോയതുപോലെ ഇരിക്കുന്നു. അവരുടെ മുമ്പിലുള്ള ആ ശൂന്യമായ ഭിത്തിയിൻമേൽ, പറിക്കാനാവാത്ത നോട്ടങ്ങളുറപ്പിച്ചു കൊ ണ്ടവരങ്ങനെ ഇരിക്കുന്നു...... അതാ, എന്റെ കുഞ്ഞേ, നിന്റെ പുതിയ ജീവിതത്തിന്റെ ശകലമാണത്; അതിനെയാണ് 'സീനീമ' എന്നു വിളി ക്കുന്നത്. ആ തിരശീലയിൻമേൽ പകർത്തിയിട്ടാണ് നീ നിന്റെ തന്നെ ജീവിതത്തെ ഒരു നൂറുതവണ മറിച്ചും തിരിച്ചും നോക്കിക്കാണുക.

1943-ലെ മെയ്ദിനത്തിൽ

ഇന്ന് 1943-ാം ആണ്ട് മെയ്1-ആണ്. എനിക്ക് എഴുതാൻ സൗകര്യം കിട്ടിയ ഒരു ഒഴിവ്. എന്തൊരു ഭാഗ്യം! ഒരു നിമിഷനേരത്തേക്ക് വീണ്ടും ഒരു കമ്യൂണിസ്റ്റ് പത്രാധിപരാവുക, പുതിയ ലോകത്തിന്റെ സമരശക്തി യുടെ മെയ്ദിന പ്രകടനത്തെപ്പറ്റി ഒരു കഥയെഴുതുക!

അതിൽ പാറിക്കുന്ന കൊടിക്കൂറകളെക്കുറിച്ച് കേൾക്കാമെന്നു പ്രതീക്ഷിക്കേണ്ട. അങ്ങനെയൊന്നും ഇല്ല. ആളുകൾ കേൾക്കാൻ ഇഷ്ടപ്പെടുന്ന തരത്തിലുള്ള ആവേശകരങ്ങളായ സംഭവങ്ങളെപ്പറ്റിയും എനിക്കൊന്നും പറയാനില്ല. പ്രേഗിലെ തെരുവീഥികളിൽകൂടെ മേയ് 1-ന് ആയിരക്കണക്കിന് ആളുകൾ ചേർന്ന് ആവേശപൂർവം മാർച്ചു ചെ യ്യാറുള്ള മുൻകൊല്ലങ്ങളെ അപേക്ഷിച്ച് വളരെ ലഘുവായതാണ്

ഇന്നത്തെ ദിവസം. മോസ്കൊവിലെ റെഡ്സ്ക്വയറിൽ, ഞാൻ കണ്ടതു പോലെ, തിങ്ങിനിറഞ്ഞു, കവിഞ്ഞുപ്രവഹിക്കുന്ന, ലക്ഷോപലക്ഷങ്ങളുടെ ഒരു മനുഷ്യസമുദ്രം ഇവിടെ ആഹ്ലാദാവേശഭരിതമായി ഇരച്ച് ആർക്കുന്നില്ല. ഇവിടെ നിങ്ങൾ ലക്ഷക്കണക്കിനോ നൂറുകണക്കിനു പോലുമോ, ആളുകളെ കാണുകയില്ല; ഒരു പിടി സഖാക്കൾ മാത്രമെ ഇവിടെയുള്ളൂ. എങ്കിൽപോലും ഇതൊട്ടും കുറവല്ലാത്ത പ്രാധാന്യത്തോടു കൂടിയതുതന്നെയാണെന്ന് നിങ്ങൾക്ക് ബോധ്യപ്പെടുന്നു, എന്തുകൊണ്ടെന്നാൽ, ഇത് ഒരു പുതിയ ശക്തിയുടെ പുനഃപരിശോധന യാണ്; ആ ശക്തിയാകട്ടെ ഏറ്റവും തീവ്രമായ ഒരു തീയിൽക്കൂടെ മുന്നോട്ടുപോന്നു; അതിനെ ആളിക്കത്തിക്കുന്നു; എന്നാൽ കത്തിച്ചാര മായിപ്പോവുകയല്ല, കരുത്തേറിയ ഉരുക്കായി മാറുകയാണ് അത് ചെയ്യുന്നത്. അങ്ങനെ, നാം പടച്ചട്ടകളണിഞ്ഞ യുദ്ധക്കിടങ്ങുകളിൽവെച്ചു നടത്തുന്ന ഒരു പുനഃപരിശോധനയാണിത്.

ഏറ്റവും തുച്ഛമായ സംഭവങ്ങളിൽക്കൂടെ നടക്കുന്ന ഈ പരീ ക്ഷണം യുദ്ധത്തിന്റെ തീച്ചൂളയിൽ ജീവിച്ചിട്ടില്ലാത്ത നിങ്ങൾക്ക് വായി ക്കുമ്പോൾ മനസിലാകുമോ എന്നു ഞാൻ ശങ്കിക്കുന്നു. ഒരു പക്ഷേ, നിങ്ങൾക്ക് മനസിലായേക്കാം. വിശ്വസിക്കുക, ഇവിടെ ശക്തി ജന്മമെടു ത്തിരിക്കുന്നു.

അടുത്ത മുറിയിൽനിന്നുള്ള പ്രഭാത അഭിവാദ്യം 'ബീത്തോവ'ന്റെ ഗാനശകലത്തിന്റെ താളം കുറിക്കുന്ന രണ്ടു കൊട്ടുകളായി നിർവഹിക്ക പ്പെടുന്നു. ഇന്നതു എല്ലാ ദിവസത്തേക്കാളും ശക്തിയോടും ആഹ്ലാദവാ യ്പോടും കൂടെ ചുമരുകൾ ഉയർന്ന സ്വരത്തിൽ എടുത്തു പറയുന്നു.

ഞങ്ങൾക്കുള്ളതിലേക്കും നല്ല വസ്ത്രങ്ങൾ ഞങ്ങളണിഞ്ഞു. എല്ലാ മുറികളിലും അതുപോലെ തന്നെയായിരുന്നു.

വമ്പിച്ച ഒരു പ്രാതലായിരുന്നു അന്നു ഞങ്ങൾ കഴിച്ചത്. തുറന്നു കിടക്കുന്ന തുറുങ്കുമുറികൾക്കു മുമ്പിൽ കൂടെ കൺവിക്ട് വാർഡർമാർ കടുംകാപ്പിയും റൊട്ടിയും വെള്ളവുമായി വന്നു പ്രകടനം നടത്തി. 'സ്കൊറിപ്പാ' ഞങ്ങൾക്ക് രണ്ടിനുപകരം മൂന്നു 'ബൺ' തന്നു; അതാ യിരുന്നു അയാളുടെ മേയ്ദിനാഭിവാദ്യം—തന്റെ വികാരങ്ങൾ പ്രതിഫലി പ്പിക്കാൻ വളരെ ലളിതമായ ഉപാധികൾ കണ്ടുപിടിക്കാൻ ശ്രമിക്കുന്ന കരുതലുള്ള ഒരു ജീവന്റെ അഭിവാദ്യം. ആ 'അപ്പത്തി'നു കീഴിൽ ഞങ്ങ ളുടെ കൈവിരലും പരസ്പരം സ്പർശിച്ചു. ഏറ്റവും ലഘുവായ ഒരു മർത്തൽ അന്യോന്യം കൈമാറി. എന്തെങ്കിലും പറയാൻ ആരും ധൈര്യപ്പെടുകയില്ല—ഞങ്ങളുടെ കണ്ണുകളിൽ നിഴലിക്കുന്ന ഭാവഭേദ ങ്ങൾപോലും അവർ ശ്രദ്ധിക്കുന്നുണ്ട്. എന്നാൽ മൂകൻമാർക്ക് വിരലു കൾകൊണ്ട് സംസാരിക്കാൻ കഴിയുമല്ലൊ.

ഞങ്ങളുടെ ജനാലയ്ക്കു കീഴെ സ്ത്രീ തടവുകാർ അവരുടെ വ്യായാമത്തിനായി മുറ്റത്തേക്കോടിക്കപ്പെടുന്നു. ജനാലയുടെ ഇരുമ്പഴി ക്കിടയിൽ കൂടെ കീഴോട്ടുനോക്കാൻ വേണ്ടി ഞാൻ മേശപ്പുറത്തു കയറി. പക്ഷെ അവർ മേൽപ്പോട്ടു നോക്കുമായിരിക്കാം. അവരെന്നെ

ക്കണ്ടു മുഷ്ടിചുരുട്ടി അഭിവാദ്യം ചെയ്തു. താഴത്തെ ആ മുറ്റം സജീവ മാണ്-വാസ്തവത്തിൽ മറ്റെല്ലാ ദിവസങ്ങളെക്കാളും താരതമ്യേന സജീവമാണ്. വാർഡൻ ഇതൊന്നും കാണുന്നില്ല- അല്ലെങ്കിൽ ഒരു പക്ഷേ കാണാൻ ആഗ്രഹിക്കയായിരിക്കാം. അതുപോലും മേയ്ദിന പ്രകടനത്തിന്റെ ഒരു ഭാഗമാണ്.

പിന്നെ ഞങ്ങളുടെ സമയം വന്നു, ഞാനായിരുന്നു വ്യായാമം നയി ക്കേണ്ടത്. കുഞ്ഞുങ്ങളെ, ഇന്ന് മേയ് ഒന്നാണ്, എന്തെങ്കിലും പുതിയ ഒരു വിധത്തിലാണ് നാമിന്ന് ആരംഭിക്കേണ്ടത്; വാർഡർ നോക്കു ന്നുണ്ടോ ഇല്ലയോ എന്ന കാര്യം അവിടെയിരിക്കട്ടെ. ആദ്യത്തെ അഭ്യാസം ചുറ്റിക വീശലാണ്-ഒന്ന്, രണ്ട്, ഒന്ന്, രണ്ട്; രണ്ടാമത്തേത് കൊയ്ത്ത്, ചുറ്റികയും അരിവാളും-തടവുകാർക്ക് മനസിലായിത്തുട ങ്ങി. അണികളിൽ ഒരു പുഞ്ചിരി പരക്കുന്നു. അവർ ഉത്സാഹപൂർവം അഭ്യാസങ്ങൾ ചെയ്യുന്നു. കുഞ്ഞുങ്ങളെ ഇതാണ് നമ്മുടെ മേയ്ദിന പ്രകടനം. മരണത്തിലേക്ക് മാർച്ചുചെയ്തുകൊണ്ടിരിക്കുന്നതിനിടയിൽ പോലും, ഈ പാവക്കൂത്തു കൊണ്ടെങ്കിലും നാം പ്രകടിപ്പിക്കുന്നത് നമ്മുടെ ലക്ഷ്യത്തിൽ മരണംവരേക്കും ഉറച്ചുതന്നെ നാം നിലകൊള്ളു മെന്നുള്ള നമ്മുടെ മെയ്ദിന പ്രതിജ്ഞയെ പുതുക്കലാണ്.

തിരികെ തടവുമുറികളിലേക്ക്, ഒൻപതുമണി, ക്രെംലിനിലെ മണി മാളിക പത്തടിക്കുന്നു. റെഡ്സ്ക്വയറിൽ പരേഡ് ആരംഭിക്കുകയാണ്. വരൂ. അപ്പപ്പാ, അവർ ഇന്റർനാഷണൽ പാടുകയാണ്. ലോകമെങ്ങും ഇന്റർനാഷണൽ മുഴങ്ങുകയാണ്; നമ്മുടെ മുറിയിലും അതു മുഴങ്ങട്ടെ. ഞങ്ങളതു പാടി, ഒന്നിനുപുറകെ ഒന്നായി അനവധി വിപ്ലവഗാനങ്ങളും ഞങ്ങൾ പാടി. ഞങ്ങൾ ഒറ്റപ്പെട്ടവരല്ല-ഒറ്റപ്പെട്ടു കഴിയാനും അതു കൊണ്ടു ഞങ്ങൾ ആഗ്രഹിച്ചില്ല. അങ്ങ് പുറത്ത് വിശാലമായ ലോക ത്തിൽ, സ്വാതന്ത്ര്യപൂർവം ധൈര്യത്തോടെ പാടിക്കൊണ്ടിരിക്കുന്നവ രുടെ കൂടെയായിരുന്നു ഞങ്ങളും. ഞങ്ങളെപ്പോലെതന്നെ അവരും സമ രത്തിലാണ്............

കൽത്തുറങ്കുകൾക്കുള്ളിൽ, മരവിച്ച-
ഭിത്തികൾക്കപ്പുറ, മുള്ള സഖാക്കളെ!
ഞങ്ങളൊന്നിച്ചാണൊപ്പമാണിപ്പൊഴീ
മുന്നണികളിൽ, നിങ്ങളില്ലെങ്കിലും.
അതേ, ഞങ്ങൾ നിങ്ങളുടെ കൂടെയുണ്ട്.

267-ാം നമ്പർ തടവുമുറിയിൽ, ഞങ്ങളുടെ 1943-ലെ മേയ്ദിനാ ഘോഷങ്ങൾക്ക് ഉചിതമായ ഒരു സമാപ്തമായി ഇത് എന്നു ഞങ്ങൾ കരുതി. എന്നാൽ അത് അവസാനമായിരുന്നില്ല. സ്ത്രീകളുടെ വാർഡിലെ കൺവിക്ട് വാർഡർ ചുമപ്പുസേനയുടെ മാർച്ചിന് താളം മൂളിക്കൊണ്ട് അവരുടെ മുറ്റത്തു ഉലത്തുന്നു. എന്നിട്ട് അവൾ "പാർട്ടി സാൻക" എന്ന സോവിയറ്റ് ഗാനവും മറ്റു വിപ്ലവഗാനങ്ങളും മൂളി.

അങ്ങനെ അവളുടെ ധീരത പുരുഷൻമാരുടെ മുറികളിലേതിനോടു കൂട്ടിച്ചേർത്തു. എനിക്ക് കടലാസും പെൻസിലും കൊണ്ടുവന്നു തരി കയും എഴുതിക്കൊണ്ടിരിക്കുമ്പോൾ പെട്ടെന്നാരും വന്നുകാണാതിരി ക്കാൻ വേണ്ടി മുറിയുടെ വാതിൽക്കൽ കാവൽനിൽക്കുകയും ചെയ്തി രുന്ന, ചെക്ക് പൊലീസ് യൂണിഫോറധാരിയായ ആ മനുഷ്യൻ, ഈ എഴുത്തു തുടങ്ങാൻ എന്നെ സഹായിക്കുകയും, അച്ചടിയിൽ പ്രത്യക്ഷ പ്പെടാനുള്ള സമയം വരുന്നതുവരെ ഒളിച്ചുസൂക്ഷിച്ചുവെക്കാൻ വേണ്ടി ഈ കടലാസുകൾ ഓരോന്നായി പുറത്തുകടത്തിക്കൊണ്ടുപോകു കയും ചെയ്യുന്ന ആ ചെക്ക് വാർഡർ, ഈ കടലാസ് കഷണത്തിനു വേണ്ടി അയാൾക്ക് സ്വന്തം തലതന്നെ കൊടുക്കേണ്ടിവന്നേക്കാം; എന്നിട്ടും ഇരുമ്പഴിക്ക് പിന്നിലെ "ഇന്നിനെയും സ്വാതന്ത്ര്യത്തിലെ നാളെയെയും" തമ്മിൽ ബന്ധപ്പെടുത്തുന്ന ഒരു കടലാസുപാലം നിർമി ക്കാൻ വേണ്ടി, അയാൾ തന്റെ ജീവനെ പണയംവെച്ച് പ്രവർത്തിക്കു ന്നു. അവരെല്ലാം ഒരൊറ്റ സമരമാണ് ചെയ്യുന്നത്. അവരെല്ലാം ധീരത യോടെ പടവെട്ടുന്നു. പരിതഃസ്ഥിതികൾ എവിടെയെല്ലാമാണോ അവരെ എത്തിച്ചേർത്തിരിക്കുന്നത് അവിടെയെല്ലാംനിന്ന് കയ്യിൽ കിട്ടുന്ന ആയുധങ്ങൾകൊണ്ട് അവരെല്ലാം പടവെട്ടുന്നു. ഇതിലെല്ലാ മുള്ള അവരുടെ പെരുമാറ്റരീതികൾ എത്രയോ സരളവും ആർഭാടരഹി തവും വ്യാജാനുകമ്പ തീണ്ടാത്തതുമാണ്! തന്റെ ജീവൻ നഷ്ടപ്പെ ടുമോ ഇല്ലയോ എന്നുള്ള സംഗതി വെറുമൊരു ഭാഗ്യപരീക്ഷപോലെ യുള്ള നിലയിലെ ഒരു ജീവൻമരണപ്പോരാട്ടത്തിലാണ് തങ്ങളെന്ന് അവർ ഭീതിപ്പെടുന്നതായി അവരുടെ പെരുമാറ്റരീതികളിൽനിന്ന് ഒരി ക്കലും നിങ്ങൾക്ക് മനസിലാക്കാൻ സാധിക്കുകയില്ല.

പത്തുപ്രാവശ്യം, ഇരുപതു പ്രാവശ്യം വിപ്ലവപ്പോരാളികൾ മേയ്ദിന 'പരേഡ്' നടത്തുന്നത് നാം കണ്ടിട്ടുണ്ട്; അതു ഗംഭീരമായ 'പരേഡ്' തന്നെയായിരുന്നു. എന്നാൽ യുദ്ധത്തിൽ മാത്രമേ, ഈ സൈന്യത്തിന്റെ കരുത്തു കണ്ടറിയാനും അത് അങ്കമാണെന്ന് ബോധ്യ പ്പെടാനും നിങ്ങൾക്ക് കഴിയുകയുള്ളൂ. മരണം നിങ്ങൾ വിചാരിച്ചതിലും ലളിതമാണ്, ധീരോദാത്തതയുടെ ശിരസിനു ചുറ്റും പ്രകാശവലയവുമി ല്ല. എന്നാൽ യുദ്ധം നിങ്ങൾ വിചാരിച്ചതിലും ക്രൂരമാണ്; കടിച്ചുപിടിച്ചു കയറാനും വിജയത്തിലെത്തിച്ചേരാനും അളവില്ലാത്ത ധൈര്യം വേണം. ഈ സൈന്യം നീങ്ങുന്നതു നിങ്ങൾ കണ്ടിട്ടുണ്ടായിരിക്കും. എന്നാൽ അതിന് എത്രമാത്രം കരുത്തുണ്ടെന്നു നിങ്ങൾ ഇപ്പോഴും മന സിലാക്കുന്നില്ല. അതിന്റെ പ്രഹരങ്ങൾ അനായാസവും യുക്തിയുക്ത വുമാണ്.

ഇന്ന് അത് നിങ്ങൾക്ക് ബോധ്യപ്പെടുന്നു. 1943–ലെ മേയ്ദിന പ്രക ടനത്തിൽ.

1943, മെയ് 1–ന് ഈ കഥാപ്രവഹത്തെ തെല്ലൊന്ന് തടഞ്ഞു നിർത്തി. അതെങ്ങനെയായിരിക്കണമോ അങ്ങനെയായിരുന്നു അത്.

വിശേഷദിവസങ്ങളിൽ ഒരുവൻ വ്യത്യസ്തമായി ചിന്തിക്കുന്നു. എനി ക്കിന്നു തോന്നുന്ന സന്തോഷം അതിനെക്കുറിച്ചുള്ള എന്റെ ഓർമ്മയെ അലങ്കോലപ്പെടുത്തിയേക്കാം.

എന്നാൽ പെച്ചെക്ക് മാളികയിലെ 'സീനീമ'തീർച്ചയായും സന്തോ ഷകരമല്ലായിരുന്നു. അത് മനുഷ്യക്കശാപ്പുശാലയിലേക്കുള്ള പ്രവേശന മുറിയായിരുന്നു. ഇവിടെ മറ്റുള്ളവരുടെ കരച്ചിലും ദീനസ്വരങ്ങളും നിങ്ങൾ കേൾക്കുകയും നിങ്ങൾ എന്തായിരിക്കും അഭിമുഖീകരിക്കേ ണ്ടിവരികയെന്നു അദ്ഭുതപ്പെടുകയുമാവും. ആരോഗ്യവും കരുത്തും ഉള്ള ആളുകൾ അകത്തേക്കു പോകുന്നതായി നിങ്ങൾ കാണുന്നു; രണ്ടോ മൂന്നോ മണിക്കൂർ കഴിഞ്ഞ് മർദ്ദനത്താൽ തകർന്നും ഒടിഞ്ഞു തൂങ്ങിയും ആളുകൾ തിരിച്ചുകൊണ്ടുവരപ്പെടുന്നു. അകത്തു കടക്കു മ്പോൾ ശക്തിയുള്ള ഒരു ശബ്ദം യാത്ര പറഞ്ഞു നിങ്ങളെ വിട്ടുപിരിയു ന്നു. വേദനകൊണ്ടു തകർന്നും ശ്വാസംമുട്ടിയും പനിപിടിച്ചനിലയിലും അതു തിരിച്ചു വരുന്നു. ചിലപ്പോൾ നിങ്ങൾ കാണുക ഇതിലും വഷ ളായിട്ടാണ്. നിഷ്കളങ്കവും നേരെയുള്ളതുമായ നോട്ടങ്ങളോടെ ഒരാൾ അകത്തേക്കു പോകുന്നത് നിങ്ങൾ കാണുന്നു; എന്നാൽ അയാൾ മട ങ്ങുമ്പോൾ നിങ്ങളുടെ മുഖത്ത് നോക്കാൻ ധൈര്യപ്പെടുന്നില്ല. ചോദ്യമു റിയിൽ ഒരു നിമിഷനേരത്തെ മനോദൗർബല്യം, ഭയം, തന്നത്താൻ രക്ഷനേടാനുള്ള അടക്കാനാവാത്ത ഒരാഗ്രഹം. അതിന്റെ അർഥം നാളെ അവ പുതിയ ഇരകളെ തേടിപ്പിടിച്ചു കൊണ്ടുവരുമെന്നുള്ള താണ്; ആ സഖാവ് ശത്രുക്കൾക്ക് ഒറ്റിക്കൊടുത്ത ആളുകൾ.

ധൈര്യവും മനഃസാക്ഷിയും നഷ്ടപ്പെട്ട ഒരാളെ കാണുന്നത്, ശരീരം തല്ലിച്ചതക്കപ്പെട്ട ഒരാളെ കാണുന്നതിലും വിഷമകരമാണ്. ഇവിടെ യഥേഷ്ടം സഞ്ചരിക്കുന്ന മരണം നിങ്ങളെ കണ്ണുതുറപ്പിച്ചിട്ടു ണ്ടെങ്കിൽ ഉയർത്തെഴുന്നേൽപ്പ് നിങ്ങളുടെ ഇന്ദ്രിയങ്ങളെ ഉത്തേജിപ്പി ച്ചിട്ടുണ്ടെങ്കിൽ ആരും പറഞ്ഞുതരാതെ തന്നെ നിങ്ങൾക്കറിയാൻ കഴിയും ആരാണ് ആടിയിട്ടുള്ളതെന്ന്, ആരാണ് മറ്റൊരാളെ ഒറ്റിക്കൊടു ത്തിട്ടുള്ളത് എന്ന്, കീഴടങ്ങുകയും തന്റെ സഹപ്രവർത്തകരിൽ ഏറ്റവും അപ്രധാനന്റെ എങ്കിലും പേർ പറഞ്ഞുകൊടുത്തു മർദ്ദിക്കപ്പെ ടാതിരിക്കുകയും ചെയ്യുകയെന്ന വിചാരത്തിൽ ഒരു നിമിഷമെങ്കിലും അഭയം പ്രാപിച്ചിട്ടുള്ളതാരാണെന്ന്. ദുർബലമായ അവർ അനുക മ്പാർഹരാണ്. ഒരു സഖാവിന്റെ ജീവൻ കൊണ്ടു വില കൊടുക്കപ്പെട്ട അവരുടെ ജീവിതം എന്തൊരുതരമാണ്!

ഞാൻ സീനീമായിൽ ചെന്ന ആദ്യത്തെ ദിവസം എന്റെ മന സിൽക്കൂടെ കടന്നുപോയ വിചാരം അതായിരുന്നിരിക്കയില്ല. എങ്കിലും പലപ്പോഴും എന്റെ മനസിൽ അതു തിരിച്ചുവന്നിട്ടുണ്ട്. എന്നാൽ വ്യത്യ സ്തമായ സാഹചര്യങ്ങളിലെ ഒരു പുലർകാലത്ത്, ബോധങ്ങളുടെ കിണറായ ഒരു മുറിയിൽ, 400–ാം നമ്പരിൽ അത് പ്രത്യക്ഷമായി.

ഞാൻ സീനീമായിൽ ഇരിപ്പുറപ്പിച്ചിട്ട് അധികസമയമായിട്ടില്ല.

ഒന്നോ ഒരുപക്ഷേ ഒന്നരയോ മണിക്കൂർ മാത്രമായിക്കാണും. അപ്പോൾ എന്റെ പിൻപിൽ നിന്ന് ആരോ ഒരാൾ എന്റെ പേർ വിളിച്ചു. ചെക്കുഭാഷ സംസാരിക്കുന്ന രണ്ടു സിവിലിയൻമാർ (പട്ടാളക്കാരല്ലാത്തവർ) എന്നെ ഏറ്റുവാങ്ങി ലിഫ്റ്റിൽ കയറ്റി നാലാമത്തെ നിലയിൽ ഇറക്കി, വാതി ലിൽ 400 എന്ന നമ്പരോടുകൂടിയ വിശാലമായ ഒരു മുറിയിലേക്ക് കൊണ്ടുപോയി.

ആദ്യം ഞാൻ തന്നത്താൻ, മുറിയുടെ പിൻചുവരിനോടു ചേർ ത്തിട്ട ഒരു കസേരയിൽ ഏകാകിയായിരുന്നു. ഇപ്പോൾ കഴിഞ്ഞുകൊ ണ്ടിരിക്കുന്ന ഈ നിമിഷത്തിൽകൂടെ മുമ്പൊരു പ്രാവശ്യം ജീവിച്ചിട്ടുള്ള തായി വിഭാവനം ചെയ്യുന്ന ഒരാളുടെ അസാധാരണ മനോഭാവത്തോടു കൂടി ഞാൻ ചുറ്റുപാടും ഒന്നു നോക്കി. എപ്പോഴെങ്കിലും ഇവിടെ ഞാൻ വന്നിട്ടുണ്ടോ? ഇല്ല, ഒരിക്കലുമില്ല. എങ്കിലും ഇതെല്ലാം പരിചിതങ്ങളാ യിത്തോന്നുന്നു. ഈ മുറി എനിക്കറിയാം. ക്രൂരമായ ഒരു പനിപേക്കി നാവ് ഇതിനെക്കുറിച്ച് ഞാൻ കണ്ടിട്ടുണ്ട്; ആ കാഴ്ച ഇതിനെക്കുറിച്ച് ഒരു വിരുദ്ധമനഃസ്ഥിതിയും അറപ്പും ദേഷ്യവുമാണ് എന്നിൽ ഉണ്ടാക്കി യത്, എങ്കിലും തിരിച്ചറിയൽ അസാധ്യമാക്കിയിരുന്നില്ല. ഇതാ, ഇപ്പോ ഴിത് എത്രയോ ആകർഷകമായിരിക്കുന്നു? സൂര്യപ്രകാശം നിറഞ്ഞു നിൽക്കുന്നതും, വ്യക്തമായ വർണഭംഗിയോടു കൂടിയതുമായിരിക്കു ന്നു. നേരിയ കർട്ടനുകളോടു കൂടിയ വിസ്തൃതങ്ങളായ ജനാലക ളിൽക്കൂടെ ഇവിടെനിന്നുകൊണ്ട്,ടൈൻ പള്ളിയും 'ലെട്നാ'യിലെ പച്ച യായ പാർക്കും കൊട്ടാരവും ഇപ്പോൾ കാണാം. എന്റെ സ്വപ്നത്തിൽ, ഇത് ഇരുളടഞ്ഞതും ജനാലകളില്ലാത്തതും, പഴകി മുഷിഞ്ഞ് മഞ്ഞ നിറം പിടിച്ചതുമായിരുന്നു; അതിൽ ആളുകളെ നിഴൽപോലെ മാത്രമേ കാണാൻ കഴിഞ്ഞുള്ളൂ. അതേ, ഇവിടെ ആളുകൾ ഉണ്ടായിരുന്നു. ഇപ്പോൾ ഇത് ശൂന്യമാണ്. നെടിയ ബഞ്ചുകൾ വരിവരിയായിട്ടിരുന്നത് ഇപ്പോൾ 'ഡാൻഡീലിയൻ' പുഷ്പങ്ങളും ബട്ടർകപ്പുകളും നിറഞ്ഞ ഒരു മഞ്ഞമൈതാനമായിത്തീർന്നിരിക്കുന്നു. സ്വപ്നത്തിൽ ഇതു നിറയെ ആളുകളുണ്ടായിരുന്നു. രക്തം ഒലിക്കുന്ന വിളറിയ മുഖങ്ങ ളോടെ അടുത്തടുത്തിരുന്ന ആളുകൾ, അവിടെ വാതിലിനു വളരെ അടു ത്തു വേദനപ്പെട്ട കണ്ണുകളോടെ, നീലനിറത്തിലെ തൊഴിൽ വസ്ത്ര ങ്ങൾ ധരിച്ചനിലയിൽ, ഒരാൾ നിൽക്കുന്നു; ദാഹിച്ചു, ദാഹിച്ചു, ഒടു വിൽ ഒരു തിരശീല വീഴുന്നതുപോലെ അയാൾ വീണു.......

അതെ, അതങ്ങനെയായിരുന്നു. എന്നാൽ അതൊരു സ്വപ്നമായി രുന്നില്ലെന്ന് ഇപ്പോഴും ഞാൻ മനസിലാക്കുന്നു. ഭീതിപ്പെടുത്തുന്ന ആ സ്വപ്നം വാസ്തവത്തിൽ സംഭവിച്ചതാണ്.

എന്റെ അറസ്റ്റിന്റെയും ആദ്യത്തെ വിചാരണയുടെയും ആ രാത്രി യിലാണത് സംഭവിച്ചത്. ഇവിടെ അവരെന്നെ മുന്നുപ്രാവശ്യംകൊണ്ടു വന്നു, ഒരുപക്ഷേ, പത്തുതവണയായിരിക്കാം. ഞാനെങ്ങനെ അറിയാ നാണ്‌—അവർക്ക് വിശ്രമിക്കണമെന്നു തോന്നുമ്പോഴൊ മറ്റാരെയെ

ങ്കിലും പ്രയോഗങ്ങൾക്കായി തവണ മാറുമ്പോഴൊ ഒക്കെ അങ്ങനെ കൊണ്ടുവന്നു. ഞാൻ നഗ്നപാദനായിരുന്നു. എന്റെ നീരുവെച്ചു വീങ്ങിയ പാദങ്ങൾക്ക് ഈ ഇഷ്ടികത്തറയിലെ തണുപ്പ് എത്രയേറെ സുഖപ്രദമായിരുന്നു എന്നു ഞാനിപ്പോഴും ഓർക്കുന്നു.

അന്നു രാത്രി ആ ബഞ്ചുകൾ നിറയെ, യുങ്കേഴ്സ് യന്ത്രശാല യിൽനിന്നും ഗെസ്റ്റപ്പോ കുരുക്കിടിച്ചുകൊണ്ടുവന്ന തൊഴിലാളികളായി രുന്നു. വാതിലിനരികെ നീലനിറത്തിലെ പണിയുടുപ്പുകളിട്ടു നിന്ന മനു ഷ്യൻ എന്റെ അറസ്റ്റിനുള്ള പരോക്ഷമായ കാരണമായിരുന്നു; യുങ്കേഴ്സ് പാർട്ടി സെല്ലിലെ 'ബാർട്ടൻ' ആണയാൾ. എനിക്ക് പറ്റിയ ആപത്തിനു ആരും ഉത്തരവാദികളല്ലെന്നു സ്പഷ്ടമാക്കാൻ, ഒരു സഖാവിന്റെയും ഭീരുത്വമോ ഒറ്റിക്കൊടുക്കലോ കൊണ്ടല്ല, കേവലം ദുർഭാഗ്യവും സൂക്ഷ്മക്കുറവും കൊണ്ടു മാത്രമാണെനിക്കിതു സംഭവി ച്ചതെന്ന് ഞാൻ പറഞ്ഞുകൊള്ളട്ടെ. തന്റെ സെല്ലിനുവേണ്ടി ചെറുക്കൽ പ്രസ്ഥാനത്തിന്റെ ഉപരിതലങ്ങളിലുള്ളവരുമായി ബന്ധം ലഭിക്കാൻ ബാർട്ടൻ ശ്രമിക്കുകയായിരുന്നു. അയാളുടെ സ്നേഹിതനായ ജെലി നെക്ക്, ആദ്യമേ എന്നോടു ചോദിക്കാതെ, രഹസ്യപ്രവർത്തനത്തിന്റെ നിയമങ്ങളെ ലംഘിച്ചുകൊണ്ട്, കേന്ദ്രമായി ബന്ധമുണ്ടാക്കാമെന്ന് അയാൾ വാഗ്ദാനം ചെയ്തു. അത് ഒരു തെറ്റായിരുന്നു. രണ്ടാമത്, ദ്വോറക്ക് എന്നു പേരായ ഒരു ഒറ്റുകാരൻ (ചാരൻ) ബാർട്ടന്റെ അടുത്ത ആളായി നിന്നുകൊണ്ട് ജെലിനെക്കിന്റെ പേർ മനസിലാക്കി എന്നുള്ള താണ്. ഇങ്ങനെ ജെലിനെക്ക് കുടുംബം ഗെസ്റ്റപ്പോയുടെ പിടിയിൽപെ ട്ടു. പ്രധാനപ്പെട്ട ഏതെങ്കിലും ചുമതലയിൽ വീഴ്ച വരുത്തിയിട്ടില്ല– അതവർ രണ്ടു കൊല്ലം വളരെ വിശ്വസ്തതയോടെ നിർവഹിച്ചുകൊ ണ്ടിരുന്നു–എന്നാൽ രഹസ്യപ്രവർത്തനത്തിന്റെ നിയമങ്ങളിൽനിന്ന് അൽപ്പം അകന്നുനിന്നുകൊണ്ടുള്ള സേവനം മൂലമായിട്ടാണ് അതു സംഭവിച്ചത്. ഞാൻ ജെലിനെക്കിന്റെ വീട്ടിൽചെന്ന ആ ദിവസം തന്നെ അവരെ അറസ്റ്റു ചെയ്യാൻ പെച്ചെക്ക് കെട്ടിടത്തിലെ മേധാവികൾ തീരുമാനമെടുത്തിരുന്നതും കേവലം യാദൃച്ഛികമായിട്ടായിരുന്നു. അത് അങ്ങനെയല്ലായിരുന്നു പ്ലാൻ ചെയ്തിരുന്നത്; ജെലിനെക്കു ദമ്പതി കളെ അറസ്റ്റ് ചെയ്യാൻ വെച്ചതു പിറ്റേ ദിവസമാണ്. യുങ്കേഴ്സ് യന്ത്ര ശാലയിലെ സെൽമെമ്പർമാരെ വളഞ്ഞുപിടിക്കാൻ സാധിച്ച വിജ യത്തിൽ മതിമറന്ന ഗെസ്റ്റപ്പോ ഘടകം ഒരു ഭാഗ്യപരീക്ഷക്കായി ജെലി നെക്ക് വീട്ടിലേക്കു വന്നതാണ്. അവരുടെ വരവിൽ ഞങ്ങൾക്കുണ്ടായ അദ്ഭുതം, എന്നെ അവിടെ കണ്ടുമുട്ടിയതിൽ അവർക്കുണ്ടായ അദ്ഭുത ത്തെക്കാൾ കൂടുതലല്ലായിരുന്നു. ഞങ്ങൾ ആരേയാണ് പിടിച്ചിരിക്കുന്ന തെന്നുപോലും അവർക്കറിവുണ്ടായിരുന്നില്ല. ഒരുപക്ഷേ അവരതൊരി ക്കലും കണ്ടുപിടിക്കുകയുമില്ലായിരുന്നു. പക്ഷേ അതേസമയത്തു തന്നെ അവർ.........

400–ാം നമ്പർ മുറിയിലെ ഈ ആദ്യത്തെ എന്റെ വിചാരിച്ചിരിക്കൽ

തുടർന്നുകൊണ്ടുപോകാൻ അവസരം കിട്ടിയത് വളരെക്കഴിഞ്ഞശേഷ മാണ്. അക്കാലത്ത് ഞാൻ തനിച്ചല്ലായിരുന്നു. ബഞ്ചുകൾ നിറച്ചും; പുറ കിൽ മതിലിനോടു ചേർന്ന് ഒരു വരിയായിട്ടും ആളുകൾ നിന്നിരുന്നു. അമ്പരപ്പിക്കുന്ന അവിചാരിത സംഭവങ്ങളെ വഹിച്ചുകൊണ്ടു മണിക്കൂ റുകൾ അങ്ങനെ മത്സരിച്ചു പായുകയായിരുന്നു. ചില സംഭവങ്ങൾ എനിക്ക് മനസിലാക്കാൻ സാധിക്കാത്തവിധം അത്ര അസാധാരണത്വ മുള്ളവയായിരുന്നു; മറ്റു ചിലവ വഷളത്വത്തിന്റേതായിരുന്നു. അതെല്ലാം എനിക്ക് ശരിയായി മനസിലാക്കാൻ കഴിഞ്ഞു.

ആദ്യത്തെ അവിചാരിതസംഭവം അസാധാരണമോ ദുഷ്ടമോ ആയിരുന്നില്ല; എന്നാൽ ദയാപൂർവമായതും നിസാരവും അപ്രധാനവു മായിരുന്നു എങ്കിൽപോലും അതു ഞാനൊരിക്കലും മറക്കുകയില്ല. എന്നെ ഉറ്റുശ്രദ്ധിച്ചുകൊണ്ടിരുന്ന ഗെസ്റ്റപ്പോ ഏജന്റ് എന്റെ അറസ്റ്റിനുശേഷം എന്റെ കീശകളെല്ലാം അകംമറിച്ചു നോക്കിയത് അയാളാണെന്ന് ഞാനോർക്കുന്നു-പകുതി എരിഞ്ഞുകഴിഞ്ഞ ഒരു സിഗററ്റെനിക്കെറിഞ്ഞുതന്നു. മൂന്നാഴ്ചക്കുള്ളിൽ ആദ്യമായി കിട്ടുന്ന സിഗററ്റ്, രണ്ടാമത്തെ പ്രാവശ്യം ഭൂമിയിലേക്കു തിരിച്ചുവന്ന ഒരു മനു ഷ്യന് ആദ്യമായിക്കിട്ടുന്ന സിഗററ്റ്. ഞാനതു പെറുക്കിയെടുക്കണമോ? അതോ ഒരു സിഗററ്റുകൊണ്ട് എന്നെ വിലയ്ക്കുവാങ്ങിച്ചതായി അവൻ വിചാരിക്കുമോ? എന്നാൽ സിഗററ്റിനെ അനുഗമിക്കുന്ന അയാളുടെ നോട്ടം നിഷ്കളങ്കമാണ്; ആരേയും വാങ്ങിക്കുന്ന കാര്യത്തിൽ അയാൾക്ക് താൽപര്യമില്ല. എങ്കിലും അതു അറുതിവരെ വലിച്ചു തീർക്കാൻ എനിക്ക് കഴിയുന്നില്ല. പുതിയതായി ജനിച്ച കുഞ്ഞുങ്ങൾ കട്ടിയായ പുകവലിക്കാരല്ലല്ലോ.

രണ്ടാമത്തെ അവിചാരിതസംഭവം-നാലുപേർ പട്ടാളമുറയിൽ ചുവടൊപ്പിച്ചു നടന്നുവന്നു മുറിക്കകത്തുകയറി, ഞാനുൾപ്പെടെ അവി ടെയുണ്ടായിരുന്നവരെല്ലാം ചെക്കുഭാഷയിൽ അഭിവാദ്യം ചെയ്തു. അവർ മേശക്കു പിന്നിലിരുന്ന്, കടലാസുകൾ നിവർത്തിവെച്ച്, ഉദ്യോഗ സ്ഥൻമാരാണോ എന്നു തോന്നിപ്പോകുമാറ്, അത്രക്കു രസത്തിൽ, സിഗററ്റ് കൊളുത്തി, ഞാൻ അവരെ അറിയും, അവരെ മൂന്നുപേരെ എങ്കിലും അറിയും-ഇവർ ഗസ്റ്റായുടെ സർവീസിൽ ആണെന്നു വരിക സാധ്യമാണോ? ഒരുപക്ഷെ ആയിരിക്കാം — എങ്കിലും ഇവർ മൂന്നുപേർ പോലുമോ? എന്നെ? ടെറികിൽ അല്ലെങ്കിൽ 'റെനെക്' എന്നു നമ്മൾ വിളിച്ച, വളരെക്കാലം യൂണിയന്റെയും പാർട്ടിയുടെയും സെക്രട്ടറിയാ യിരുന്ന ആളല്ലേ അത്? സ്വൽപ്പം പരുക്കനെങ്കിലും വിശ്വസ്തനായ ആ മനുഷ്യൻ! അല്ല അങ്ങനെ വരില്ല! മറ്റേത് അങ്കാവിക്കോവയാണ്, മുടി മുഴുവൻ വെളുത്തുപോയെങ്കിലും ഇപ്പോഴും അവൾ സുന്ദരിയായും നിവർന്നും തന്നെയിരിക്കുന്നു. അവൾ ദൃഢചിത്തയും മനക്കരുത്തു മുള്ള ഒരു പോരാളിയുമായിരുന്നു.......ഛെ, അതു സംഭവ്യമല്ല. പിന്നെ മറ്റേത് വാഷ്ഷെക് റെസെക് ആണ്, വടക്കൻ ബൊഹീമിയൻ ഖനിക

ളിൽനിന്നും വന്ന് ഒരു ഇഷ്ടിക ചുമട്ടുകാരനായി പണിയെടുത്ത അയാൾ ഒടുവിൽ പാർട്ടിയുടെ ഡിസ്ട്രിക്ട് സെക്രട്ടറി വരെയായി– തീർച്ചയായും, ഞാൻ അയാളെ അറിയും. വടക്കൻ രംഗങ്ങളിൽ ഞങ്ങ ളൊരുമിച്ച് നിന്നു നടത്തിയ ആ സമരങ്ങൾക്കെല്ലാം ശേഷം അയാളുടെ നടുവൊടിക്കാൻ എന്തിനെങ്കിലും സാധിച്ചുവോ? ഛെ! അസംഭവ്യം! എന്നാൽ അവരെല്ലാം എന്താണിവിടെ ചെയ്യുന്നത്? അവർക്കെന്തു വേണം?

ഈ ചോദ്യങ്ങൾക്കു ഞാൻ ഉത്തരം കണ്ടുപിടിച്ചു കഴിഞ്ഞിരുന്നി ല്ല, അപ്പോഴേക്കും വേറെ ചിലർ പ്രത്യക്ഷപ്പെട്ടു. അവർ മിറെക്കിനെയും ജെലിനെക്കു ദമ്പതികളെയും, ഫ്രീദ് ദമ്പതികളെയും കൊണ്ടുവന്നു– അതെ, എന്നോടൊപ്പം അവരേയും അറസ്റ്റ് ചെയ്തിരുന്നുവെന്ന് എനി ക്കറിയാം. എന്നാൽ, ബുദ്ധിജീവികളുടെ ഇടയിലുള്ള പ്രവർത്തനത്തിൽ മിറെക്കിനെ സഹായിച്ച കലാചരിത്രകാരനായ, പാവെൽക്രോമാച്ചെക്ക്, എങ്ങനെ ഇവിടെ വന്നു? മിറെക്കും ഞാനുമല്ലാതെ മറ്റാരെയെങ്കിലും അയാൾ അറിഞ്ഞിരുന്നോ? മുഖം പപ്പടം പോലെയായ ആ പൊക്ക ക്കാരൻ ചെറുപ്പക്കാരൻ, എന്തിനാണ്, ഞങ്ങൾ അന്യോന്യം അറിയുക യില്ലെന്നു നടിക്കാൻ ശ്രമിക്കുന്നത്? വാസ്തവത്തിൽ എനിക്ക് അയാളെ അറിയില്ല. എന്നാൽ ആരായിരിക്കും? അല്ലാ, അത് ഷ്തിച്ച് അല്ലേ? ഷ്തിച്ചു? ഡോക്ടർ ദ്യൂനെക് ഷ്തിച്ചു! ഹൈ! ഇതിന്റെ അർഥം അവർ ഡോക്ടർമാരുടെ യൂണിറ്റിനുള്ളിലും ഭേദിച്ചു കടന്നിരിക്കുന്നു എന്നാ ണ്. എനിക്കും മിറെക്കിനുമല്ലാതെ മറ്റാർക്കാണ് അവരെപ്പറ്റി അറിവു ണ്ടായിരുന്നത്? തടവുമുറിയിൽവെച്ചുള്ള മർദ്ദനത്തിനിടയിൽ എന്തിനാ ണവർ ബുദ്ധിജീവികളുടെ ഗ്രൂപ്പിനെപ്പറ്റി എന്നോടു ചോദിച്ചത്? ബുദ്ധി ജീവികളുടെ ഇടയിലുള്ള പ്രവർത്തനവുമായി എന്നെ ബന്ധപ്പെടു ത്താൻ അവർക്കെങ്ങനെ ഇടവന്നു? മിറെക്കിനും എനിക്കുമല്ലാതെ ആർക്കും അതിനെപ്പറ്റി അറിവുണ്ടായിരുന്നില്ലല്ലോ.

ഉത്തരം കണ്ടുപിടിക്കാൻ വിഷമമുണ്ടായിരുന്നില്ല. എന്നാൽ ക്രൂരമായ ഒരടിയായിരുന്നു അത് – മിറെക് പറഞ്ഞിട്ടുണ്ടാവണം. ഞങ്ങ ളെയെല്ലാം ഒറ്റിക്കൊടുത്തിട്ടുണ്ടാവണം. എല്ലാം അയാൾ പറഞ്ഞുകാ ണുകയില്ലായിരിക്കാം എന്ന് ഒരു നിമിഷത്തേക്ക് ഞാൻ ആശിച്ചു. എ ന്നാൽ അവർ വേഗം തന്നെ മറ്റൊരു സംഘം തടവുകാരെയും കൊണ്ടു വന്നു. അയാൾ ചെയ്തിട്ടുള്ളതെന്താണെന്ന് എനിക്ക് മനസിലായി.

ചെക്ക് ബുദ്ധിജീവികളുടെ ദേശീയ വിപ്ലവകമ്മിറ്റിയിൽ അംഗങ്ങ ളാണെന്നു കരുതപ്പെട്ടവരെല്ലാം ഇവിടെ എത്തിയിരിക്കുന്നു. ഗ്രന്ഥകാര നായ വ്ളാദിമീർ വാഞ്ചുറെ; പ്രൊ. ഫെൽബറും അദ്ദേഹത്തിന്റെ മകനും; തിരിച്ചറിയാൻ പാടില്ലാത്ത വിധം വേഷപ്രച്ഛന്നനായ ബദ്റിച്ചു വാക്ലാവെക്; ബൊഷീനാ പുൽപാനോവമ, ഗിൽഡ് റിച്ച് എൽബ്ൾ, പ്രതിമാ ശില്പിയായ ദ്വോറക്. ബുദ്ധിജീവികളുടെ ഇടയിലെ പ്രവർത്ത നത്തെപ്പറ്റി സർവവും മിറെക് പറഞ്ഞിട്ടുണ്ടായിരിക്കണം.

പെച്ചെക്ക് കെട്ടിടത്തിലെ ആദ്യഘട്ടം എനിക്കത്ര പ്രയാസം കുറ ഞ്ഞതൊന്നുമായിരുന്നില്ല; എന്നാൽ ഈ അടി എനിക്കേൽക്കേണ്ടിവന്ന തിലും വെച്ച് ഏറ്റവും ദുസ്സഹമായിരുന്നു. ഞാൻ മരണം പ്രതീക്ഷിച്ചി രുന്നു. എന്നാൽ വഞ്ചന പ്രതീക്ഷിച്ചില്ല. മിറെക്കിനെ വിധി കൽപ്പിക്കു ന്നതിൽ ഞാൻ എത്രതന്നെ ദാക്ഷിണ്യം കാണിച്ചാലും, അയാളുടെ കൃത്യത്തിന്റെ ഗൗരവം ലഘുകരിക്കുന്ന എന്തെല്ലാം സംഗതികൾ അയാൾക്കുവേണ്ടി ഞാൻ ചിന്തിച്ചുണ്ടാക്കിയാലും, അതിനു വഞ്ചനയെ ന്നല്ലാതെ മറ്റൊരു വാക്കും കണ്ടുപിടിക്കാൻ എനിക്ക് കഴിഞ്ഞില്ല. ഇത് ചാഞ്ചാട്ടവുമല്ല, ദൗർബല്യവുമല്ല. മർദ്ദനം കൊണ്ടു മരണത്തിന്റെ അടു ത്തെത്തിയ ഒരാളുടെ വഴുതിവീഴലും പനിപിടിച്ച പേയും അല്ല. അതെല്ലാം പൊറുക്കാമായിരുന്നു. ആദ്യത്തെ രാത്രി തന്നെ അവരെന്റെ പേരറിഞ്ഞതെങ്ങനെയെന്ന് എനിക്കിപ്പോൾ മനസ്സിലായി. അവരുടെ വീട്ടിൽവെച്ച് ഒന്നുരണ്ടു തവണ ഞാൻ മിറെക്കിനോട് സംസാരിച്ചിട്ടു ണ്ട്. ക്രോപ്പാച്ചെക്കും ഡോക്ടർ ഷ്തിച്ചും ഇവിടെ എത്തിയത് എങ്ങനെ യെന്നും എനിക്കിപ്പോൾ മനസിലായി.

അതിനുശേഷം മിക്കവാറും എല്ലാ ദിവസവും എന്നെ 400-ാം നമ്പർ മുറിയിലേക്ക് കൊണ്ടുപോയ്ക്കൊണ്ടിരുന്നു, ദിവസേന പുതിയ പുതിയ വിവരങ്ങൾ കണ്ടെത്തുകയും ചെയ്തിരുന്നു. അതു ഭീകരവും ദയനീയവുമായിരുന്നു. ഇതാ ധീരനായ ഒരു മനുഷ്യൻ; സ്പാനിഷ് സമ രരംഗത്ത് യുദ്ധം ചെയ്തപ്പോൾ ഇയാൾ വെടിയുണ്ടകളെ ഭയപ്പെട്ടിട്ടില്ല. ഫ്രാൻസിലെ ക്രൂരമായ കോൺസൻട്രേഷൻ ക്യാമ്പു ജീവിതത്തിൽ തന്റെ തല കുനിച്ചിട്ടില്ല. എന്നാൽ ഇപ്പോൾ ഒരു ഗെസ്റ്റപ്പോക്കാരന്റെ കൈയിലെ ഒരു സ്വിച്ചിനു മുമ്പിൽ അയാൾ വിളറിപ്പോയിരിക്കുന്നു; സ്വന്തം തടി രക്ഷിക്കാൻവേണ്ടി അയാൾ ഞങ്ങളെയെല്ലാം വഞ്ചിച്ചു. ഏതാനും അടികളിൽ നിന്നും ഒഴിയാൻ വേണ്ടി തകർന്നുപോയ അയാളുടെ ധൈര്യവും വിശ്വാസവും എത്രമേൽ തൊലിപ്പുറമേയുള്ള തുമാത്രമായിരിക്കണം. ഒരു ഗ്രൂപ്പിൽ നിൽക്കുമ്പോൾ, അയാൾ ബലവാ നായിരുന്നു. എന്നാൽ, ഒറ്റപ്പെട്ടപ്പോൾ കുത്തിത്തുളച്ചുനോക്കുന്ന ശത്രു ക്കളുടെ നടുക്കു തനിച്ചായപ്പോൾ അയാളുടെ ബലം പൂർണമായും നശിച്ചു. സ്വാർഥം ചിന്തിക്കാൻ തുടങ്ങിയതുമൂലം അയാൾക്കെല്ലാം നഷ്ടപ്പെട്ടു. സ്വന്തം തൊലി രക്ഷിക്കാൻ വേണ്ടി അയാൾ സഖാക്കളെ ബലികഴിച്ചു. ഭീരുത്വത്തിനു കീഴടങ്ങി ഭീരുത്വം നിമിത്തം വഞ്ചിച്ചു.

അയാളുടെ മുറിക്കകത്തു നിന്നു അവർ കണ്ടെടുത്ത രേഖകൾ വായിച്ചു മനസ്സിലാക്കിക്കൊടുക്കുന്നതിൽ ഭേദം മരിക്കുകയാണെന്ന് അയാൾ ഓർത്തില്ല. അതെല്ലാം അയാൾ അവർക്ക് വായിച്ചുകൊടുത്തു. രഹസ്യമായി താമസിക്കുന്നവരുടെ പേരുകളും മേൽവിലാസവും അയാൾ അവർക്ക് കൊടുത്തു, ഷ്തിച്ചിക്കുമായി ഒരു കൂടിക്കാഴ്ചക്ക് അയാൾ ഒരു ഗെസ്റ്റപ്പോ ഏജന്റിനെക്കൂടെ കൊണ്ടുപോയി. ദ്വോറാ ക്കിന്റെ വീട്ടിൽവെച്ച് വാക്ലാവെക്കും ക്രോപ്പാച്ചെക്കുമായുള്ള ഒരു യോഗ

ത്തിലേക്ക് അയാൾ പൊലീസിനെ അയച്ചു. അനിയെ പിടിച്ചുകൊടു
ത്തു. അയാളെ സ്നേഹിക്കുന്നവളായ ലീഡ എന്ന ഒരു ധീരയുവതിയെ
അയാൾ ഒറ്റിക്കൊടുത്തു. അയാൾക്കറിയാവുന്നതിൽ പകുതി കാര്യ
ങ്ങൾ അറിയിക്കാൻ ഏതാനും അടികൾ മാത്രമേ വേണ്ടിയിരുന്നുള്ളു.
ഞാൻ മരിച്ചെന്നും തനിക്കിനി ആരോടും ഉത്തരവാദപ്പെടേ
ണ്ടതില്ലെന്നും തോന്നിയപ്പോൾ ബാക്കിയുള്ള സംഗതികൾകൂടെ പറ
ഞ്ഞുകൊടുത്തു.

ഇതിലൊന്നും എന്നെ അയാൾ ദ്രോഹിച്ചിട്ടില്ല. അതിനുമുമ്പു
തന്നെ ഞാൻ ഗെസ്റ്റപ്പോയുടെ കൈകളിൽ അകപ്പെട്ടു കഴിഞ്ഞിരുന്നുവ
ല്ലോ— എന്നെ ഇനി എന്താണിയാൾ ദ്രോഹിക്കാനുള്ളത്? എന്നാൽ
അയാളുടെ ഉത്തരങ്ങൾ വ്യാപകമായ ഒരു അന്വേഷണപരമ്പരക്കു
തന്നെ അടിസ്ഥാനമിട്ടു. അത് തെളിവിന്റെ ഒരു ചങ്ങല ആരംഭിച്ചു, ആ
ചങ്ങല വീണ്ടും എന്നിലേക്ക് മടങ്ങി വന്നു. അവർക്ക് അപാരമായ
സന്തോഷമുണ്ടാക്കിയ പല വിവരങ്ങളും അയാൾ വെളിപ്പെടുത്തി. ഇതി
നുവേണ്ടിയാണോ ഞാനും, മറ്റ് ഏതെല്ലാം ഗ്രൂപ്പുകളിലുള്ള എത്ര
യേറെ ആളുകളും പട്ടാളനിയമ കാലത്ത് അതിനെ അതിജീവി
ച്ചുകൊണ്ടിരുന്നത്? ഞങ്ങൾ രണ്ടാളും – അയാളും ഞാനും– പോയതി
നുശേഷം ഞങ്ങളുടെ ഗ്രൂപ്പ് നിലനിൽക്കുമായിരുന്നില്ല. എന്നാൽ
അയാൾ വായ് പൊളിച്ചില്ലായിരുന്നെങ്കിൽ, അയാളുടെ മറ്റേ ഗ്രൂപ്പു നില
നിൽക്കുകയും ഞാനും അയാളും മരിച്ചു മണ്ണടിഞ്ഞു കഴിഞ്ഞും
പ്രവർത്തിച്ചുകൊണ്ടിരിക്കുകയും ചെയ്യുമായിരുന്നു.

ഒരു ഭീരു സ്വന്തം ജീവിതം മാത്രമല്ല നഷ്ടപ്പെടുത്തുന്നത്, അവ
ന്റെ സ്വന്തം ജീവിതത്തേക്കാൾ കൂടുതലാണ്. ഇയാൾ അദ്ഭുതകരമായ
ഒരു സൈന്യത്തെ ഉപേക്ഷിച്ചിട്ട്, ഏറ്റവും വൃത്തികെട്ട ശത്രുവിനു കീഴ
ടങ്ങി. ഇന്നും ജീവിച്ചിരിക്കുന്നെങ്കിലും അയാൾ ചത്തവനാണ്. എന്തു
കൊണ്ടെന്നാൽ അയാൾ തന്റെ ഗ്രൂപ്പിൽ നിന്നും സ്വയം പുറന്തള്ളപ്പെട്ടി
രിക്കുന്നു. പിന്നീട് അയാൾ പ്രായശ്ചിത്തം ചെയ്യാൻ ശ്രമിച്ചു നോക്കി,
എങ്കിലും ഒരിക്കലും അയാളെ തിരിച്ചു സ്വീകരിച്ചില്ല. ആ ബഹിഷ്ക
രണം മറ്റെവിടെ വെച്ച് എന്നതിനേക്കാളും ജയിലിൽ ദുസ്സഹമാണ്.

ബന്ധവും ഏകാന്തതയും ആളുകളുടെ മനസിൽ സാധാരണ
യായി കൂടിപ്പിണഞ്ഞു കിടക്കാറുള്ള രണ്ട് ആശയങ്ങളാണ്, എന്നാൽ
അതു വലിയ തെറ്റാണ്. ഒരു തടവുകാരൻ ഏകാകിയല്ല – ജയിൽ ഒരു
സമുദായമാണ്, ഏറ്റവും കർശനമായ തടവിൽപോലും ഒരാളെ
അയാളുടെ ഗ്രൂപ്പിൽ നിന്നും അടർത്തി വേർപെടുത്തുക അസാധ്യ
മാണ് – വേണമെങ്കിൽ അയാൾ സ്വയം വേർപെടണം. അടിമകളാക്ക
പ്പെട്ടവരുടെ സാഹോദര്യം സമ്മർദ്ദത്തിനു വിധേയമാണ്. ആ സമ്മർദ്ദം
അതിന് കരുത്തുവെപ്പിക്കുകയും കെട്ടി കൂട്ടുകയും ചെയ്യുന്നു. അതിനെ
കൂടുതൽ വിശേഷമാക്കിത്തീർക്കുകയും ചെയ്യുന്നു. അത് ചുമരുകളെ
തുളച്ചു കടക്കുന്നു; ജീവിക്കുന്നവയും സംസാരിക്കുന്നവയും അടയാള

ശബ്ദങ്ങൾ പുറപ്പെടിവിക്കുന്നവയുമാണാ ചുവരുകൾ. ഓരോ ബ്ലോക്കി ലെയും മുറികളെ സാഹോദര്യം ആശ്ലേഷിക്കുന്നു. ഈ മുറികൾ പൊതുവായ കടമകളാലും പൊതുവായ ഉൽക്കണ്ഠകളാലും പര സ്പരം ബന്ധിക്കപ്പെടുന്നവയാണ് ശുദ്ധവായുവിൽ ഒരേ സമയത്തുള്ള പൊതുവായ വ്യായാമവും ഒരേ സൂക്ഷിപ്പുകാരും അവയ്ക്കുണ്ട്. വെളി യിൽവച്ചു അന്യോന്യം കണ്ടുമുട്ടുമ്പോൾ വാർത്തകളറിയിക്കാൻ ഒരു വാക്കോ ഒരു അടയാളമോ മതി, അല്ലെങ്കിൽ ചിലപ്പോൾ ഒരു മനുഷ്യജീ വനെ രക്ഷിക്കാനും അതു മതിയാകും. ഒരേ ഗ്രൂപ്പിൽ വിചാരണക്കു പോകുന്ന തടവുകാരെയും, സീനീമയിൽ ഒന്നിച്ചിരിക്കുന്നവരെയും, ഒന്നിച്ചു മടങ്ങി വരുന്നവരെയും ആ സാഹോദര്യം ഒന്നാക്കുന്നു. അൽപ്പം വാക്കുകളുടെയും അപാരമായ സേവനങ്ങളുടെയും സാഹോദ ര്യമാണത്. എന്തുകൊണ്ടെന്നാൽ നിങ്ങളെ ഇട്ടിരിക്കുന്ന കൂടിനെ പൊളിക്കാനും നിങ്ങളെ തകർക്കാൻ വേണ്ടി നിങ്ങളുടെ മേൽ വെച്ച മർത്തിയ ഏകാന്തതയിൽ നിന്ന് നിങ്ങളെ മോചിപ്പിക്കാനും ഒരു കൈ അമർത്തലിനോ ഒരു സിഗററ്റ് സമ്മാനത്തിനോ ശേഷിയുണ്ട്. തടവുമു റികൾക്ക് കൈകളുണ്ട്; ഓരോ തവണത്തെ മർദ്ദനം കഴിഞ്ഞു വരു മ്പോഴും അതു നിങ്ങളെ എങ്ങനെ വീഴാതെ പിടിച്ചു നിർത്തുന്നു എന്ന് നിങ്ങൾക്കനുഭവപ്പെടും. മറ്റുള്ളവർ പട്ടിണികൊണ്ടുള്ള മരണത്തിലേക്ക് നിങ്ങളെ ആട്ടിയോടിക്കുമ്പോൾ അതു നിങ്ങളെ തീറ്റിപ്പോറ്റുന്നു. തടവു മുറികൾക്ക് കണ്ണുകളുണ്ട്. മരണശിക്ഷ അനുഭവിക്കാനായി നിങ്ങൾ പോകുന്ന അവസരത്തിൽ അവ നിങ്ങളെ സൂക്ഷിച്ചു നോക്കും. അപ്പോൾ നിങ്ങളറിയും നിവർന്നു നടക്കണമെന്ന്. കാരണം നിങ്ങൾ അവരുടെ സഹോദരനാണ്. ഇടറിയ ഒരു കാൽ വെച്ചുകൊണ്ട് നിങ്ങൾ അവരെ ബലഹീനരാക്കരുത്. പല മുറിവുകളും പൊട്ടി ചോരയൊലി ക്കുന്ന ഒരു സാഹോദര്യമാണിത്. എങ്കിലും അജയ്യമാണ്. അതിന്റെ സഹായം കൂടാതെ നിങ്ങൾക്ക് വിധിച്ചിരിക്കുന്ന ഭാരത്തിൽ പത്തിലൊ രംശം പോലും താങ്ങാൻ നിങ്ങൾക്ക് കഴിയില്ല. നിങ്ങൾക്കെന്നല്ല ഒരാൾക്കും കഴിയുകയില്ല.

ഈ കഥ തുടരാൻ എനിക്ക് സാധിക്കുകയാണെങ്കിൽ (മരണത്തി ന്റെ ദിവസമോ മണിക്കൂറോ നമുക്കറിയുകയില്ലല്ലോ) ഈ അധ്യായ ത്തിന്റെ തലക്കെട്ടിലെന്നപോലെ 400-ാം നമ്പർ പലപ്പോഴും പ്രത്യക്ഷ പ്പെട്ടെന്നു വരും. ഞാനാദ്യം അതിനെ ഒരു മുറിയായിട്ടാണ് സങ്കൽപ്പിച്ച ത്. അതിൽ വെച്ചുള്ള എന്റെ ആദ്യത്തെ ചിന്തകൾ സന്തോഷത്തിൽ നിന്ന് തുലോം അകന്നതുമായിരുന്നു. എന്നാൽ അതൊരു മുറിയല്ല; ഒരു സമുദായമാണ്. സുവ്യക്തമായ ഉദ്ദേശ്യത്തോടുകൂടിയ ഒരു സമരസം ഘം, മിക്കവാറും സന്തോഷപൂർണമായ എന്നുതന്നെ പറയാവുന്ന ഒരു ഗ്രൂപ്പ്.

1940-ൽ, ഗെസ്റ്റപ്പോയുടെ കമ്യൂണിസ്റ്റ് വിരോധ പ്രവർത്തനം വർധിപ്പിച്ചതോടെ ഈ സമുദായം ആരംഭിക്കപ്പെട്ടു. ഇത് ആഭ്യന്തര തട

ങ്കൽ വകുപ്പിലെ കമ്മ്യൂണിസ്റ്റുകാർക്കായുള്ള ഒരു ശാഖയായിരുന്നു. ഗെസ്റ്റപ്പോ ഉദ്യോഗസ്ഥൻമാർക്ക് ചോദ്യങ്ങൾ ചോദിക്കാനുണ്ടാകുമ്പോ ഴൊക്കെ ഒന്നാമത്തെ നിലയിൽ നിന്നു നാലാമത്തേതിലേക്ക് കൊണ്ടുപോകുന്നതു കൂടാതെ കഴിക്കാൻ വേണ്ടി കമ്മ്യൂണിസ്റ്റു കാർക്കായി ഏർപ്പെടുത്തിയ ഒരു കാത്തിരിക്കൽ മുറി (വെയ്റ്റിംഗ് റൂം)യായിരുന്നു ഇത്. ഇതുകൊണ്ട് തങ്ങളുടെ പണി എളുപ്പമായി ത്തീർന്നു എന്നവർ വിചാരിച്ചു; ഈ ബ്രാഞ്ചുസീനീമ തുറക്കുന്നതിൽ അവരെ പ്രേരിപ്പിച്ച ഉദ്ദേശ്യം അതായിരുന്നു.

രണ്ടു തടവുകാരെ ഒന്നിച്ചിട്ടാൽ, പ്രത്യേകിച്ചും അവർ കമ്മ്യൂണി സ്റ്റുകാരാണെങ്കിൽ, നിങ്ങളുടെ പ്ലാനുകളെല്ലാം തകിടം മറിക്കാനുദ്യമി ക്കുന്ന ഒരു സംഘടന അഞ്ചുമിനിട്ടിനുള്ളിൽ അവിടെയുണ്ടാകും. 1942-ൽ സീനീമക്ക് കമ്മ്യൂണിസ്റ്റ് സെൻട്രൽ എന്ന പേർ സിദ്ധിച്ചു; പല മാറ്റങ്ങളും സംഭവിക്കുകയും ചെയ്തു. ആയിരമായിരം സഖാക്കൾ, സ്ത്രീകളും പുരുഷ്ണമാരും; അവരവരുടെ മുറയനുസരിച്ച് അതിന്റെ ബഞ്ചുകളിലിരുന്നു......എന്നാൽ ഒന്നിനുമാത്രം ഒരിക്കലും മാറ്റം സംഭവി ച്ചിട്ടില്ല, അതായത്, യുദ്ധത്തിൽ സർവവും ഉഴിഞ്ഞുവച്ചതും, അന്തിമ വിജയത്തിൽ ദൃഢവിശ്വാസത്തോടു കൂടിയതുമായ ഒരു സമൂഹത്തിന്റെ മനക്കരുത്ത്.

കീഴടങ്ങലിനെപ്പറ്റി സ്വപ്നത്തിൽപോലും ചിന്തിക്കാതെ, നാലു ഭാഗത്തു നിന്നും ഉതിർന്നുകൊണ്ടിരിക്കുന്ന വെടിയുണ്ടകൾക്ക് നടു വിൽ, ശത്രുവിനാൽ പൂർണമായും വലയം ചെയ്യപ്പെട്ട, യുദ്ധഭൂമിയിലെ മുന്നണിയിലുള്ള ഒരു കിടങ്ങ് (ട്രഞ്ച്) ആയിരുന്നു നമ്പർ 400. ഇവിടെ ചെങ്കൊടി ഉയരത്തിൽ പാറിപ്പറക്കുന്നു. ഈ ചെറുസംഘത്തിന്റെ ഐക്യത്തിൽ പ്രതിഫലിക്കുന്നത് സ്വാതന്ത്ര്യത്തിനുവേണ്ടി സുധീരം സമരം ചെയ്യുന്ന മഹത്തായ ഒരു ജനതയുടെ ഐക്യമാണ്.

ഉയർന്ന ബൂട്സ് ഇട്ട ഒരു എസ് എസ് വാർഡൻ, താഴെ പ്രധാന സീനീമയ്ക്കു മുമ്പിൽ ഉലാത്തുന്നുണ്ട്. നിങ്ങൾ കണ്ണൊന്നു ചിമ്മിപ്പോ യാൽ മതി അവർ അലറും. മുകളിൽ 400-ാം നമ്പറിൽ, ചെക്കു പൊലീസ് ഡിപ്പാർട്ടുമെന്റിൽനിന്നുള്ള ഇൻസ്പെക്ടർമാരോ ഏജന്റു മാരോ ആയിരുന്നു ഡ്യൂട്ടിയിൽ നിന്നത്; ഒന്നുകിൽ സ്വമേധയാ, അല്ലെ ങ്കിൽ മേലുദ്യോഗസ്ഥരുടെ കൽപ്പനയനുസരിച്ച് ദ്വിഭാഷികളായി ഗെസ്റ്റപ്പോ സർവീസിൽ പ്രവേശിച്ചവരാണിവർ. ഒന്നുകിൽ തനി ഗെസ്റ്റപ്പോ ദല്ലാളികളെപ്പോലെയോ അല്ലെങ്കിൽ ചെക്കുകാരെപ്പോ ലെയോ തങ്ങളുടെ ഡ്യൂട്ടി ചെയ്തു. ചിലപ്പോൾ രണ്ടിന്റെയും കലർപ്പു മായിരുന്നു, ഇവിടെ കൈവെള്ളകൾ കാൽമുട്ടുകളിൻമേൽ ഞെരുക്കിപ്പി ടിച്ച് തുറിച്ച കണ്ണുകൾ ചുവരിന്മേൽ ഉറപ്പിച്ച് അറ്റൻഷനായി ഇരി ക്കേണ്ട ആവശ്യമില്ല. ഇവിടെ നിങ്ങൾക്ക് ഇഷ്ടംപോലെ ഇരിക്കാം; ചുറ്റുപാടും നോക്കാം, കൈകളനക്കാം; ഡ്യൂട്ടിയിൽ നിൽക്കുന്ന വാർഡർമാർ മൂന്നു തരക്കാരുള്ളതിൽ ഏതു തരമാണ് നിൽക്കുന്ന തെന്നതിനനുസരിച്ച് കൂടുതലും ചെയ്യാം.

മനുഷ്യജന്തുവിനെക്കുറിച്ച് 400-ാം നമ്പരിൽ അഗാധഗവേഷണ ങ്ങൾ നിങ്ങൾക്ക് നടത്താൻ കഴിയുന്നു. മരണത്തിന്റെ സാമീപ്യം നമ്മെ ഓരോരുത്തരെയും പരിപൂർണ നഗ്നരാക്കി ഉരിച്ചു നിർത്തുന്നു. വിചാര ണയിലുള്ള കമ്യൂണിസ്റ്റുകാരുമായി ബന്ധം പുലർത്തി എന്ന് സംശയി ക്കപ്പെടുന്നവരെന്ന നിലയ്ക്ക് കൈകളിൽ ചുവപ്പുതുണി കെട്ടിയിരുന്ന വർ കൂടെയും. അതിനുംപുറമെ ഞങ്ങളെ സൂക്ഷിക്കാൻ ഇവിടെ കാവൽ നിർത്തപ്പെടുകയും അടുത്ത മുറിയിലെ വിചാരണകളിൽ സഹായിക്കുന്നതിനായി ഉപയോഗിക്കപ്പെടുകയും ചെയ്തവരടക്കം, അതേ അവസ്ഥയിൽ തന്നെയായിരുന്നു. ഈ അടുത്ത മുറിയിൽ മർദ്ദന സമയത്ത് വാക്കുകളായിരുന്നു നിങ്ങളുടെ കവചവും ആയുധവും. ഇവിടെ 400-ാം നമ്പരിൽ നിങ്ങൾക്ക് വാക്കുകളുടെ പിന്നിൽ ഒളിക്കാൻ സാധ്യമല്ല. ഇവിടെ നിങ്ങളുടെ വാക്കുകളെയല്ല തൂക്കിനോക്കുന്നത്. എന്നാൽ നിങ്ങളുടെ ഉള്ളിൽ എന്താണുള്ളതെന്നും നിങ്ങൾ എന്തു കൊണ്ടുണ്ടാക്കപ്പെട്ടിരിക്കുന്നു എന്നുമാണ്. ഈ സമയമാകുമ്പോ ഴേയ്ക്കും ജീവിതത്തിൽ ഏറ്റവും പ്രധാനമായിട്ടുള്ളതെന്തോ അതു മാത്രമേ നിങ്ങളിൽ അവശേഷിക്കുന്നുള്ളു. ഈ സമയമാകുമ്പോ ഴേക്കും മരണത്തിനു മുമ്പെ അടിച്ചുവരുന്ന ആ കൊടുങ്കാറ്റ്, നിങ്ങളുടെ മൗലികവ്യക്തിത്വത്തെ പാകപ്പെടുത്തുകയോ ബലഹീനമാക്കുകയോ ഭംഗി പിടിപ്പിക്കുകയോ ചെയ്യുന്ന സർവതിനെയും അടിച്ചു നീക്കിയിട്ടു ണ്ടാവും. കർത്താവും ക്രിയയും മാത്രം ശേഷിച്ചു; വിശ്വസ്തൻ ചെറു ത്തുനിൽക്കുന്നു, വഞ്ചകൻ ഒറ്റിക്കൊടുക്കുന്നു. വീരപുരുഷൻ സമരം ചെയ്യുന്നു. അശക്തൻ കീഴടങ്ങുന്നു. നമ്മിലോരോരുത്തരിലും ശക്തിയും അശക്തിയും, ധൈര്യവും ഭീതിയും, ദൃഢതയും ചാഞ്ചല്യ വും, ശുദ്ധതയും മാലിന്യവും ഉള്ളതിൽ ഇവിടെ അതിലേതെങ്കിലും ഒന്നുമാത്രം അവശേഷിക്കുന്നു. ഉണ്ട് – അതല്ലെങ്കിൽ ഇല്ല. ഈ രണ്ടറ്റ ങ്ങൾക്കും മധ്യേ കിടന്നുകൊണ്ട് സാമർഥ്യപൂർവം ഞാണിന്മേൽ കളി ക്കാൻ ആരെങ്കിലും ശ്രമിച്ചാൽ, അയാൾ തൊപ്പിയിൻമേൽ ഒരു മഞ്ഞ ത്തുവൽ തിരുകിക്കൊണ്ടു നടന്നാലെന്നപോലെയോ, ഒരു ശ്മശാന ഘോഷയാത്രയിൽ മണി കയ്യിൽ പിടിച്ചു കിലുക്കിക്കൊണ്ടു കടുവാ കളിച്ചാലെന്നപോലെയോ പെട്ടെന്ന് എല്ലാവരാലും ശ്രദ്ധിക്കപ്പെടും.

എന്നാൽ അത്തരത്തിലുള്ള ആളുകൾ തടവുകാരുടെയിടയിലും, ചെക്കുകാരായ ഇൻസ്പെക്ടർമാരുടെയും ഏജന്റുമാരുടെയും ഇട യിലും തീർച്ചയായും ഉണ്ടായിരുന്നു, വിചാരണ സമയത്ത് അവർ തങ്ങ ളുടെ 'റൈഖി'ലെ ദൈവത്തിനു ഒരു മെഴുകുതിരി കത്തിക്കുകയും 400-ാം നമ്പരിൽ വരുമ്പോൾ 'ഷെവിക്' ചെകുത്താന് വേറൊരു തിരി കത്തിക്കുകയും ചെയ്തിരുന്നു. ജർമൻകമ്മിസാറുടെ മുമ്പിൽവെച്ച്, നിങ്ങളുടെ സന്ദേശവാഹകന്റെ പേർ പറയിപ്പിക്കാൻ വേണ്ടി അവർ നിങ്ങളുടെ പല്ലു തല്ലിക്കൊഴിക്കും; എന്നാൽ 400-ാം നമ്പരിൽ വെച്ച് അയാൾ നിങ്ങളുടെ വിശപ്പടക്കാൻ ഒരു ക്ഷണം റൊട്ടി തന്നെന്നുമിരി

ക്കും. വീടു പരിശോധനാഘട്ടത്തിലാണെങ്കിൽ, അവർ നിങ്ങളുടെ വീട്ടിൽ കാണുന്ന എന്തെങ്കിലും വിലപ്പെട്ട സാധനം മോഷ്ടിക്കുകയും ചെയ്യും. എന്നിട്ട് 400-ാം നമ്പരിൽ വച്ചു നിങ്ങളോട് സഹതാപം കാണി ക്കാൻ വേണ്ടി അവരുടെ കൊള്ളമുതലിൽ നിന്ന് നിങ്ങൾക്കൊരു കഷണം സിഗററ്റ് വേണമെങ്കിൽ തരും. ഇനി മറ്റൊരു കൂട്ടരുണ്ട്— ആദ്യത്തേതിൽ നിന്ന് അൽപ്പം വ്യത്യസ്തരാണവർ- അവർ സ്വമേ ധയാ ഒരിക്കലും നിങ്ങളെ ഉപദ്രവിക്കുകയില്ല. എന്നാൽ ഒരു സഹാ യമൊട്ടു ചെയ്യുകയുമില്ല. അവർക്കെപ്പോഴും അവരുടെ സ്വന്തം തൊലി യെപ്പറ്റിയാണ് ചിന്ത; ഇവർ രാഷ്ട്രീയ കാലാവസ്ഥകളെ വേഗത്തിലും സൂക്ഷ്മമായും കുറിക്കുന്ന ബാരോമീറ്ററുകളാണ്. അവർ വളരെ നിശ്ശ ബ്ദരും ശ്രദ്ധാലുക്കളും കണിശക്കാരുമായി കാണപ്പെട്ടാൽ ജർമൻകാർ സ്റ്റാലിൻഗ്രാദിലേക്ക് അടുക്കുകയാണെന്നു പറയാം. ഒരു തടവുകാര നുമായി സംഭാഷണം ആരംഭിക്കത്തക്കവണ്ണം അവർ മനുഷ്യപ്പറ്റുള്ളവ രായിക്കാണപ്പെട്ടാൽ, ജർമൻകാർ സ്റ്റാലിൻഗ്രാദിൽ നിന്നും തിരിച്ചോടി ക്കപ്പെട്ടു എന്നു തീർച്ചയാക്കാം. അവർ തങ്ങളുടെ ചെക്കുകാരായ മുതു മുത്തച്ഛൻമാരെപ്പറ്റിയോ നിർബന്ധം മൂലമാണ് ഗെസ്റ്റപ്പോ സർവീസിൽ ചേരാനിടയായതെന്നോ നിങ്ങളോടു പറയാൻ തുടങ്ങിയാൽ – അതിവി ശേഷമായി. ചുവപ്പുസേന റസ്ത്തേവിലേക്ക് മാർച്ചു ചെയ്യുകയാണെ ന്നു തീർച്ച. ഇനിയും വേറൊരു തരം ജീവികളുണ്ട്. നിങ്ങൾ മുങ്ങിച്ചാ വാൻ പോകുന്നതായി അവർ കാണുന്നുവെന്നിരിക്കട്ടെ. അവർ കൈ കീശകളിൽ തിരുകിക്കൊണ്ടു നോക്കി നിൽക്കും. എന്നാൽ നിങ്ങൾ സ്വയം പിടഞ്ഞു കരയ്ക്കു കയറിയാൽ അവർ വന്നു നിങ്ങൾക്ക് കൈ തന്ന് കയറ്റും!

ഇപ്പറഞ്ഞ കൂട്ടർ 400-ാം നമ്പരിലെ ഈ സമൂഹത്തിന്റെ ശക്തിയെ സ്വാഭാവിക ഗുണം കൊണ്ടുമാത്രം മണത്തറിയുകയും അതിന്റെ ശക്തിവിശേഷത്തിൽ ആകൃഷ്ടരാകുകയും അതുമൂലം അതിനോട് അടുപ്പം സമ്പാദിക്കാൻ ശ്രമിക്കുകയും ചെയ്തു. എന്നാൽ ഒരിക്കലും അവരതിൽ ചേർന്നില്ല. വേറൊരു കൂട്ടരുണ്ട് – ഇങ്ങനെ ഒരു സമൂഹം ഉണ്ടെന്നുപോലും ഒരിക്കലും അറിഞ്ഞിട്ടില്ലാത്തവർ. ഞാന വരെ കൊലപ്പുള്ളികളെന്നാണ് വിളിക്കുന്നത്. എങ്കിലും കൊലപ്പുള്ളി കളും മനുഷ്യവർഗത്തിൽപെട്ടവർ തന്നെയാണല്ലോ. എന്നാൽ ഇവറ്റയാ കട്ടെ, കൈയിൽ വടിയും ഇരുമ്പുമേന്തിയ ചെക്കുഭാഷ സംസാരിക്കുന്ന, മൃഗങ്ങളായിരുന്നു. ഇവർ ഞങ്ങളെ മർദ്ദിക്കുന്നതു കണ്ടിട്ട്, ആ കാഴ്ച കാണാൻ കഴിയാഞ്ഞ്, പല കമ്മിസാർമാർപോലും ഓടിപ്പൊയ്ക്ക ളഞ്ഞിട്ടുണ്ട്. തങ്ങളുടെ സ്വന്തം രാഷ്ട്രത്തെയോ തങ്ങളുടെ 'റൈമി നെ'യോ ഓർത്തു മൃഗീയ വികാരം മറയ്ക്കുന്നതിനുള്ള കാപട്യം പോലും അവർക്ക് വേണ്ടുവോളമില്ലായിരുന്നു. അവർ രസത്തിനു വേണ്ടി മർദ്ദിക്കുകയും കൊല്ലുകയും ചെയ്തു; പല്ലുകൾ തല്ലിക്കൊഴി ച്ചു, ശ്രവണചർമങ്ങൾ കുത്തിക്കീറി, കണ്ണുകൾ ചൂഴ്ന്നെടുത്തു. കുടവ

യറിന്മേൽ ചവിട്ടി, തലയ്ക്കടിച്ച് തലച്ചോർ പുറത്താക്കി, ഇതെല്ലാം അവരിലെ ക്രൂരതയെ തൃപ്തിപ്പെടുത്താൻ വേണ്ടി മാത്രമായിരുന്നു. അവരെ എന്നും ഇങ്ങനെ കാണുകയും അവരുടെ സാന്നിധ്യം —ര ക്തവും ദീനരോദനവും കൊണ്ട് അന്തരീക്ഷത്തെ ഭയപ്പെടുത്തുന്ന അവരുടെ സാന്നിധ്യം – സഹിക്കുകയും വേണ്ടിയിരുന്നു. അവരുടെ ക്രൂരകർമങ്ങളുടെ അവസാനത്തെ സാക്ഷിയെപ്പോലും കൊന്നുകള ഞ്ഞാൽക്കൂടി, നീതിയുടെ കൈകളിൽ നിന്നും അവസാനം അവർ രക്ഷ പ്പെടുകയില്ല എന്നു നിങ്ങളിലുള്ള ഒരു ഗൂഢവിശ്വാസം മാത്രാണ് അവർക്കെതിരായി നിങ്ങൾക്കുള്ള ഏകരക്ഷാകവചം.

ഇത്തരക്കാർ ഇരുന്ന ഒരു മേശക്കരികിൽ ഒരു വലിയ 'മ'യോടുകൂ ടി. ആരംഭിച്ച – 'മനുഷ്യർ' എന്ന് എഴുതപ്പെടാൻ അർഹതയുള്ളവരും ഇരുന്നു. അവരാണ് തടവുകാരെ രക്ഷിക്കാൻ ജയിൽ നിയമങ്ങളുണ്ടാ ക്കിയതും 400-ാം നമ്പറിലെ ജയിൽ സമൂഹത്തെ കെട്ടിപ്പടുക്കാൻ സഹായിച്ചതും അവരുടെ പൂർണഹൃദയത്തോടും ധൈര്യത്തോടും കൂടെ അതിലെ അംഗങ്ങളായി വർത്തിക്കുകയും ചെയ്തത്. അവർ കമ്യൂണിസ്റ്റുകാരല്ലെന്നുള്ളത് അവരുടെ മഹത്വത്തിന് മാറ്റു കൂട്ടുന്നു; നേരെമറിച്ച് അവർ ചെക്കു പൊലീസിന്റെ ഏജന്റുമാരെന്ന നിലയിൽ കമ്യൂണിസ്റ്റുകാർക്കെതിരായി പ്രവർത്തിക്കുകകൂടി ചെയ്തിട്ടുണ്ടായിരി ക്കാം. എന്നാൽ ഞങ്ങൾ നമ്മുടെ രാജ്യം വെട്ടിപ്പിടിച്ച അക്രമികൾക്കെ തിരായി പടവെട്ടുന്നതു കണ്ടതുമുതൽ, രാജ്യത്തിന്റെ പൊതുവായ പ്രശ്നത്തെ സംബന്ധിച്ചിടത്തോളം കമ്യൂണിസ്റ്റുകാർക്കുള്ള പ്രാധാ ന്യം അവർ മനസിലാക്കി. ആ സമയം മുതൽ, ആ തടവു ബഞ്ചുക ളിൽപോലും വിശ്വസ്തതയോടെ ഉറച്ചു നിന്ന ഞങ്ങളിൽ ഓരോരുത്ത രെയും അവർ സഹായിച്ചു.

ഒരിക്കൽ ഗെസ്റ്റപ്പോവിന്റെ കൈകളിൽ പെട്ടാൽ തങ്ങൾക്ക് നേരി ടേണ്ടിവരുന്നതെന്താണെന്നു ഒന്നു വിഭാവനം ചെയ്യാൻ കഴിഞ്ഞെങ്കിൽ, പുറത്തുനിന്ന നമ്മുടെ പടയാളികളിൽ പലരും കുലുങ്ങിപ്പോകുമായിരു ന്നു. ഓരോ നിമിഷവും ഓരോ മണിക്കൂറും അകത്തുള്ള വിശ്വസ്തത ഭടൻമാർ കൺമുമ്പിൽ തന്നെ ഭീകരതകൾ കണ്ടുകൊണ്ടിരുന്നു. അവരും ഏതു നിമിഷവും തടവുകാരുടെ കൂട്ടത്തിലേക്ക് തള്ളപ്പെടു കയും അവരേക്കാൾ ഭീകരമായ പരീക്ഷണങ്ങൾക്ക് വിധേയരാക്കപ്പെടു കയും ചെയ്തേക്കാമെന്ന പ്രതീക്ഷയിലാണ് അവർ ഓരോ മണിക്കൂറും ജീവിച്ചത്. എങ്കിലും അവർ കുലുങ്ങിയില്ല. ആയിരക്കണക്കിനാളുക ളുടെ ജീവൻ രക്ഷിക്കാനവർ സഹായിച്ചു; അവർക്ക് രക്ഷിക്കാൻ കഴി യാത്തവരുടെ ജീവിതയാതനകളെ അവർ മയപ്പെടുത്തി. മഹത്വത്തിന്റെ നാമധേയവും അവരുടേതാണ്. ആയിരമായിരം കമ്യൂണിസ്റ്റുകാർക്ക് 400 -ാം നമ്പർ ഇന്നെന്താണോ അത് അവരെ കൂടാതെ ആകുമായിരുന്നില്ല. ഇരുട്ടറയിലെ ഒരു പ്രകാശ കേന്ദ്രം, ശത്രു നിരയുടെ പിന്നിലുള്ള ഒരു കിടങ്ങ് (ട്രഞ്ച്), ശത്രുവിന്റെ മടയ്ക്കുള്ളിൽ തന്നെ സ്വാതന്ത്ര്യ സമര ത്തിന്റെ ഒരു കേന്ദ്രം.

5

വ്യക്തികളും നിഴൽചിത്രങ്ങളും

ഈ ചരിത്രകാലഘട്ടത്തിൽ കൂടെ ജീവിക്കുന്നവരോട് എനിക്കൊന്നു പറയാനുണ്ട്: ഈ സമരത്തിൽ പങ്കെടുക്കുന്നവരെ ഒരിക്കലും മറക്കാതിരിക്കുക. നല്ലതിനെയും ചീത്തയെയും ഓർത്തിരിക്കുക. നിങ്ങൾക്കു വേണ്ടിയും തങ്ങൾക്കു തന്നെ വേണ്ടിയും മരിച്ചവരെ പറ്റി കഴിയുന്നത്ര വിവരങ്ങൾ ശേഖരിക്കുക. വർത്തമാനകാലം അചിരേണ ഭൂതകാല ചരിത്രമായി മാറും. ചരിത്രം സൃഷ്ടിച്ച, പേരറിയപ്പെടാത്ത, വീരനായകൻമാരെക്കൊണ്ടു നിറഞ്ഞ ഒരു മഹനീയ കാലഘട്ടമായി ഇത് അറിയപ്പെടും. എങ്കിലും അവർക്കേവർക്കും പേരുകളും മുഖങ്ങളും ആശകളും ആഗ്രഹങ്ങളും ഉണ്ടായിരുന്നു. അക്കാരണം കൊണ്ടുതന്നെ അവരുടെ ത്യാഗങ്ങൾ, അവരിൽ ഏറ്റവും ചെറിയവരുടേതുപോലും ഇന്നും പേർ നിലവിൽ നിൽക്കുന്ന ഏറ്റവും മുന്തിയവരുടേതിനേക്കാൾ ഒട്ടും കുറവായിരുന്നില്ല. നിങ്ങൾ അവരെ അറിഞ്ഞാൽ എന്നപ്പോലെ, അവർ നിങ്ങളുടെ കുടുംബാംഗങ്ങൾ ആയിരുന്നാൽ എന്നപോലെ അഥവാ നിങ്ങൾ അവർതന്നെ ആയിരുന്നാൽ എന്ന പോലെ അത്ര അടുപ്പം അവരോടു നിങ്ങൾക്ക് തോന്നണമെന്നു മാത്ര മാണ് ഞാനാഗ്രഹിക്കുന്നത്.

വീരനായകന്മാരുടെ കുടുംബങ്ങൾ മുഴുവൻ അങ്ങനെ കൊല്ലപ്പെ ട്ടിട്ടുണ്ട്. അവരിൽ ആരെയെങ്കിലും തിരഞ്ഞെടുത്തു നിങ്ങളുടെ സ്വന്തം മകനെപ്പോലെയോ മകളെപ്പോലെയോ സ്നേഹിക്കുക; ഭാവിക്കു വേണ്ടി ജീവിച്ച മഹാന്മാരെക്കുറിച്ചെന്നപോലെ അവരെക്കുറിച്ച് അഭി മാനം കൊള്ളുക. ഭാവിയിൽ ജീവിക്കുകയും ഭാവിയെ മനോഹര മാക്കാൻവേണ്ടി സ്വന്തം ജീവിതം നൽകുകയും ചെയ്ത ഓരോരു ത്തരും തങ്ങളുടെ പേരിൽ കൽപ്രതിമകൾ സ്ഥാപിക്കപ്പെടത്തക്ക

വണ്ണം ഉൽകൃഷ്ടരാണ്. ഭൂതകാലത്തിന്റെ പൊടികൊണ്ട് വിപ്ലവപ്പാച്ചി ലിന് എതിരായി അണകെട്ടാൻ ശ്രമിച്ചവർക്ക് അവരുടെ തോളുകളിൽ സ്ഥാനത്തിന്റെയും പദവിയുടെയും ചിഹ്നങ്ങളുടെ മിനുക്കങ്ങളുണ്ടെ ങ്കിലും അവർ ഭ്രമിക്കുന്ന മരപ്പാവകളാണ്. ആ കോലങ്ങളെ മാംസരൂപ ത്തിൽ കാണേണ്ടതാവശ്യം തന്നെയാണ്; അവരുടെ ദയനീയമായ നീചത്വത്തിലും ക്രൂരതയിലും അപഹാസ്യതയിലും വെച്ച് അവരെ കാണേണ്ടതാണ്. എന്തുകൊണ്ടെന്നാൽ ഭാവിയെപ്പറ്റിയുള്ള നമ്മുടെ സങ്കൽപ്പത്തിന് അവരും അടിസ്ഥാനം നൽകുന്നുണ്ട്.

ഒരു ദൃക്സാക്ഷിയുടെ താഴെക്കാണുന്ന തെളിവ്, ഒരു ചെറിയ വശത്തെക്കുറിച്ചു മാത്രം, അതും ശരിയായ വീക്ഷണകോണത്തിൽകൂ ടെയല്ല, ഞാൻ കുത്തിക്കുറിച്ചിട്ട ചിത്രങ്ങളാണ്. വലിയവരുടെയും ചെറിയവരുടെയും വ്യക്തിഗതങ്ങളായ പാർശ്വച്ഛായാ ചിത്രങ്ങളുടെ വെറും പുറംരേഖകൾ മാത്രം.

ജെലിനെക്ക് ദമ്പതികൾ

ജോസഫും മേരിയും. അയാൾ ട്രാം കണ്ടക്ടറും അവൾ ഒരു വീട്ടുവേലക്കാരിയുമാണ്. നിങ്ങൾ അവരുടെ വീടൊന്നു കാണേണ്ടതു തന്നെയാണ്. എന്തൊരു മിനുപ്പ്, ലാളിത്യം! നവീന വീട്ടു സാമഗ്രികൾ, ഒരു ബുക്ക് കേസ്, ഒരു ചെറിയ പ്രതിമ, ചുമരിൽ ചിത്രങ്ങൾ – എല്ലാം വൃത്തിയായി വെച്ചിരിക്കുന്നു. നിങ്ങൾക്ക് വിശ്വാസം തോന്നില്ല, അത്രയ്ക്ക് വൃത്തിയായിരിക്കും. മേരിയുടെ ജീവൻ മുഴുവൻ ആ മുറി ക്കകത്താണെന്നും, ബാക്കി ലോകത്തെക്കുറിച്ചവൾക്കൊന്നും അറിയി ല്ലെന്നും നിങ്ങൾ പറഞ്ഞുപോകും. എന്നാൽ അവൾ വളരെക്കാലമായി കമ്യൂണിസ്റ്റ് പാർട്ടിയിൽ പണിയെടുക്കുന്നു, അവൾക്കും സാമൂഹ്യനീ തിയെപ്പറ്റി അവളുടെ സ്വന്തമായ സ്വപ്നങ്ങൾ ഉണ്ടായിരുന്നു. അവരിരു വരും ആത്മസമർപ്പണത്തോടുകൂടിയും ശാന്തമായും പണിയെടുത്തു – വിദേശീയാക്രമണം ഭാരമേറിയ ചുമതലകൾ അവരെ ഏൽപ്പിച്ചപ്പോൾ അവർ പിൻവാങ്ങിയില്ല.

മൂന്നുകൊല്ലത്തെ രഹസ്യപ്രവർത്തനത്തിനുശേഷം, അവരുടെ വീട്ടിൽ പൊലീസു കയറി. തലയ്ക്കു മീതെ കൈകളുയർത്തിപ്പിടിച്ചു കൊണ്ട് അവരിരുവരും തൊട്ടുതൊട്ടു നിന്നു – ഹൃദയസ്പർശിയായ കാഴ്ച.

മെയ് 19, 1943

ഇന്നു രാത്രി എന്റെ അഗസ്തീനയെ അവർ വലിച്ചിഴച്ച് പോളണ്ടി ലേക്കു വേലയ്ക്കായി കൊണ്ടുപോയി, കടൽബോട്ടിലോ കപ്പലിലോ പാചകശാലയിലോ പണി ചെയ്യിക്കാൻ. മസൂരി കൊണ്ടുള്ള മരണത്തി ലേക്ക് — അവൾക്കിനി ഏതാനും ആഴ്ചത്തെ ജീവിതമേയുള്ളു. ഒരുപക്ഷെ രണ്ടോ മൂന്നോ മാസത്തേക്കുണ്ടായേക്കാം. എന്റെ കേസ്

കോടതിയിലേക്കയച്ചു. പാൻക്രാറ്റ്സിൽ ഇനി നാലാഴ്ചത്തെ വിചാ
രണ കൂടിയുണ്ടാകും. പിന്നെ രണ്ടോ മൂന്നോ മാസം കൊണ്ട് അന്ത്യവു
മാകും. ഈ കുറിപ്പുകൾ ഒരിക്കലും അവസാനിപ്പിക്കാൻ സാധിക്കു
കയില്ല. അവസരം കിട്ടുന്നതിനനുസരിച്ച് അടുത്ത ഏതാനും ദിവസ
ങ്ങൾക്കകം എന്നെക്കൊണ്ടാവുന്നത്ര എഴുതാൻ ഞാൻ ശ്രമിക്കാം.
എന്നാൽ ഇന്ന് എനിക്കെഴുതാൻ സാധ്യമല്ല. എന്റെ മനസിലും ഹൃദയ
ത്തിലും നിറയെ അഗസ്തീനയാണ്. ഉൽകൃഷ്ടയും വികാരഭരിതയു
മായ ഒരു വ്യക്തി; ആഴമേറിയതെങ്കിലും അത്രയൊന്നും സമാധാനപ
രമല്ലാത്ത ഒരു ജീവിതത്തിലെ വിശ്വസ്തയായ ഒരു അനർഘ മിത്രം.

എല്ലാ ദിവസവും സന്ധ്യാസമയത്ത് അവൾക്കേറ്റവും പ്രിയപ്പെട്ട
പാട്ട് ഞാൻ അവൾക്കായി പാടാറുണ്ട്. 'സ്റ്റെപ്പി' പരപ്പുകളിലെ
ഇളംനീല പുൽക്കൊടികൾ അവയുടെ മർമ്മരങ്ങളിൽകൂടി ഗറില്ലാ
യുദ്ധത്തിന്റെ ഉജ്ജ്വല കഥകൾ ഉരുവിടുന്നതിനെപ്പറ്റിയും ഭർത്താവി
നോടൊന്നിച്ച് സ്വാതന്ത്ര്യത്തിനുവേണ്ടി പടവെട്ടിയ ഒരു കൊസാക്ക്
ബാലികയെപ്പറ്റിയും അവളുടെ ധീരതയെപ്പറ്റിയും ഒരു യുദ്ധത്തിൽ
അവളെ നിലത്തുനിന്നും എണീപ്പിക്കാൻ കഴിയാതെ വന്നതെങ്ങനെ
യെന്നതിനെപ്പറ്റിയും എല്ലാം ഞാൻ അവൾക്കുവേണ്ടി പാടി.

ഓ, എന്റെ ധീരയായ സഖാവെ, നിന്റെ ആ കൃശഗാത്രത്തിലും
ആ ഭംഗിയിൽ കടഞ്ഞെടുത്ത മുഖത്തിലും എത്ര മഹത്തായ ശക്തി!
കുഞ്ഞുങ്ങളുടേതുപോലുള്ള ആ വലിയ കണ്ണുകളിൽ എന്തൊരു
സ്നേഹം! അവസാനമില്ലാത്ത സമരവും കൂടെക്കൂടെയുള്ള വേർപാടു
കളും ഞങ്ങളെ എന്നെന്നും കാമിനീ കാമുകൻമാരാക്കിത്തീർത്തു.
ആദ്യലാളനത്തിന്റെയും ആദ്യ സംയോഗത്തിന്റെയും ചുടേറിയ
നിമിഷങ്ങളുടെ അനുഭൂതി ഒരു നൂറുതവണ ഞങ്ങൾ വീണ്ടും വീണ്ടും
ആസ്വദിച്ചിട്ടുണ്ട്. ഞങ്ങളുടെ രണ്ടു ഹൃദയങ്ങൾക്കും കൂടി ഒരൊറ്റ
മിടിപ്പേയുള്ളു. ആനന്ദത്തിന്റേതായ നിമിഷങ്ങളിലും ഉൽക്കണ്ഠയു
ടെയും പരിഭ്രമത്തിന്റെയും ദു:ഖത്തിന്റെയും അവസരങ്ങളിലും
ഞങ്ങൾ രണ്ടാളും ശ്വസിക്കുന്നത് ഒരേ ശ്വാസമാണ്.

അനേകവർഷം ഞങ്ങൾ ഒന്നിച്ചു പണിയെടുക്കുകയും പര
സ്പരം സഹായിക്കുകയും ചെയ്തിട്ടുണ്ട്; ആത്മമിത്രങ്ങൾക്കുമാത്രം
സാധിക്കുന്ന രീതിയിലായിരുന്നു അത്. അനേകവർഷങ്ങളായി അവ
ളാണ് എന്റെ ഒന്നാമത്തെ വായനക്കാരിയും ഒന്നാമത്തെ വിമർശകയും;
അവളുടെ കണ്ണുകൾ എന്റെമേലുണ്ടെന്ന തോന്നൽ കൂടാതെ എഴു
താൻതന്നെ വിഷമമാണ്. ഞങ്ങളുടെ ജീവിതത്തിൽ സമൃദ്ധമായിട്ടു
ണ്ടായിരുന്ന സമരങ്ങളിൽ ഞങ്ങൾ അനേകവർഷം ഒരുമിച്ചുനിന്നു.
ഞങ്ങൾ സ്നേഹിക്കുന്ന ഈ നാട്ടിൽ ഞങ്ങൾ കൈകോർത്തു
പിടിച്ചുകൊണ്ട് അനേകവർഷം അങ്ങോളമിങ്ങോളം അലഞ്ഞുനടന്നു.
ഞങ്ങൾക്ക് അനേകം പരീക്ഷണങ്ങളും ആനന്ദാനുഭവങ്ങളുമുണ്ടായി.
കാരണം, പാവങ്ങളുടെ ധനത്തിൽ–ഞങ്ങളിൽ തന്നെയുള്ള ധനത്തിൽ
–ഞങ്ങൾ സമ്പന്നരായിരുന്നു.

അഗസ്തീനയോ? നോക്കൂ, അത് അഗസ്തീനയാണ്:

പട്ടാള ഭരണത്തിനിടയിൽ, ഒരു കൊല്ലം മുമ്പ് ജൂൺ മാസത്തിന്റെ മധ്യകാലത്തിലായിരുന്നു അത്. ഞങ്ങളുടെ അറസ്റ്റിനുശേഷം ആറാഴ്ച കഴിഞ്ഞാണ് അവൾ എന്നെ ആദ്യമായിക്കാണുന്നത്; ആ ആറാഴ്ചക്കാലവും എന്റെ മരണത്തെപ്പറ്റിയുള്ള പല കിംവദന്തി കളെയും നേരിട്ടുകൊണ്ട് അവൾ ഒറ്റക്ക് തന്റെ ആപൽക്കരങ്ങളായ ദിവസങ്ങളെ തടവുമുറിയിൽ ഏകാകിനിയായി തള്ളിനീക്കുക യായിരുന്നു. എന്നെ മയപ്പെടുത്താൻ വേണ്ടിയാണ് അവളെ അവരി പ്പോൾ കൊണ്ടുവന്നത്.

"അയാളെ പറഞ്ഞു സമ്മതിപ്പിക്കുക," ഞങ്ങളെ മുഖത്തോടു മുഖം നോക്കി നിർത്തിക്കൊണ്ടു ഡിപ്പാർട്മെന്റു ചീഫ് പറയുകയാണ്: "ബുദ്ധി കാണിക്കാൻ അയാളെ പറഞ്ഞു സമ്മതിപ്പിക്കുക. അയാളെ ക്കുറിച്ച് തന്നെ അയാൾക്ക് വിചാരമില്ലെങ്കിലും നിന്നെ വിചാരിച്ചെ ങ്കിലും പ്രവർത്തിക്കാൻ അയാളെ അനുസരിപ്പിക്കുക. നിനക്ക് ഒരു മണിക്കൂർ സമയം തന്നിരിക്കുന്നു. ശരിക്ക് ആലോചിച്ചോളൂ. ഇനിയും നീ ശാഠ്യം പിടിച്ചാൽ ഇന്നു രാത്രിതന്നെ നിന്നെ വെടിവെച്ചു കൊല്ലും; നിങ്ങളെ രണ്ടു പേരെയും."

"മി കമ്മിസാർ, അതെനിക്കൊരു ഭീഷണിയല്ല. അത് എന്റെ അവസാനത്തെയും ഏറ്റവും വലുതുമായ ഒരാഗ്രഹമാണ്. അദ്ദേഹ ത്തെ കൊല്ലുന്നെങ്കിൽ എന്നെയും കൊന്നുകളയുക."

അതാണ് എന്റെ അഗസ്തീന, അപാരമായ സ്നേഹവും മഹത്തായ ശക്തിയും.

അവർക്ക് നമ്മുടെ ജീവൻ കവർന്നുകളയാൻ കഴിഞ്ഞേക്കാം. എന്നാൽ നമ്മുടെ പ്രേമമോ മാനമോ കവർന്നു കളയാൻ സാധ്യമല്ല? അല്ലേ, അഗസ്തീനാ?

ഇതെല്ലാം കഴിഞ്ഞു വീണ്ടും ഒത്തു ചേരുകയാണെങ്കിൽ ഞങ്ങൾ എങ്ങനെയാണ് ജീവിക്കുക എന്ന് നിങ്ങൾക്ക് സങ്കൽപ്പിക്കാമോ? നിർമാണപരമായ സ്വാതന്ത്ര്യംകൊണ്ടു മനോഹരമായ ഒരു സ്വാതന്ത്ര്യ ജീവിതത്തിൽ ഞങ്ങൾ വീണ്ടും ഒത്തുചേർന്നാൽ ജീവിക്കുന്നതെങ്ങ നെയായിരിക്കുമെന്ന്? ഞങ്ങൾ എന്താഗ്രഹിച്ചുവോ, എന്തിനുവേണ്ടി ഞങ്ങൾ ക്ഷമയോടുകൂടി പണിയെടുത്തുവോ, എന്തിനുവേണ്ടി ഇപ്പോൾ ഞങ്ങൾ മരിക്കുന്നുവോ അതു സാധിച്ചശേഷം മരിച്ചാലും, നിങ്ങളുടെ സന്തോഷത്തിന്റെ ഒരുഭാഗത്ത് ഞങ്ങളും കൂടും. കാരണം ഞങ്ങളുടെ ജീവൻകൊണ്ടു ഞങ്ങളിതിൽ മുതലിറക്കിയിട്ടുണ്ട്. വിട്ടു പിരിയുന്നതിലുള്ള സങ്കടമുണ്ടെങ്കിലും അതു ഞങ്ങൾക്ക് ആനന്ദം തരുന്നു.

എന്നാൽ യാത്രപറഞ്ഞു പിരിയാൻ അവർ ഞങ്ങളെ അനുവദി ച്ചില്ല. ആലിംഗനം ചെയ്യാനോ, കൈ ഒന്നു പിടിച്ചമർത്താൻപോലുമോ ഞങ്ങളെ അനുവദിച്ചില്ല. പാൻക്രാറ്റ്സ് ജയിലും കാർലോവാ സ്ക്വ

യറും തമ്മിൽ ബന്ധിക്കുന്ന ജയിലിലെ കൂട്ടസ്ഥാപനം മാത്രം ഇടക്കിട
ക്ക് ഞങ്ങളുടെ വർത്തമാനങ്ങൾ അന്യോന്യം അറിയിക്കും. എന്റെ
അഗസ്തീനാ, എനിക്കറിയാം, നിനക്കുമറിയാം, നമുക്കിനി ഒരുപക്ഷെ
അന്യോന്യം കണ്ടുമുട്ടാൻ തരപ്പെടുകയില്ലെന്ന്. എങ്കിലും വിദൂരതയിൽ
നിന്നും നിന്റെ ശബ്ദം വിളിച്ചറിയിക്കുന്നതായി ഞാൻ കേൾക്കുന്നു:
പ്രിയാ, നമുക്കിപ്പോൾ പിരിയുക- -പിന്നെക്കാണാം.
     നമുക്ക് പിന്നെക്കാണാം, എന്റെ അഗസ്തീനാ!

എന്റെ മരണപത്രം

     എന്റെ ഗ്രന്ഥശാലയല്ലാതെ മറ്റൊരു സ്വത്തും എനിക്കുണ്ടായിരു
ന്നില്ല. ഗെസ്റ്റപ്പോ അതു നശിപ്പിച്ചു.
     സാംസ്കാരികവും രാഷ്ട്രീയവുമായ പ്രശ്നങ്ങളെ സംബന്ധി
ക്കുന്ന അനവധി ലേഖനങ്ങളും സാഹിത്യത്തെയും നാടകശാഖ
യെയും കുറിച്ചുള്ള നിരവധി പത്രലേഖനങ്ങളും നിരൂപണങ്ങളും ഞാ
നെഴുതിവെച്ചിരുന്നു. ഇവയിലധികവും ദീർഘകാല പ്രാധാന്യമുള്ളവ
യായിരുന്നില്ല. ചിലതെല്ലാം ആ ദിവസത്തോടൊപ്പം നശിക്കുന്നവ
യുമാണ്. എന്നാൽ ചിലത് ജീവിക്കും. അഗസ്തീനാ അത് പ്രസിദ്ധപ്പെ
ടുത്തുമെന്നാണ് ഞാൻ ആഗ്രഹിച്ചത്. എന്നാൽ ഇനി അതിന് വലിയ
സാധ്യതയില്ല. അതിനാൽ അവയിൽ ഏറ്റവും നല്ലതുനോക്കി
തെരഞ്ഞെടുത്ത അഞ് പുസ്തകങ്ങൾ പ്രസിദ്ധപ്പെടുത്താൻ ഞാൻ
എന്റെ സഖാവ് 'ലാദ്യാ സ്റ്റോൾ' നോട് ആവശ്യപ്പെടുന്നു.

1.   രാഷ്ട്രീയ ലേഖനങ്ങളും ചർച്ചകളും
2.   ആഭ്യന്തര കാര്യങ്ങളെപ്പറ്റിയുള്ള തെരഞ്ഞെടുത്ത റിപ്പോർട്ടുകൾ.
3.   സോവിയറ്റ് യൂണിയനിൽനിന്നുള്ള കുറിപ്പുകൾ.
4-5. നാടകങ്ങളെയും സാഹിത്യത്തെയും സംബന്ധിച്ച നിരൂപണ
     ങ്ങൾ.

     ഇവയിൽ മിക്കതും *ത്വോർബ* (സൃഷ്ടിപരമായ കല)യിലും *റുദ്
പ്രാവൊ* (രക്താവകാശങ്ങൾ) യിലും കാണാം. മറ്റുള്ളവ *മെൻ, പ്രാമെ
ൻ, പ്രാലെത്കുൾത്ത്, സോബാ, സോഷ്യലിസ്റ്റ്, അവന്റെ ഗാർഡ്*
എന്നിവയിലും മറ്റു സാഹിത്യ രാഷ്ട്രീയ പത്രങ്ങളിലും കണ്ടെത്താം.
     'ജൂലിയസ് സേയറി' നെപ്പറ്റിയുള്ള എന്റെ നിരൂപണ കൃതികൾ,
ഗിർഗാളിന്റെ കയ്യിലാണ്. ഞാൻ ഏറ്റവും സ്നേഹിക്കുന്ന ഒരു
പ്രസാധകനാണ് അദ്ദേഹം; ശത്രുക്കൾ നമ്മുടെ രാജ്യം കീഴടക്കി
തമ്പടിച്ച കാലത്ത് അദ്ദേഹം എന്റെ ബോഴിനെനെകോവ് പ്രസിദ്ധ
പ്പെടുത്താൻ ധൈര്യപ്പെട്ടു. സാബിനെപ്പറ്റിയുള്ള നിരൂപണത്തിന്റെ ചില
ഭാഗങ്ങളും, യാൻനെരുദയെപ്പറ്റിയുള്ള കുറിപ്പുകളും ജെലിനെക്ക്
ദമ്പതികളും മറ്റും താമസിച്ച കെട്ടിടത്തിലെവിടെയോ ഒളിച്ചുവച്ചിട്ടുണ്ട്.
അവരിൽ മിക്കവരും മരിച്ചുപോയിരിക്കുന്നു.

നമ്മുടെ തലമുറയെപ്പറ്റി ഞാൻ ഒരു നോവൽ തുടങ്ങിവെച്ചി രുന്നു. രണ്ടധ്യായങ്ങൾ എന്റെ മാതാപിതാക്കളുടെ കൈവശം ഉണ്ട്. ബാക്കി ഒരുപക്ഷേ നശിപ്പിച്ചിട്ടുണ്ടായിരിക്കാം. എന്റെ പല കഥക ളുടെയും കയ്യെഴുത്തുപ്രതി ഗെസ്റ്റപ്പോ ഫയലിൽ ഞാൻ കാണുകയു ണ്ടായി.

'യാൻനെരൂദ'യെപ്പറ്റി എനിക്കുള്ള പ്രതിപത്തി ഇനിയും ജനിക്കാനിരിക്കുന്ന ഏതെങ്കിലും സാഹിത്യചരിത്രകാരന് ഞാൻ ഔസ്യത്തെഴുതിത്തരുന്നു. യാൻനെരൂദ നമ്മുടെ മഹാനായ ഒരു കവിയായിരുന്നു; നമ്മെക്കാൾ എത്രയോ അധികം വിദൂരമായ ഭാവിയിലേക്ക് നോക്കാൻ അദ്ദേഹത്തിന് കഴിഞ്ഞു. അദ്ദേഹത്തെ പൂർണമായി മനസിലാക്കുകയും ആസ്വദിക്കുകയും ചെയ്യുന്ന ഒരൊറ്റ നിരൂപണമെങ്കിലും ഇതേവരെ ഉണ്ടായിട്ടില്ല. ഒരു തൊഴിലാളി എന്ന നിലയ്ക്ക് ഞാൻ നെരൂദയുടെ ചിത്രം ഇതുവരെയും എഴുതിയിട്ടില്ല. തൊഴിലാളികൾ താമസിക്കുന്ന പ്രദേശമായ സ്പീച്ചോവിന്റെ അതിർത്തിയിലാണദ്ദേഹം ജനിച്ചത്. *ശ്മശാനപുഷ്പങ്ങൾ* എഴുതാനു ള്ള വിവരങ്ങൾ അദ്ദേഹം ശേഖരിച്ചത് 'റിങ്ഹോഫർ' എന്ന മില്ലിന്റെ പരിസരങ്ങളിൽനിന്നാണ്. *ശ്മശാനപുഷ്പങ്ങൾ* തൊട്ട് *'890 മെയ് 1'* എന്ന പദ്യശകലംവരെയുള്ള നെരൂദയുടെ കൃതികൾ പശ്ചാത്തലത്തി ലല്ലാതെ നിങ്ങൾക്ക് മനസിലാക്കാൻ വിഷമമമാണ്. ഭൂരിപക്ഷം ആളുകളും–ഇത്ര വ്യക്തമായി ചിന്തിക്കുന്ന'ഷാൽദ'യെപ്പോലുള്ള ഒരു വിമർശകൻപോലും വിചാരിക്കുന്നത് അദ്ദേഹത്തിന്റെ പത്രപ്രവർ ത്തനം കവിതയുടെ മേൻമയെക്കുറയ്ക്കുന്നുവെന്നാണ്. അത് അസം ബന്ധമാണ്. ഒരു പത്രപ്രവർത്തകനായിരുന്നതുകൊണ്ടുമാത്രമാണ് *വീരകഥകൾ, ഗീതകങ്ങൾ, വെള്ളിയാഴ്ച പ്രാർഥനക്കുള്ള കീർത്ത നങ്ങൾ,* മുതലായ മഹത്തരങ്ങളായ കൃതികളും, *സരളോദ്ദേശ്യങ്ങൾ* എന്ന കൃതിയിലെ മിക്കഭാഗങ്ങളും എഴുതാൻ നെരൂദക്ക് സാധിച്ചത്. പത്രപ്രവർത്തനം ഏറ്റവും ശ്രമകരവും ഭ്രാന്തുപിടിപ്പിക്കുന്നതുമായ പണിയാണ്. എങ്കിലും വായനക്കാരുമായി നേരിട്ടുബന്ധം സ്ഥാപി ക്കുന്നതിൽ അതു നമ്മളെ സഹായിക്കുന്നു. കവിതപോലും എഴുതാൻ അതു നമ്മളെ പഠിപ്പിക്കുന്നു–പ്രത്യേകിച്ച് നാം നെരൂദയെപ്പോലെ സത്യസന്ധതയുള്ള പത്രപ്രവർത്തകരാണെങ്കിൽ, നാമതിനു ശക്തരാ കുകതന്നെ ചെയ്യും. പത്രപ്രവർത്തനമില്ലായിരുന്നെങ്കിൽ 'യാൻനെരൂദ' അനവധി കവിതാഗ്രന്ഥങ്ങളെഴുതുമായിരുന്നു; എന്നാൽ, അവയി ലൊന്നും ഇന്നത്തെ കൃതികളെപ്പോലെ നൂറ്റാണ്ടുകാലം ജീവിക്കു മായിരുന്നില്ല. അദ്ദേഹത്തിന്റെ *സാബിനാ,* എന്ന കൃതി ഇനിയും ആരെങ്കിലും മുഴുമിച്ചു എന്നു വരാം, പ്രയോജനമുള്ള ഒരു പ്രവൃത്തി യാണത്.

അവരുടെ സ്നേഹവും നിഷ്കളങ്കമായ ഗാംഭീര്യവും കാരണം, എന്റെ മാതാപിതാക്കൾക്ക് അവരുടെ ഈ വാർധക്യദശയിൽ ഒരു

ശോഭനമായ ജീവിതം സാധ്യമാക്കാൻ ഞാൻ ആഗ്രഹിച്ചു. ആ ലക്ഷ്യം എന്റെ പ്രവൃത്തികളിൽ അധികഭാഗത്തിനും അർഥം നൽകി. എന്റെ വിയോഗം അവരുടെ അവസാന ദിവസങ്ങളെ കാർമേഘാവൃതമാ ക്കുകയില്ലെന്ന് ഞാൻ ആശിക്കുന്നു. 'വേലക്കാരൻ മരിച്ചു പോകുന്നവ നാണ്, എന്നാൽ വേല അനശ്വരവുമാണ്" അവരെ ആവരണംചെയ്യുന്ന ചൂടിലും വെളിച്ചത്തിലും കൂടെ ഞാൻ എപ്പോഴും അവരുടെ കൂടെ യുണ്ടായിരിക്കും.

നമ്മുടെ കുടുംബത്തിലുണ്ടായിരിക്കുന്ന ഈ വിടവ് മറന്നു പോകാൻ വേണ്ടി, അച്ഛനമ്മമാരെ പാട്ടും ചിരിയുംകൊണ്ടു സഹായി ക്കാൻ, ഞാൻ എന്റെ സഹോദരിമാർ 'ലീബ'യോടും 'വ്യേര'യോടും അഭ്യർഥിക്കുന്നു. പെച്ചെക്ക് കെട്ടിടത്തിൽ ഞങ്ങളെ കാണാൻ വന്ന പ്പോൾ അവർ ഏറെ കണ്ണുനീർ പൊഴിച്ചു. എങ്കിലും അവരിൽ ആനന്ദം കൂടികൊള്ളുന്നുണ്ട്. അതുകൊണ്ടാണ് ഞങ്ങൾ അന്യോന്യം ഇത്രയും സ്നേഹിക്കുന്നത്. അവർ ഞങ്ങൾക്ക് ചുറ്റും ആനന്ദം വാരി വിതറുന്നു– അവരുടെ ആനന്ദത്തെ യാതൊന്നും ഒരിക്കലും കവരാതിരിക്കട്ടെ.

ഈ അവസാനസമരത്തെ അതിജീവിക്കുന്ന ഓരോ സഖാവി ന്റെയും ഞങ്ങൾക്കുശേഷം വരാനിരിക്കുന്നവരുടെയും കൈകളെ ഞാൻ പിടിച്ചമർത്തിക്കൊള്ളുന്നു. എനിക്കും അഗസ്തനീനക്കും ഒരു കൈ തരൂ; ഞങ്ങൾ ഞങ്ങളുടെ കടമകൾ നിറവേറ്റിയവരാണ്.

ഞാൻ ആവർത്തിക്കുന്നു, ഞങ്ങൾ ആനന്ദത്തിനുവേണ്ടി ജീവിച്ചു. ഞങ്ങളതിനു വേണ്ടി പടവെട്ടാൻ പോയി. അതിനുവേണ്ടി മരിക്കുന്നു. ഞങ്ങളുടെ പേരുമായി വ്യസനം ഒരിക്കലും ബന്ധപ്പെടാ തിരിക്കട്ടെ.

മെയ് 19,1943

ജെ എഫ്

മേയ് 22,1943

കയ്യൊപ്പും മുദ്രയും വെച്ചിരിക്കുന്നു. ഇന്നലെകൊണ്ടു വിചാരണ ചെയ്യുന്ന ജഡ്ജിമാർ എന്റെ കേസിലെ അവരുടെ ജോലി അവസാനി പ്പിച്ചിരിക്കുന്നു. ഞാൻ വിചാരിച്ചതിലും വേഗം കേസ് തീർന്നു. അവർ ക്കെന്തോ ധൃതിയുള്ളതുപോലെ തോന്നുന്നു. എന്റെ കൂട്ടുപ്രതികൾ, ലീദാ പ്ലാർച്ചായും മിറെക്കുമാണ്. വഞ്ചനകൊണ്ട് അയാൾക്ക് വലിയ ലാഭമൊന്നുമുണ്ടായില്ല.

വിചാരണ ചെയ്യുന്ന ജഡ്ജിയുടെ മുൻപിൽ, എല്ലാം തണുത്ത തും കണിശവുമാണ്– നമ്മെ വിറപ്പിക്കുന്നത്ര തണുപ്പാണ്. എന്നാൽ ഗെസ്റ്റപ്പോ ഹെഡ്ക്വാർട്ടേഴ്സിൽ എല്ലാം ശരിക്കും സജീവമാണ്; ഭയങ്കരമാണ്– എന്നാൽ അത് ജീവിതത്തിന്റെ ഒരു ഭാഗമായിരുന്നു. അവിടെ മനുഷ്യവികാരങ്ങളുണ്ട്– ഒരു ഭാഗത്തു പടയാളികളുടെ വികാരം; മറുഭാഗത്ത് ക്രൂരജന്തുക്കളുടെയും വേട്ടക്കാരുടെയും വി

കാരം; അഥവാ വെറും തട്ടിപ്പറിക്കാരുടെയെങ്കിലും വികാരം. ഏതെ ങ്കിലും ഒരുതരം വിശ്വാസം അവിടെ എല്ലാവർക്കുമുണ്ട്. എന്നാൽ വിചാരണ നടത്തുന്ന ജഡ്ജിയുടെ മുൻപിൽ ഒരു ഔദ്യോഗിക കർമമല്ലാതെ മറ്റൊന്നുമില്ല. അയാളുടെ കുപ്പായത്തിന്മേൽ തുന്നിപ്പി ടിപ്പിച്ച സ്വസ്തികയോടുകൂടിയ ഉദ്യോഗമുദ്ര അയാളിൽ ഇല്ലാത്ത ഒരു വിശ്വാസമാണ് സൂചിപ്പിക്കുന്നത്. ഈ കാലഘട്ടത്തിൽ എങ്ങനെയെ ങ്കിലും ജീവിക്കാൻ ശ്രമിക്കുന്ന അനുകമ്പാർഹനായ ഒരു ഉദ്യോഗ സ്ഥൻ തന്നത്താൻ രക്ഷിക്കാനും മറക്കാനും ഉപയോഗിച്ച പരിച യായിരുന്നു ആ ഉദ്യോഗചിഹ്നം എന്നു പറയാവുന്നതാണ്. അയാൾ പ്രതികൾക്ക് അനുകൂലവുമല്ല, പ്രതികൂലവുമല്ല. അയാൾ മന്ദഹസിക്കു കയുമില്ല. മുഖം വീർപ്പിക്കുകയുമില്ല. അയാൾ ഒരു ഔദ്യോഗിക ചടങ്ങുനിർവഹിക്കുക മാത്രം ചെയ്യുന്നു. അയാളുടെ സിരകളിലുള്ളത് ചോരയ്ക്കുപകരം നേർത്ത സൂപ്പാണ്.

അവർ തെളിവുകൾ പകർത്തിവച്ചു, നിയമത്തിന്റെ വകുപ്പുകളു ദ്ധരിച്ച് ഒപ്പു വച്ചു. അതിൽ ആരോളം രാജ്യദ്രോഹ കുറ്റാരോപണങ്ങളു ണ്ടായിരുന്നു; 'റൈഹി'നെ (ജർമനിക്കെ)തിരായ ഗൂഢാലോചന, ആയുധമേന്തിയ കലാപത്തിനുള്ള ഒരുക്കങ്ങൾ, പിന്നെ എന്തൊക്കെ യാണെന്ന് എനിക്കറിവില്ല. അതിൽ ഏതെങ്കിലുമൊന്നു മതിയായി രുന്നു.

എന്റെയും മറ്റുള്ളവരുടെയും ജീവനുവേണ്ടി വളരെ ഉത്സാഹ പൂർവമായും പല പല സൂത്രങ്ങളുപയോഗിച്ചും പതിമൂന്നു മാസമായി ഞാനിവിടെ പോരടിക്കുന്നു. എതിരാളികൾ അവരുടെ പ്ലാറ്റ്ഫോറ ങ്ങളിൽ നോർഡിക്ക് തന്ത്രങ്ങളെപ്പറ്റി പറയുന്നുണ്ട്. എന്നാൽ അതിലെ ല്ലാം അവരെ എനിക്ക് തോൽപ്പിക്കാൻ കഴിഞ്ഞു എന്നു തന്നെ ഞാൻ വിചാരിക്കുന്നു; പിന്നെ, എന്റെ തോൽവി ശേഷിക്കുന്നത് കോടാലി അവരുടെ കയ്യിലായിരിക്കുന്നു എന്ന വസ്തുതയിന്മേൽ മാത്രമാണ്.

അങ്ങനെ ആ മൽപിടുത്തം അവസാനിച്ചു. ഇനി കാത്തിരുപ്പ് ആരംഭിക്കുകയാണ്; കുറ്റപത്രം തയ്യാറാകുന്നതുവരെയുള്ള രണ്ടോ മൂന്നോ ആഴ്ചത്തെ കാത്തിരിപ്പ്. പിന്നെ 'റൈഹി' (ജർമനി) ലേക്കുള്ള യാത്രപുറപ്പെടലായി, അവിടെച്ചെന്ന് വിചാരണ കാത്തിരിക്കൽ, വിധി, അവസാനം വധശിക്ഷ വിധിക്കപ്പെട്ടു കഴിഞ്ഞു മരിക്കാൻവേണ്ടിയുള്ള ഒരു നൂറു ദിവസത്തെ കാത്തിരിപ്പ്. ഇതാണെന്റെ മുന്നോട്ടുള്ള വീക്ഷണം- നാലോ അഞ്ചോ മാസത്തെ ഭാവി. ആ സമയത്തിനുള്ളിൽ പലതും സംഭവിച്ചേക്കാം. ആ സമയംകൊണ്ട് എല്ലാം മാറി മറിഞ്ഞു എന്നുവരാം. ഇവിടെ ഇരുന്നുകൊണ്ട് ഒന്നും ഊഹിക്കാൻ കഴിയുന്നില്ല. പുറത്തെ സംഭവങ്ങളുടെ പെട്ടെന്നുള്ള വൃത്യാസങ്ങൾ ഞങ്ങളുടെ അന്ത്യത്തെ ഒരുപക്ഷേ വേഗപ്പെടുത്തിയെന്നും വരാം. അങ്ങനെ അതും സഹായകമായില്ല എന്നു വന്നേക്കാം.

യുദ്ധവും പ്രതീക്ഷയും തമ്മിലുള്ള ഒരു മത്സരോട്ടമാണിത്. ഒരു

തരത്തിലുള്ള മരണവും മറ്റൊരു തരത്തിലുള്ള മരണവും തമ്മിലുള്ള
മത്സരം; ഏതാണ് ആദ്യം ഉണ്ടാകുക- എന്റെ മരണമോ ഫാസിസ
ത്തിന്റെ മരണമോ? ഇതെന്റെ സ്വകാര്യപ്രശ്നം മാത്രമാണോ? അല്ല,
ആയിരവും പതിനായിരവും തടവുകാരുടെ ചോദ്യമാണിത്; ലക്ഷക്കണ
ക്കിനുള്ള പട്ടാളക്കാർ ചോദിക്കുന്ന ചോദ്യമാണിത്. യൂറോപ്പിലെല്ലാ
യിടത്തും, ലോകത്തിന്റെ നാനാഭാഗത്തുമുള്ള കോടിക്കണക്കിൽ
മനുഷ്യർ ചോദിക്കുന്നതും ഇതേ ചോദ്യം തന്നെയാണ്. ചിലർക്ക്
പ്രതീക്ഷ കുറച്ചു കൂടുതലുണ്ട്; ചിലർക്ക് കുറയും, എന്നാൽ അതു
സാങ്കൽപ്പികം മാത്രമാണ്. മുതലാളിത്തത്തിന്റെ ചീഞ്ഞളിയൽ
ലോകത്തെ ഏതൊരു ഭയാനകതയിലാണോ ആഴ്ത്തിയിരിക്കുന്നത്,
അതെല്ലാവരെയും അങ്ങേയറ്റം വരെ ഭീഷണിപ്പെടുത്തുന്നുണ്ട്. ബാക്കി
ശേഷിക്കുന്നവർക്ക്. "ഞാൻ ഫാസിസത്തെ അതിജീവിച്ചു" എന്നു
പറയാൻ സാധിക്കുന്നതിനുമുമ്പ് നൂറായിരം ആളുകൾ മരിക്കണം.

അത് ഏതാനും മാസങ്ങളുടെ മാത്രം ഒരു കാര്യമാണ്. കുറച്ചു
കഴിഞ്ഞാൽ അത് ഏതാനും ദിവസങ്ങളുടേതു മാത്രമായ ഒരു
കാര്യമായിത്തീരും. എങ്കിലും അത് ഏറ്റവും ക്രൂരമായ ദിവസങ്ങളായി
രിക്കും. ഒരു യുദ്ധത്തിലെ അവസാന നിമിഷത്തിൽ, ആ യുദ്ധത്തിന്റെ
അവസാനത്തെ വെടിയുണ്ട, ഹൃദയത്തിൽ ഏൽക്കേണ്ടിവരുന്ന അവ
സാനത്തെ പടയാളിയാവുക എന്നത് എത്ര വ്യസനകരമായ ഒന്നാണെ
ന്നു ഞാൻ പലപ്പോഴും വിഭാവനം ചെയ്തിട്ടുണ്ട്. എന്നാൽ അങ്ങനെ
യുള്ള അവസാനത്തെ പടയാളിയാകാൻ ആരെങ്കിലുമൊരുവൻ
കൂടിയേ കഴിയൂ. ആ അവസാനത്തെ ഭടനാകാൻ എനിക്ക് കഴിയുമെന്ന്
ഞാനറിയുന്നെങ്കിൽ, ഈ നിമിഷത്തിൽതന്നെ അതിനായി പുറപ്പെടാൻ
ഞാൻ തയ്യാറാണ്.

പാൻക്രാറ്റ്സിൽ എനിക്ക് ശേഷിച്ച തുച്ഛമായ സമയം, ഈ
കുറിപ്പുകൾക്ക് ഞാനാഗ്രഹിച്ച രൂപം കൊടുക്കാൻ എന്നെ അനുവ
ദിക്കുന്നില്ല. വളരെ ചുരുക്കി പ്രതിപാദിക്കേണ്ടിവന്നിരിക്കുന്നു; ആളുക
ളെക്കുറിച്ച് കൂടുതലായും ചരിത്രകാലഘട്ടത്തെക്കുറിച്ച് സംക്ഷിപ്ത
മായും മാത്രം പ്രതിപാദിക്കേണ്ടിയിരിക്കുന്നു. എന്തുകൊണ്ടെന്നാൽ
അവർക്കത് അത്രയ്ക്കു പ്രാധാന്യമുണ്ട്.

ജെലിനെക്ക് ദമ്പതികളെ വിവരിക്കാനാണല്ലോ ഞാൻ ആരം
ഭിച്ചത്. സാധാരണ കാലങ്ങളിൽ അവരിൽ വീരനായകത്വം ദർശിക്കാൻ
നിങ്ങൾക്ക് കഴിയത്തക്കവിധത്തിൽ യാതൊന്നും തന്നെയില്ലാത്ത ശുദ്ധ
മനുഷ്യരാണവർ. അവർ അറസ്റ്റുചെയ്യപ്പെട്ട സമയത്ത്, അവർ തൊട്ടു
രുമ്മി, കൈകൾ തലയ്ക്കുമീതെ ഉയർത്തിപ്പിടിച്ചുകൊണ്ടുനിന്നു-
അയാൾ വിളറിപ്പോയിരുന്നു, അവളുടെ ചെന്നികൾക്കു താഴെ ക്ഷയ
രോഗത്തിന്റേതുപോലുള്ള ഒരു തുടിപ്പുണ്ടായി. അഞ്ചുമിനിട്ടിനുള്ളിൽ
തന്റെ മാതൃകാമുറി എങ്ങനെ ഗെസ്റ്റപ്പോ തകർത്തുകളഞ്ഞുവെന്നു
കണ്ടപ്പോൾ അവളുടെ കണ്ണുകൾ ഭയത്തിന്റെ ഒരു ലാഞ്ഛന പ്രക

ടമാക്കി. എന്നിട്ട്, അവൾ പതുക്കെ ഭർത്താവിന്റെ നേർക്കു തിരിഞ്ഞു കൊണ്ടു ചോദിച്ചു:

"ജോ, ഇപ്പോഴെന്താ ഉണ്ടാവുക?"

അയാൾ സാധാരണ അധികം സംസാരിക്കാറില്ല. അയാൾ വാക്കുകൾക്കുവേണ്ടി ബുദ്ധിമുട്ടി തപ്പിത്തടയുകയും സംസാരത്തിൽ സ്വയം ചോദിച്ചു വശാകുകയും പതിവായിരുന്നു. എന്നാൽ ഇപ്പോൾ അയാൾ ശാന്തമായും ക്ലേശമോ ദീനഭാവമോ കൂടാതെയും മറുപടി പറഞ്ഞു:

"മേരീ, നമുക്ക് മരിക്കാൻ പോകാം."

അവൾ കരഞ്ഞില്ല. ഞടുങ്ങിയതുപോലുമില്ല. നേരെമറിച്ച് ആ കൈത്തോക്കുകളുടെ വായ്ക്കു മുൻപിൽവെച്ചു തന്നെ മനോഹരമായ ഒരു ചലനംകൊണ്ട് അവൾ വലത്തെ കൈ തെല്ലൊന്നു ചരിച്ച് അയാളുടെ കൈ ഗ്രഹിച്ച്, അമർത്തി. ആ പ്രവൃത്തിയാണ് അവർക്ക് രണ്ടുപേർക്കും ആദ്യത്തെ അടി സമ്പാദിച്ചുകൊടുത്തത്. അവൾ കവിൾ തുടച്ചു, ശത്രുക്കളെ അടിമുടി ഒന്നു നോക്കി, എന്നിട്ട് മിക്കവാറും തമാശയായിപ്പറഞ്ഞു:

"എത്ര അഴകുള്ള ചെറുപ്പക്കാർ", എന്നിട്ട് അവൾ സ്വൽപ്പം കൂടെ സ്വരമുയർത്തിപ്പറഞ്ഞു, "എത്ര അഴകുള്ള ചെറുപ്പക്കാർ, എന്നിട്ട് വെറും മൃഗങ്ങളും."

അവൾ കണിശമായി അവരുടെ അളവെടുത്തു ഏതാനും മണി ക്കൂർ കഴിഞ്ഞ്, അവളെ അവർ ബോധംകെടുന്നതുവരെ തല്ലിച്ചതച്ചു കഴിഞ്ഞ് ആ പരിശോധനാ കമ്മിസാറുടെ മുറിയിൽനിന്ന് പുറത്തെ ടുത്തുകൊണ്ടുപോയി; എങ്കിലും അവളിൽനിന്ന് യാതൊന്നും തല്ലി പുറത്തുചാടിക്കാനവർക്ക് കഴിഞ്ഞില്ല. അപ്പോഴോ അതിനുശേഷം എപ്പോഴെങ്കിലുമോ അവൾ യാതൊന്നും പുറത്തുവിട്ടില്ല.

വിചാരണ ചെയ്യപ്പെടാൻ പറ്റാത്ത നിലയിൽ ഞാനെന്റെ തുറങ്കു മുറിയിൽ കിടപ്പായിരുന്ന കാലത്ത് അവർക്കെന്തെല്ലാം സംഭവിച്ചു വെന്നും കൃത്യമായി പറയാൻ എനിക്ക് കഴിവില്ല. എന്നാൽ ഒരിക്കലും യാതൊന്നും അവർ പറഞ്ഞില്ലെന്ന് എനിക്ക് തീർത്തും പറയാൻ കഴിയും. എന്റെ വാക്കിനുവേണ്ടി അവർ കാത്തുനിൽക്കുകയായിരുന്നു. കയ്യും കാലും വരിഞ്ഞുകെട്ടി നിർത്തിക്കൊണ്ട് എത്രയോ പ്രാവശ്യം അയാളെ അവസാനമില്ലാതെ മർദ്ദിച്ചു. എന്നാൽ ഞാനവിടെയെത്തി, ഈ വിസ്താരം ഒന്നു കഴിച്ചുകൂട്ടാൻ വേണ്ടി, എന്തുകാര്യം സമ്മതിച്ചു കൊടുക്കാമെന്ന് എന്റെ കണ്ണുകൾ കൊണ്ടൊരു അടയാളം കൊടുക്കു നതുവരെ, ഒരിക്കലും അയാൾ ഒന്നുംതന്നെ പറഞ്ഞില്ല.

അറസ്റ്റിനുമുമ്പ് എനിക്കറിയാവുന്നിടത്തോളം അയാളുടെ ഭാര്യ വികാരലോലയും ദയാശീലയുമായിരുന്നു. എന്നാൽ ഗെസ്റ്റപ്പോ ജയിലി ലുണ്ടായിരുന്ന ആ കാലമത്രയും അവളുടെ കണ്ണിൽ ഒരു തുള്ളി കണ്ണുനീർപോലും ഞാൻ കണ്ടില്ല. അവളുടെ വീടിനെപ്പറ്റി അവൾക്ക്

വലിയ അഭിമാനമുണ്ടായിരുന്നു, എന്നാൽ അവളെ ആശ്വസിപ്പിക്കാ
നാഗ്രഹിച്ച പുറമേയുള്ള സഖാക്കൾ, അവളുടെ വീട്ടുസാമാനങ്ങൾ
മോഷ്ടിച്ചവരെ തങ്ങൾക്കറിയാമെന്നും അവരെ തങ്ങൾ സൂക്ഷിക്കുന്നു
ണ്ടെന്നും മറ്റും അറിയിച്ചപ്പോൾ അവൾ മറുപടി പറഞ്ഞു:

"വീട്ടുസാമാനങ്ങൾ ചെകുത്താനെടുക്കട്ടെ, അതിനെപ്പറ്റി
ക്ലേശിച്ചു സമയം പാഴാക്കേണ്ട, അതിനേക്കാൾ പ്രധാനമായ പല
സംഗതികളും ചെയ്യേണ്ടതായിട്ടുണ്ട്, ഇപ്പോൾ മുതൽ ഞങ്ങളുടെ
സ്ഥാനംകൂടെ സ്വീകരിച്ചുകൊണ്ട് ഇരട്ടിപ്പണി ചെയ്യേണ്ടിയിരിക്കുന്നു.
ആദ്യമായി ഞങ്ങൾക്ക് ഈ സ്ഥലം തുടച്ചുവൃത്തിയാക്കേണ്ടതുണ്ട്.
അതിൽകൂടെ ഞാൻ പിഴച്ചു കയറുകയാണെങ്കിൽ എന്റെ വീടിന്റെ
കാര്യം ഞാൻ നോക്കിക്കൊള്ളാം."

ഒരു ദിവസം അവർ ജെലിനെക്ക് ദമ്പതികളെ രണ്ടുപേരെയും
രണ്ടുദിക്കുകളിലേക്കായി കൊണ്ടുപോയി. അവരുടെ വിധിയെപ്പറ്റി
എന്തെങ്കിലും വിവരം ലഭിക്കാൻവേണ്ടി ഞാൻ വൃഥാ ശ്രമിച്ചു. ഗെസ്റ്റ
പ്പോ കൈകാര്യം ചെയ്തുകഴിഞ്ഞാൽ ആളുകൾ തീരെയങ്ങു അപ്ര
തൃക്ഷരാകുന്ന ഒരു പതിവുണ്ട്– ഒരായിരം ശ്മശാനങ്ങളിലായി
ചിന്നിച്ചിതറിപ്പോകും. അഹോ, ഭയങ്കരമായ ആ വിതയിൽനിന്ന്
ഒരുനാൾ എന്തൊരു വിളവായിരിക്കും ഉയർന്നുവരുക!

അവളുടെ അവസാന സന്ദേശം ഇതായിരുന്നു:

നേതാവേ, പുറത്തുള്ളവരോട് എന്നെക്കുറിച്ച് ദു:ഖിക്കാതിരി
ക്കാൻ പറയുക; എന്റെ വിധിയെ ഓർത്ത് ആരും ഭയപ്പെടാതിരിക്കാനും
പറയുക. ഒരു തൊഴിലാളിയെന്ന നിലയ്ക്ക് ഞാൻ എന്റെ ജോലി
ചെയ്തു. അതുപോലെ ഞാൻ മരിക്കുകയും ചെയ്യും.

അവൾ വെറുമൊരു 'വീട്ടുവേലക്കാരി' മാത്രമായിരുന്നു. വലിയ
വിദ്യാഭ്യാസമൊന്നും ഉണ്ടായിരുന്നില്ല. നൂറ്റാണ്ടുകൾക്കപ്പുറത്തെ ആ
ധീര സന്ദേശത്തെപ്പറ്റി അവൾ അറിഞ്ഞുമില്ല.

"അല്ലയോ തീർഥയാത്രക്കാരാ, ലെസിഡമോണിയാക്കാരോടു
പറയുക, നിയമം ആവശ്യപ്പെട്ടതനുസരിച്ച് ഞങ്ങളിവിടെ മരിച്ചു
കിടക്കുന്നുവെന്ന്."

വൈസുഷിൽ ദമ്പതികൾ

ജെലിനെക്ക് ദമ്പതികൾ താമസിച്ച അതേ കെട്ടിടത്തിൽതന്നെ
തൊട്ടടുത്ത മുറിയിൽ താമസിച്ചിരുന്ന ഇവരുടെയും പേര് ജോസഫ്
എന്നും മേരി എന്നും തന്നെയായിരുന്നു. ഒരു ചെറുകിട ഉദ്യോഗസ്ഥ
കുടുംബം. ഇവർ തങ്ങളുടെ അയൽക്കാരെക്കാൾ സ്വൽപ്പം പ്രായം
കൂടുതലുള്ളവരാണ്. ഒന്നാം ലോക മഹായുദ്ധത്തിൽ, 17 വയസുമാത്രം
പ്രായമുണ്ടായിരുന്നപ്പോൾ നിർബന്ധപൂർവം പിടിച്ചു വലിച്ചയക്കപ്പെട്ട,
ഉയരംകൂടിയ, ഒരു 'നസ്സി'ക്കാരൻ യുവാവായിരുന്നു അയാൾ.
കാൽമുട്ടുകൾ തകർന്നുപോയിട്ട് ഏതാനും ആഴ്ചകൾക്കുശേഷം

അയാളെ അവർ തിരിച്ചുകൊണ്ടുവന്നു. ആ കാൽ പിന്നീട് ഒരിക്കലും പൂർണമായി സുഖപ്പെടുകയുണ്ടായില്ല. അവർ തമ്മിൽ ആദ്യം കണ്ടുമുട്ടിയത് ബ്രണോവിൽ ഒരു ആശുപത്രിയിൽവെച്ചായിരുന്നു. അവിടെ ഒരു നഴ്സ് ആയിരുന്നു അവൾ. അയാളെക്കാൾ അവൾക്ക് എട്ടുവയസിനു പ്രായം കൂടും. അസുഖകരമായ ഒരു ദാമ്പത്യബന്ധത്തിൽ നിന്നും അവൾ വിട്ടുനിൽക്കുന്ന ഒരു കാലമായിരുന്നു അത് – ഈ ഉയരം കൂടിയ റെയിൽവെ ഗുമസ്തനും ഈ സ്ത്രീയും തമ്മിൽ, ആശുപത്രിക്കുള്ളിൽ നിരോധിക്കപ്പെട്ട, ഗുലുമാൽ പിടിച്ച, അസാധാരണമായ എന്തെങ്കിലും പ്രവൃത്തിയിൽപ്പെട്ടിട്ടുണ്ടാവണം. അങ്ങനെ വരാൻ പാടില്ലായ്കയില്ല.

എന്റെ അറസ്റ്റിന് അടുത്തുതന്നെയാണ് അയാളെയും അറസ്റ്റു ചെയ്തത്. അയാളെ അവിടെ കണ്ടപ്പോൾ ആദ്യം ഞാൻ ഭയപ്പെട്ടു. അയാളൊന്നു മിണ്ടിപ്പോയാൽ എന്തെല്ലാം പൊയ്പോകും? എന്നാൽ അയാൾ മിണ്ടിയില്ല. ഒരു സ്നേഹിതനു വായിക്കാൻകൊടുത്ത ഏതാനും രാഷ്ട്രീയ ലഘുലേഖകൾ കാരണമാണയാൾ അറസ്റ്റു ചെയ്യപ്പെട്ടത്. എന്നാൽ അയാൾ ലഘുലേഖകൾക്കപ്പുറം കടന്നതേയില്ല.

കുറച്ചുനാൾമുമ്പ്, പൊക്കോർണിയുടെയും പിക്സോവയുടെയും സൂക്ഷ്മക്കുറവു മൂലം, ഹോൺസാ ചെർണി താമസിച്ചത് മിസിസ് വൈസുഷിലയുടെ സഹോദരിയുടെ വീട്ടിലായിരുന്നുവെന്ന വസ്തുത പുറത്തുവന്നു. അങ്ങനെ, എന്നെ അറസ്റ്റുചെയ്ത് രണ്ടുദിവസം കഴിഞ്ഞ് അവർ ജോ വൈസുഷിലിനെ 'വിചാരണ' ചെയ്തു. ഞങ്ങളുടെ സെൻട്രൽ കമ്മിറ്റിയിലെ അവസാനത്തെ വിക്രമനായ പുള്ളിയെപ്പറ്റി എന്തെങ്കിലും അയാളിൽനിന്നു തല്ലി പുറത്തു ചാടിക്കാൻ അവർ ശ്രമിച്ചു. മൂന്നാം ദിവസം അയാൾ 400–ാം നമ്പറിൽവന്നു. വളരെ സൂക്ഷിച്ചിരുന്നു–വായ്പൊളിച്ചു നിൽക്കുന്ന മുറിവുകളോടു കൂടിയ ആ ഇരുപ്പ് ഒരു ചെകുത്താൻ പിടിച്ച ദണ്ഡമാണ്. ഞാൻ ഉൽക്കണ്ഠയോടും പ്രോത്സാഹനഭാവത്തോടുംകൂടി അയാളെ നോക്കി. നസ്ലീക്കാരന്റെ തുറന്ന ആ സമ്പ്രദായത്തിൽതന്നെ അയാൾ മറുപടി പറഞ്ഞു:

"ഞാൻ പറയാൻ കൂട്ടാക്കാത്തപ്പോൾ അവരെന്റെ പുറത്തു ചെയ്യുന്ന ജോലിക്കൊന്നും ഒരു ഫലവുമില്ല."

എനിക്ക് ആ ദമ്പതികളെ നന്നായറിയാം– അവർ അന്യോന്യം എത്രയേറെ സ്നേഹിച്ചിരുന്നെന്നും, ഒന്നോ രണ്ടോ ദിവസത്തേക്ക് മാത്രമെങ്കിലും പിരിഞ്ഞിരിക്കുമ്പോൾ എത്രയേറെ വിരഹദു:ഖം അവർ അനുഭവിച്ചിരുന്നെന്നും എനിക്ക് നല്ലപോലെ അറിയാമായിരുന്നു, എന്നാൽ ഇപ്പോൾ മാസങ്ങൾ കടന്നുപോയി. ഏകാന്തത മരണത്തെക്കാൾ മൂന്നിരട്ടി ദു:സഹമായിത്തോന്നാവുന്ന ഈ പ്രായത്തിൽ, 'മിച്ചലി'നുമേലേയുള്ള ആ മനോഹരമായ വീട്ടിൽ കഴിച്ചുകൂട്ടുന്ന ആ ഭാര്യ ഇപ്പോൾ എത്രത്തോളം ദു:ഖിതയായിട്ടായിരിക്കും കഴിച്ചു

കൂട്ടുന്നത്. മമ്മികിൻസ് എന്നും ഡാഡികിൻസ് എന്നും അവർ തമാശ
യായി വിളിക്കാറുള്ള ആ ചെറിയ കെട്ടുകഥകൾ അഭിനയിക്കാനായി
തന്റെ ഭർത്താവിനെ തിരിച്ചുകൊണ്ടുപോകാൻ വേണ്ടിയുള്ള എന്തെ
ല്ലാം സൂത്രങ്ങൾ ഇതിനകം അവൾ ആലോചിച്ചു കണ്ടുപിടിച്ചിരി
ക്കണം. എന്നാൽ ദിവസങ്ങൾ കഴിച്ചുകൂട്ടാൻ അവൾ ഒരു മാർഗമേ
കണ്ടുള്ളു-രഹസ്യ പ്രവർത്തനം തുടർന്നു നടത്തുക, രണ്ടാളുടെയും
പണി ഒറ്റയ്ക്കു ചെയ്യുക.

അങ്ങനെ 1943-ാം മാണ്ട് അവസാനത്തെ ദിവസം-ആണ്ടു പിറ
വിന്റെ തലേദിവസം- അവൾ തനിയേ മേശക്കരികിലിരിക്കും. അയാൾ
ഇരിക്കാറുള്ള സ്ഥലത്ത് അയാളുടെ പടം വെച്ചിരിക്കും. അർധ
രാത്രിയുടെ മണിയടിക്കുമ്പോൾ അവൾ തന്റെ ഗ്ലാസ് അയാളുടേത്
ഇരിക്കാറുള്ള ഒഴിഞ്ഞ സ്ഥലത്ത് കൂട്ടിമുട്ടിക്കും. അയാളുടെ ആരോഗ്യ
ത്തിനും വേഗം തിരിച്ചുവരാൻ വേണ്ടിയും അവൾ കുടിക്കും- പ്രധാന
മായും അയാൾക്ക് സ്വാതന്ത്ര്യം കിട്ടുന്നതുവരെ ജീവിച്ചിരിക്കണമെ
ന്നാശിച്ചു.

ഒരു മാസത്തിനുശേഷം അവളും അറസ്റ്റ് ചെയ്യപ്പെട്ടു. 400-ാം
നമ്പരിൽ ഉണ്ടായിരുന്ന ഞങ്ങൾ പലരും നടുങ്ങിപ്പോയി. കാരണം,
ഞങ്ങൾ പുറമേ ബന്ധം നിലനിർത്താൻ ഉപയോഗിച്ചവരിൽ ഒരാളാ
യിരുന്നു അവൾ.

അവൾ ഒരൊറ്റവാക്കുപോലും ശബ്ദിച്ചില്ല. അവർ അവളെ തല്ലി
യില്ല; അവൾക്കു തീരെ സുഖമില്ലായിരുന്നു, തല്ലിയാൽ കഥ കഴിഞ്ഞു
പോകുമായിരുന്നു. എന്നാൽ തല്ലുന്നതിലും കഠിനമായി അവളെ അവർ
ദ്രോഹിച്ചു-മാനസികമായ ദ്രോഹം.

അവളുടെ അറസ്റ്റിന് ഏതാനും ദിവസങ്ങൾക്കുമുമ്പ് അവളുടെ
ഭർത്താവിനെ അവർ പൊളണ്ടിലേക്കു കൊണ്ടുപോയി. എന്നിട്ട്
ഇപ്പോൾ അവർ അവളോടു പറയുകയാണ്:

"നോക്കൂ, ആരോഗ്യമുള്ള ഒരാളുടെ കൂടെ ഇതെത്ര കഠിനമായ
ഒരു ജീവിതമാണ്? എന്നാൽ നിന്റെ ഭർത്താവാണെങ്കിൽ ഒരു മുടന്ത
നാണ്. അയാൾക്ക് ഒരിക്കലും ഇത് സഹിക്കാൻ ശേഷിയുണ്ടാവില്ല.
അവൻ അവിടെ ചത്തുവീഴും. നിനക്കയാളെ ഇനി ഒരിക്കലും കാണാ
നും കഴിയില്ല. പിന്നെ നിനക്കെവിടെക്കിട്ടും ഇനിയൊരു ഭർത്താവിനെ-
നിന്റെ ഈ പ്രായത്തിൽ? അതുകൊണ്ട് മര്യാദക്ക് നിനക്കറിയാവുന്നത്
പറഞ്ഞുതരുക. എന്നാൽ അയാളെ നിനക്ക് ഇപ്പോൾതന്നെ തിരിച്ചു
കൊണ്ടുവന്നു തരാം."

അദ്ദേഹം അവിടെയെങ്ങാനും കിടന്നുമരിക്കും, എന്റെ ജോ,
എന്റെ പാവം ജോ! എന്തൊരു തരത്തിലുള്ള മരണമാണെന്ന് ആർക്കറി
യാം? അവർ എന്റെ സഹോദരിയെ കൊന്നു. എന്റെ ഭർത്താവിനെയും
കൊല്ലും. ഞാൻ തനിച്ചാകും. ഈ പ്രായത്തിൽ എനിക്ക് വല്ലവരെയും
കിട്ടുമോ? എന്നാൽ എനിക്ക് അദ്ദേഹത്തെ രക്ഷിക്കാം. അവർ

അദ്ദേഹത്തെ തിരിച്ചുകൊണ്ടുവരും–ഒരു വില കൊടുത്താൽ. ഇല്ല, ആ വിലകൊടുത്താൽ ഈ ഞാൻ ഞാനായിരിക്കുകയില്ല. അത് അദ്ദേഹവു മായിരിക്കുകയില്ല.

അവൾ ഒരൊറ്റവാക്ക് പുറത്തുവിട്ടില്ല.

ഗെസ്റ്റപ്പോയുടെ പേരില്ലാത്ത അസംഖ്യം വാഹനങ്ങളി ലൊന്നിൽ അവൾ അപ്രത്യക്ഷയായി. ഏറെത്താമസിയാതെ അവളുടെ ജോ പോളണ്ടിൽവെച്ചു മരിച്ചു എന്ന വാർത്തയും ഞങ്ങൾക്ക് കിട്ടി.

ലീദാ

ഒരു സായാഹനത്തിലാണ് ബക്സാസിന്റെ വീട്ടിൽ ആദ്യമായി ഞാൻ പോയത്. ജോസിയും, വളരെ സജീവമായ കണ്ണുകളോടുകൂടിയ മറ്റൊരു കൊച്ചുജീവിയും, മാത്രമെ വീട്ടിലുണ്ടായിരുന്നുള്ളു. അവളെ ലീദാ എന്നാണവർ വിളിച്ചത്. മിക്കവാറും ഒരു കുട്ടി. എന്റെ മീശകണ്ട് അവൾ അദ്ഭുതത്തോടെ തുറിച്ചുനോക്കി. കുറച്ചുനേരത്തേക്കു തന്നെ രസിപ്പിക്കാനായി പുതിയതും രസകരവുമായ ഒരു വസ്തു വന്നുചേർ ന്നിരിക്കുന്നു എന്നവൾ സന്തോഷിച്ചു.

ഞങ്ങൾ വേഗം ചങ്ങാതിമാരായി. ഈ കുട്ടിക്ക് വയസ് 19 ഉണ്ട് എന്നറിഞ്ഞപ്പോൾ ഞാൻ അദ്ഭുതപ്പെട്ടുപോയി. അവൾ ജോസിയുടെ അർധസഹോദരി ആയിരുന്നു. അവളുടെ കുടുംബപ്പേര് 'പ്ലാച്ചാ.' (അതിന്റെ അർഥം ഭയചകിത എന്നാണ്) എന്നാൽ അവൾക്ക് ആ സ്വഭാവം ഇല്ല. വിനോദനാടകങ്ങൾ അവൾക്കിഷ്ടമായിരുന്നു.

ഞാനവളുടെ വിശ്വസ്തനായിത്തീർന്നു. എന്തെല്ലാമായാലും ഞാനൊരു പ്രായം ചെന്ന മനുഷ്യനാണെന്ന വസ്തുത ഇതെന്നെ ബോധ്യപ്പെടുത്തി. തന്റെ യൗവനസഹജമായ ദു:ഖങ്ങളും സ്വപ്നങ്ങളു മെല്ലാം അവളെന്നോടു സ്വകാര്യത്തിൽ പറഞ്ഞുതന്നു. തന്റെ സഹോദ രിയുമായോ അളിയനുമായോ ഉണ്ടാകുന്ന വാദപ്രതിവാദങ്ങളിൽ വിധി കൽപ്പിക്കാൻ അവൾ എന്റെ അടുത്ത് ഓടിയെത്തും. സാധാരണ കൊച്ചുപെൺകുട്ടികളെപ്പോലെതന്നെ അവളും മുൻകോപിയായിരുന്നു. സാധാരണ ഒടുവിലത്തെ കുട്ടികളെപ്പോലെ അവളും ദുഷിച്ചിരുന്നു.

ആ വീട്ടിൽ അക്കൊല്ലം താമസിച്ചുകഴിഞ്ഞ് ആദ്യമായി ഞാൻ പുറത്തിറങ്ങിയപ്പോൾ അവൾ എന്റെ ഒന്നിച്ചുവന്നു. കുറച്ചുപ്രായമായി മുടന്തനായ ഒരാൾ തന്റെ മകളോടുകൂടി നടക്കുകയാണെങ്കിൽ ഒറ്റയ്ക്കു നടക്കുന്നതുപോലെ അത്രയ്ക്കു ശ്രദ്ധിക്കപ്പെട്ടു എന്നുവരില്ല. ഞങ്ങളെ കടന്നുപോകുന്ന ആളുകൾ എന്നെയല്ല, അവളെയാണ് നോ ക്കിയത്. അതുകൊണ്ടാണ് എന്റെ യാത്രകളിൽ അവൾ എന്നോ ടൊന്നിച്ചു പോരാൻ തുടങ്ങിയത്, അതുകൊണ്ടാണ് എന്റെ ആദ്യ രഹസ്യയോഗത്തിൽ അവളും എന്റെകൂടെ വന്നത്. അതുകൊണ്ടാണ് എന്റെ ആദ്യത്തെ രഹസ്യമുറിയിൽ അവളും എന്നോടൊപ്പം വരാൻ ഇടയായത്. അങ്ങനെ–കുറ്റപത്രത്തിൽ പറയുന്നതുപോലെ–സ്വാഭാവി കമായി അവൾ എന്റെ രഹസ്യ സന്ദേശവാഹകയായിത്തീർന്നു.

അവൾ അതു സന്തോഷത്തോടെ നിർവഹിക്കുന്നു. എന്താണു ചെയ്യുന്നതെന്നോ അതിന്റെ അർഥമെന്താണെന്നോ അത്രതന്നെ തല കാഞ്ഞ് ആലോചിക്കാതെതന്നെ അവൾ അതു നിർവഹിക്കുന്നു. അതു പുതിയതും രസകരവുമായ എന്തോ ഒന്നായിരുന്നു, എല്ലാവരും ചെയ്യാത്ത എന്തോ ഒന്ന്, അതിനു ഒരു സാഹസകൃത്യത്തിന്റെ സ്വാ ദുണ്ട്. അവൾക്കതുമാത്രം മതി.

ചെറിയ കാര്യങ്ങൾമാത്രം അവൾ ചെയ്തിരുന്നിടത്തോളം കാലം അതിനെപ്പറ്റി കൂടുതലായൊന്നും പറഞ്ഞുകൊടുക്കാൻ ഞാൻ ആഗ്രഹിച്ചില്ല. അവൾ അഥവാ പിടിക്കപ്പെട്ടുപോവുകയാണെങ്കിൽ, എത്ര കുറച്ചുമാത്രം അവൾ അറിഞ്ഞിരിക്കുന്നുവോ, അത്ര നന്നായി, അവൾക്കു അവളെത്തന്നെ രക്ഷിക്കാൻ കഴിയും–ഒരു അപരാധബോധ മാണവൾക്ക് അറിവുകൊണ്ട് ആദ്യമായി ഉണ്ടാവുകയെങ്കിൽ അതിലും നല്ലത് ആദ്യം അധികമൊന്നും അവൾ അറിയാതിരിക്കുക തന്നെ യാണ്.

ലീദാ അതിവേഗത്തിൽ വളർന്നു. ചെറിയ സന്ദേശങ്ങളുമായി ജെലിനെക്കിന്റെ വീട്ടിലേക്കോടുന്നതിലും കൂടുതൽ ഉത്തരവാദിത്വ ങ്ങൾ ഏൽക്കാൻ അവൾ പ്രാപ്തയായി. ഇതിന്റെയെല്ലാം അർഥം അവൾക്ക് കാര്യങ്ങൾ പറഞ്ഞു കൊടുക്കേണ്ട നിലയായി എന്നാണ്. ഞാൻ അവളെ പഠിപ്പിക്കാൻ തുടങ്ങി. ശരിക്കും അതൊരു സ്കൂൾ തന്നെ ആയിരുന്നു. ലീദാ അത്യാർത്തിയോടും സന്തോഷത്തോടും കൂടി പഠിക്കാൻ തുടങ്ങി. പുറമേ കാഴ്ചക്ക് അവൾ അതേ സന്തുഷ്ട യായ ബാലികതന്നെ. ഹൃദയഭാരം ഇല്ലാത്ത, തെല്ലൊരു കുഴഞ്ഞാട്ട ക്കാരി. എന്നാൽ ആന്തരികമായി അവൾ വളരെ വ്യത്യാസപ്പെട്ടിരുന്നു. അവൾ വളർന്നു; അഗാധമായി ചിന്തിക്കാൻ തുടങ്ങി.

ഈ പ്രവർത്തനത്തിൽകൂടെ അവൾ മിറെക്കുമായി പരിചയ പ്പെട്ടു. ഇതിനകം വളരെ പ്രവർത്തിച്ച അയാൾക്ക് അതിനെപ്പറ്റിയെല്ലാം ബോധ്യം ജനിപ്പിക്കത്തക്കവിധം സംസാരിക്കാനും അറിയാമായിരുന്നു. അയാൾ അവളിൽ ശരിയായ ഒരു അഭിപ്രായമുണ്ടാക്കിത്തീർത്തു. അയാളുടെ സ്വഭാവത്തിന്റെ ശരിയായ വശത്തെക്കുറിച്ചുള്ള അവളുടെ വിധി ഒരുപക്ഷേ തെറ്റിപ്പോയിരിക്കാം; എന്നാൽ അക്കാര്യത്തിൽ എനിക്കും തെറ്റുപറ്റുകയാണല്ലോ ഉണ്ടായത്. അയാളുടെ പ്രവൃത്തി കളും, അയാളിൽ പ്രത്യക്ഷമായിക്കണ്ട ദൃഢവിശ്വാസവും, അയാളെ മറ്റു ചെറുപ്പക്കാരെക്കാൾ കൂടുതലായി അവളോടടുപ്പിച്ചുവെന്നതാണ് പ്രധാന സംഗതി.

പ്രേമം അവളിൽ അതിവേഗത്തിൽ വളർന്നു, ആഴത്തിൽ വേരൂന്നി.

1942-ആദ്യത്തോടുകൂടി, പാർട്ടിയിൽ അംഗത്വം കിട്ടുന്നതിനെ ക്കുറിച്ച് അവൾ സങ്കോചത്തോടുകൂടി ചോദ്യങ്ങൾ ചോദിക്കാൻ തുടങ്ങി. അവളിൽ ഇത്രയും സങ്കോചം അതിനു മുമ്പൊരിക്കലും

ഞാൻ കണ്ടില്ല, ഒരു കാര്യവും ഇത്ര ഗൗരവപൂർവം അവൾ കരുതിയി രുന്നില്ല. ഞാൻ കാര്യം തൂക്കിനോക്കി. അവളുടെ പഠനം പിന്നെയും തുടർന്നു; അവളെ പിന്നെയും പരീക്ഷിച്ചുനോക്കാൻ ഞാനാഗ്രഹിച്ചു.

1942-ഫെബ്രുവരിയിൽ സെൻട്രൽ കമ്മിറ്റി അവളെ പാർട്ടിയിലേ ക്ക് നേരെ വോട്ടുചെയ്തു പ്രവേശിപ്പിച്ചു. മഞ്ഞുപെയ്യുന്ന ഒരു ഇരുണ്ട രാത്രിയിൽ ഞങ്ങൾ വീട്ടിലേക്കു നടന്നു; സാധാരണ വളരെ വായാ ടിയായിരുന്ന അവൾ അന്ന് ഒന്നും സംസാരിച്ചില്ല. വീട്ടിനടുത്തുള്ള ഒരു പാടം കടന്നുകൊണ്ടിരിക്കുമ്പോൾ അവൾ പെട്ടെന്നു നിന്നു, മഞ്ഞിൻ കട്ടകൾ ഉറയ്ക്കുന്നതിന്റെ ശബ്ദംപോലും കേൾക്കാമായിരുന്ന ആ നിശബ്ദതയിലവൾ ശാന്തമായി പറയുകയാണ്:

"ഇന്ന് എന്റെ ജീവിതത്തിലെ ഏറ്റവും പ്രധാന ദിവസമാണെന്ന് എനിക്കറിയാം. കാരണം, ഇന്നുമുതൽ ഞാൻ എന്റേതല്ലാതായിരി ക്കുന്നു. എന്തുതന്നെ സംഭവിച്ചാലും ഞാൻ നിങ്ങളെ നിരാശപ്പെടുത്തു കയില്ലെന്നുറപ്പു നൽകുന്നു."

അതിനുശേഷം വളരെകാര്യങ്ങൾ സംഭവിച്ചു. അവൾ ഒരിക്കലും ഞങ്ങളെ നിരാശപ്പെടുത്തിയില്ല.

നേതൃത്വത്തിലെ ഉപരിതലവുമായുള്ള ഞങ്ങളുടെ ഏറ്റവും രഹസ്യമായ ബന്ധങ്ങൾ അവൾ നിലനിർത്തി. ബന്ധംവിട്ട ഗ്രൂപ്പുകളു മായി അതു സ്ഥാപിക്കുകയും, കഠിനമായ ആപത്തു നേരിട്ട പ്രവർത്ത കർക്ക് മുന്നറിയിപ്പു കൊടുക്കുകയും ചെയ്യുകയെന്ന ഏറ്റവും ആപ ൽകരവും ഏറ്റവും സൂക്ഷ്മതയോടു കൂടി ചെയ്യേണ്ടതുമായ ജോലി കൾ അവൾക്കായിരുന്നു.

നേതൃത്വത്തിലെ ഉപരിതലത്തിന് എന്തെങ്കിലും തകരാറു പറ്റുക യോ ഞങ്ങളുടെ രഹസ്യ സ്ഥലത്തിനു എന്തെങ്കിലും ആപത്തു തട്ടുക യോ ചെയ്താൽ, ലീദ ഒരു വലത്തീൻ മത്സ്യത്തെപ്പോലെ ഊർന്നു വെളിക്കു ചാടി അതെല്ലാം ശരിപ്പെടുത്തും. ചെറിയ കാര്യങ്ങൾ ചെയ്ത തുപോലെ അതേ ഹൃദയലാഘവത്തോടുകൂടിത്തന്നെ, ഇതൊരു സാ ധാരണ കാര്യമാണെന്ന മട്ടിൽ വലിയ കാര്യങ്ങളും അവൾ ചെയ്തു പോന്നു. ആ ഹൃദയ ലാഘവത്തിന്റെ ചുവട്ടിൽ ഒരുറച്ച ചുമതലാ ബോധമുണ്ടായിരുന്നു.

ഞങ്ങൾ അറസ്റ്റു ചെയ്യപ്പെട്ടതിന്റെ ഒരു മാസത്തിനുശേഷം അവളെ അറസ്റ്റു ചെയ്തു. മിറെക് സംസാരിച്ചപ്പോൾ അവളുടെ പേര് പറഞ്ഞിരുന്നു. അവളുടെ സഹോദരിയെയും അളിയനെയും രക്ഷപ്പെട്ട് ഒളിവിൽ പോകാൻ അവൾ സഹായിച്ചുവെന്നും അവർ മനസിലാക്കി. തനിക്ക് ഭയങ്കരമായ ആപത്തു നേരിട്ടുവെന്നു മനസിലായപ്പോൾ, നിയമ വിരുദ്ധമായ എന്തെങ്കിലും ചെയ്യുന്നത് അവളാണെന്നു സംശയി ക്കുകപോലും ചെയ്യാൻ തരമില്ലാത്ത ഒരു ബാലികയെപ്പോലെ അവൾ കഴുത്തു വെട്ടിച്ച് അഭിനയിച്ചു.

വളരെയേറെ കാര്യങ്ങൾ അവൾക്കറിയാമായിരുന്നു. പക്ഷേ, അവളതൊന്നും തന്നെ പറഞ്ഞില്ല. എന്നാൽ ഏറ്റവും പ്രധാനമായ

സംഗതി: അവൾ പിന്നെയും പണിയെടുത്തുകൊണ്ടിരുന്നു എന്നു ള്ളതാണ്. അവളുടെ ചുറ്റുപാടുകളും രീതികളും മാറി; അവളുടെ ജോലികൾ വ്യത്യസ്തങ്ങളായി. എന്നാൽ യാതൊരർഥത്തിലും അവൾ അവളുടെ കൈകളെ മടിയിൽച്ചേർത്തു വെറുതെ വെച്ചില്ല. പാർട്ടി യോടുള്ള അവളുടെ ചുമതലകളെ സംബന്ധിച്ചിടത്തോളം അവൾ ഒരർഥത്തിലും മാറ്റം വരുത്തിയില്ല. എന്തെന്തു ചുമതലകൾ അവളെ ഏൽപ്പിച്ചുവോ അതെല്ലാമവൾ കണിശമായും വേഗത്തിലും ആത്മസ മർപ്പണത്തോടുകൂടിയും ചെയ്തിരുന്നു. പുറത്തുള്ള ആരെയെങ്കിലും രക്ഷിക്കുകയോ കുഴഞ്ഞുമറിഞ്ഞ ഏതെങ്കിലും കാര്യങ്ങൾ ശരിപ്പെടു ത്തുകയോ ചെയ്യേണ്ടതായിട്ടുണ്ടെങ്കിൽ, ലീദ നിഷ്കളങ്കമായ മുഖഭാവത്തോടെ അതേറ്റെടുക്കും. പാൻക്രാറ്റ്സിലെ സ്ത്രീവിഭാഗ ത്തിൽ അവളൊരു കൺവിക്ട് വാർഡർ ആയിത്തീർന്നു. അവിടെ നിന്നും അവളയച്ച സന്ദേശങ്ങൾ വഴിയായി പുറത്തുള്ള ഒട്ടേറെ സഖാക്കളെ അറസ്റ്റിൽനിന്നും അവൾ രക്ഷിച്ചു. അങ്ങനെ കഷ്ടിച്ചൊരു കൊല്ലം കഴിഞ്ഞപ്പോഴേക്കും ഒരു സന്ദേശം പിടിക്കപ്പെട്ടു; അവളുടെ 'ഉദ്യോഗം' അവസാനിച്ചു.

ഇപ്പോൾ അവൾ ഞങ്ങളോടൊപ്പം റൈഖിലേക്കുള്ള വിചാരണ ക്കായി വരികയാണ്. ഞങ്ങളുടെ ഗ്രൂപ്പിൽനിന്നു സ്വാതന്ത്ര്യം കിട്ടുന്നതു വരെ ജീവിച്ചിരിക്കണമെന്ന് ആരെപ്പറ്റിയെങ്കിലും ന്യായമായി ആശിക്കാ മെങ്കിൽ അത് അവളെപ്പറ്റിമാത്രമാണ്. അവൾക്ക് ചെറുപ്പമാണ്. ഞങ്ങൾ ഇവിടെയില്ലെങ്കിലും അവളെ കൈവിട്ടുകളയരുത്. അവൾ ഇനിയും വളരെ പഠിക്കാനുണ്ട്. അവളെ പഠിപ്പിക്കുക; വളർച്ച മുട്ടാൻ അനുവദിക്കാതിരിക്കുക. തന്നത്താൻ അഭിനയിക്കാനോ ഇതുവരെ ചെയ്തതിനെപ്പറ്റി തൃപ്തി പുണ്ടിരിക്കാനോ അനുവദിക്കരുത്. അവൾ അഗ്നിയിൽ കൂടി കടന്നുപോന്നു; തനിത്തങ്കമാണെന്നു തെളിയിച്ചി ട്ടുണ്ട്.

എന്റെ കമ്മിസാർ

ഞാൻ ചിത്രീകരിക്കാൻ ഉദ്ദേശിച്ച വ്യക്തികളിൽ ഇയാൾ ഉൾപ്പെടുന്നില്ല. എങ്കിലും രസകരമായ ഒരു ചിത്രമാണ് ഇയാളുടേത്– ബാക്കിയുള്ളവരെക്കാൾ പ്രത്യക്ഷത്തിൽതന്നെ ഗംഭീരനാണ്.

പത്തുകൊല്ലം മുൻപ് 'വിനോഗ്രാദി'യിലുള്ള പ്ലോറ കഫേയിൽ നിങ്ങൾ ഒരു തുട്ടെടുത്ത് മേശപ്പുറത്തു കൊട്ടാൻ ഭാവിക്കയോ, "ബില്ലെവിടെ ഹെഡ് വെയിറ്റർ" എന്നു ചോദിക്കാൻ ഭാവിക്കുകയോ ചെയ്യുന്നതിനു മുൻപായി, മെലിഞ്ഞുനീണ്ട്, കറുത്ത വാലുള്ള ഉടുപ്പു ധരിച്ച ഒരു മനുഷ്യൻ പെട്ടെന്നു നിങ്ങളുടെ അടുത്തു പ്രത്യക്ഷപ്പെടും. വെള്ളത്തിൽ സഞ്ചരിക്കുന്ന ഒരു എട്ടുകാലിയെപ്പോലെ, അയാൾ നിശബ്ദനായി കസേരകൾക്കിടയിലൂടെ നീന്തി നിങ്ങളുടെ മുൻപി ലെത്തി ബിൽ അവിടെ വെക്കും. അയാൾക്ക് ഒരു ഹിംസ്രജന്തുവിന്റെ

ശ്രീഘ്രതരവും നിശബ്ദവുമായ ചലനങ്ങളും, എല്ലാം ഒറ്റനോട്ടത്തിൽ മനസിലാക്കാൻ കഴിയുന്ന കണ്ണുകളും ഉണ്ടായിരുന്നു. നിങ്ങൾക്കാവ ശ്യമുള്ളതെന്താണെന്നു നിങ്ങൾ പറയുകപോലും ചെയ്യാതെ അയാൾ വെയിറ്ററോടു പറയും: "മൂന്നാമത്തെ മേശക്കു വെണ്ണ വേണ്ട, വെളുത്ത കാപ്പി." അല്ലെങ്കിൽ, "ഇടത്തേ ജനാലക്കരികിലെ മേശക്ക് പെയ്സ്റ്റ റിയും പീപ്പിൾസ്പേപ്പറും." അതിഥികൾക്ക് അയാൾ ഒരു ഒന്നാംതരം പ്രധാനപരിചാരകനും മറ്റു തൊഴിലാളികൾക്ക് ഒരു നല്ല സഹപ്രവർ ത്തകനും ആയിരുന്നു.

അന്നു എനിക്ക് അയാളെ അറിയില്ല. വളരെക്കാലത്തിനുശേഷം ജെലിനെക്കിന്റെ വീട്ടിൽ, പെൻസിലിനുപകരം തോക്കു കയ്യിൽപിടിച്ചു കൊണ്ട് അയാൾ നിൽക്കുമ്പോഴാണ് ഞാൻ പരിചയപ്പെടുന്നത്. എന്റെ നേരെ തോക്കുചൂണ്ടിപ്പിടിച്ചുകൊണ്ട് അയാൾ പറഞ്ഞു:

"ഇയാളിലാണ് എനിക്കധികം താൽപര്യം."

വാസ്തവം പറഞ്ഞാൽ അന്നുതൊട്ടു ഞങ്ങൾക്ക് രണ്ടാൾക്കും പരസ്പരം താൽപര്യം ജനിച്ചു.

അയാൾ സ്വതേ ബുദ്ധിയുള്ളവനായിരുന്നു; മറ്റുള്ളവരെക്കാൾ അയാൾക്കൊരു മെച്ചമുണ്ടായിരുന്നത് അയാൾ ആളുകളെ മനസിലാ ക്കിയിരുന്നു എന്നുള്ളതാണ്. അക്കാരണം കൊണ്ടുതന്നെ ക്രിമിനൽ പൊലീസിൽ അയാൾ ഒരു വലിയ വിജയി ആകുമായിരുന്നു. ചെറിയ കുറ്റക്കാരും കൊലപാതകികളും തെണ്ടിവർഗവും ഒറ്റപെട്ടവരും അയാളുടെ മുൻപിൽ തങ്ങളുടെ ഹൃദയം തുറന്നു കാണിക്കാൻ മടിക്കുമായിരുന്നില്ല. എന്തുകൊണ്ടെന്നാൽ അവർ സ്വന്തം തൊലി രക്ഷിക്കുന്നതിനെപ്പറ്റിമാത്രം വ്യാകുലപ്പെടുന്നവരാണ്. എന്നാൽ ഈ സ്വാർഥികൾ അധികം രാഷ്ട്രീയ പൊലീസിന്റെ കൈയിൽപെടാറില്ല. ഇവിടെ ഇവർക്ക് പൊലീസു ബുദ്ധിയെ, തങ്ങൾ പിടിച്ചെടുത്ത ഒരാ ളുടെ ബുദ്ധിയോടു മാത്രമല്ല തുലനം നോക്കേണ്ടത്; അതിലുമെത്ര യോ മഹത്തായ ഒരു ശക്തിയോടാണ്! ഇവിടെ അവർ ഏറ്റുമുട്ടുന്നത് വിശ്വാസങ്ങളോടാണ്, അവരുടെ ഇര ഏതു ഗ്രൂപ്പിന്റെ ഭാഗമാണോ ആ ഗ്രൂപ്പിന്റെ ബുദ്ധിയോടാണ്. സൂത്രങ്ങൾക്കും പ്രഹരങ്ങൾക്കും വിശ്വാസത്തിന്റെ നടുവൊടിക്കാൻ സാധ്യമല്ല.

'എന്റെ കമ്മിസാറി'ൽ ശക്തിയായ ഒരു ആന്തരികവിശ്വാസവും നിങ്ങൾ കാണുകയില്ല. അതു–വിശ്വാസം–മറ്റു വല്ലവരിലും കാണുന്നു ണ്ടെങ്കിൽ അത് വക്രതയുമായി കലർന്നുമിരിക്കും. കൗശലവും, മനുഷ്യരെപ്പറ്റിയുള്ള ജ്ഞാനവും എന്തെങ്കിലും ആദർശങ്ങളും ഒന്നുമായിരിക്കില്ല അതിന്റെ കൂട്ട്. ആകപ്പാടെ നോക്കുമ്പോൾ അവർ ജയിച്ചതായി തോന്നുന്നുണ്ടെങ്കിൽ അതിനു വ്യക്തമായ കാരണങ്ങളു മുണ്ട്: സമരം വളരെ നീണ്ടുപോയി എത്രയോ പരിമിതമായ ഒരു സ്ഥലത്താണ് അതു നടക്കുന്നത്, ഇതിനു മുമ്പുണ്ടായ ഏതൊരു ഒളിപ്പോരുമായും, താരതമ്യപ്പെടുത്താൻ കഴിവില്ലാത്തത്ര വിപരീതമായ

പരിത:സ്ഥിതികളിലാണത് നടന്നത്. 'ഒരു വലിയ ഒളിപ്രവർത്തകൻ രണ്ടുകൊല്ലം ഉപയോഗപ്പെടും' എന്നു റഷ്യൻ ബോൾഷെവിക്കുകാർ പറയാറുണ്ട്. എന്നാൽ മോസ്കൊവിൽ ബുദ്ധിമുട്ടുണ്ടായാൽ അവർക്ക് ഉടനേ അവിടെനിന്നു മുങ്ങി പെത്രോഗ്രാദിൽ തലപൊക്കാം, പെത്രോ ഗ്രാദിൽനിന്ന് ഒഡീസായിലേക്ക് മാറാം, ലക്ഷക്കണക്കിനുള്ള പട്ടണ വാസികളുടെയിടയിൽ മറയാം. അവിടെ അവരെ ആരും അറിയുക യില്ല. ഇവിടെയാണെങ്കിൽ നമുക്ക് പ്രേഗ് മാത്രമെയുള്ളൂ. പ്രേഗ് തന്നെ പ്രേഗ്. ഇവിടെ പകുതിയാളുകളും നിങ്ങളെ കണ്ടാലറിയും. ശത്രുചാരന്മാരും കേന്ദ്രീകരിച്ചിരിക്കുന്നത് ഇവിടെയാണ്. ഇതെല്ലാ മായിട്ടും ഞങ്ങൾ അനേകവർഷം പിടിച്ചുനിന്നു. ഗെസ്റ്റപ്പോയുടെ പിടിയിൽ വീഴാതെ അഞ്ചുകൊല്ലമായി രഹസ്യപ്രവർത്തനം നടത്തുന്ന സഖാക്കളുണ്ട്. ഇതിനുകാരണം, ഞങ്ങൾ പലതും പഠിച്ചിട്ടുണ്ടെന്ന താണ്. അതെ, എന്നാൽ ശത്രു ശക്തനും ക്രൂരനുമാണെങ്കിലും നശിപ്പിക്കാനല്ലാതെ മറ്റൊന്നും അധികമാവാൻ പഠിച്ചിട്ടില്ല എന്നതും കൂടി ഇതിനു കാരണമാണ്.

കമ്യൂണിസത്തിന്റെ ഏറ്റവും കടുത്ത സംഹാരകന്മാരെന്നു പേരെടുത്തവരും, ആഭ്യന്തരശത്രുവിനെതിരായുള്ള യുദ്ധത്തിൽ ധീരതക്കുള്ള കറുപ്പും ചുവപ്പും വെള്ളയും ചേർന്ന നാട സമ്മാനം വാങ്ങിയവരുമായി സെക്ഷൻ II എ–യിൽ മൂന്നുപേരുണ്ട്.– ഫ്രീഡറിച്ച്, സാണ്ടർ, 'എന്റെ കമ്മിസാർ' ജോസഫ് ബോം. ഇവർക്ക് ഹിറ്റ്ലറുടെ നാഷണൽ സോഷ്യലിസത്തെപ്പറ്റി വളരെയൊന്നും പറയാനില്ല. കാരണം അവർക്കതിനെപ്പറ്റി വളരെയൊന്നും അറിഞ്ഞുകൂടാ എന്നതുതന്നെ. ഇവർ സമരത്തിലിറങ്ങിയിട്ടുള്ളത് ഒരു രാഷ്ട്രീയാദർശ ത്തോടുകൂടിയല്ല; സ്വാർഥത്തിനുവേണ്ടിയാണ്. അവർ തൻകാര്യം നോക്കുന്നു. സാണ്ടർക്ക്– മനസിൽ അതിരുകടന്ന വിഷമത്തോടു കൂടിയ ഒരു ചെറിയ മനുഷ്യനാണിയാൾ– പൊലീസ് സമ്പ്രദായങ്ങ ളെക്കുറിച്ച് മറ്റുള്ളവരെക്കാൾ കൂടുതലായറിയാം. പണമിടപാടുക ളെക്കുറിച്ച് അതിലും കൂടുതലും അറിയാം. കുറച്ചു മാസത്തേക്ക് അയാളെ പ്രേഗിൽനിന്ന് ബലിനിലേക്ക് മാറ്റി; എന്നാൽ വേഗത്തിൽ തിരിച്ചയക്കപ്പെടാനുള്ള സന്ദർഭം അയാളുണ്ടാക്കി. 'റൈഖി'ന്റെ തലസ്ഥാനത്തിലെ ഉദ്യോഗം അയാളെ സംബന്ധിച്ചിടത്തോളം ഒരു തരംതാഴ്ത്തലായിരുന്നു. സാമ്പത്തികമായ ഒരു ത്യാഗവും, ഒരു കൊളോണിയൽ ഉദ്യോഗസ്ഥൻ ഇരുളടഞ്ഞ ആഫ്രിക്കയിലോ അല്ലെങ്കിൽ പ്രേഗിലോ ബലിനിലേക്കാൾ പ്രതാപവാനായ ഒരു യജമാനനായിരിക്കും; അയാൾക്ക് തന്റെ ബാങ്കുകണക്കിൽ പണം വർധിപ്പിക്കുന്നതിനും കൂടുതൽ സൗകര്യമുണ്ടായിരിക്കും. സാണ്ടർ വളരെ പരിശ്രമശീലനാണ്. ഭക്ഷണത്തിന് ഇരിക്കുമ്പോൾപോലും ചോദ്യങ്ങൾ ചോദിക്കാനും വിചാരണ നടത്താനും അയാൾ ഇഷ്ട പ്പെടുന്നു; താൻ എത്ര കഠിനമായി പണിയെടുക്കുന്നു എന്നു

കാണിക്കാൻ വേണ്ടിയാണ് അതെല്ലാം. ഔദ്യോഗികമായ ജാഗ്രത തെളിയിക്കേണ്ടത് അയാൾക്ക് ആവശ്യമാണ്. എന്തുകൊണ്ടെന്നാൽ അതിലും കൂടുതൽ അനൗദ്യോഗിക താൽപര്യങ്ങൾ അയാൾക്കു ണ്ടെന്ന് ആർക്കും തോന്നരുത്: അയാളുടെ കയ്യിൽ ചെന്നു വീഴുന്ന വരെപ്പറ്റി സഹതപിക്കുക; എന്നാൽ ആ കൂട്ടത്തിൽപ്പെടുന്നവരിൽ ഒരു ബാങ്കുബുക്കോ വീട്ടിൽ മുതലുകളോ ഉള്ളവരെപ്പറ്റി ഇരട്ടി സഹതപി ക്കുക; അത്തരം ആളുകൾ വേഗത്തിൽ മരിക്കും; കാരണം സാണ്ടർക്ക് ആവക കാര്യങ്ങളിൽ വളരെ അത്യാർത്തിയാണുള്ളത്. ജർമൻ ഉദ്യോഗസ്ഥരിൽവെച്ച് ഏറ്റവും പ്രാപ്തനായ ഒരാളായിട്ടാണ് അയാൾ പരിഗണിക്കപ്പെടുന്നത്– ഈ പ്രത്യേക വിഷയത്തിൽ ഇയാൾ ഇക്കാര്യത്തിൽ ചെക്കുകാരനായ തന്റെ അസിസ്റ്റന്റ്–സ്മോളാ– എന്ന പുള്ളിയെക്കാൾ അൽപ്പം വ്യത്യസ്തനാണ്. സ്മോളാ ഒരു 'മാന്യ' നായ കള്ളനാണ്. നിങ്ങളുടെ പണം കിട്ടിക്കഴിഞ്ഞാൽ പിന്നെ അയാൾക്ക് നിങ്ങളുടെ ജീവൻ വേണമെന്നില്ല.

മറ്റൊന്ന്, മെലിഞ്ഞുനീണ്ട്, കുടിലദൃഷ്ടികളോടും കുടിലമായ പുഞ്ചിരിയോടും കൂടിയ ഫ്രീഡറിച്ച് ആണ്. ചെക്കോസ്ലവാക്യയിൽ അഭയം പ്രാപിച്ച ജർമൻ കമ്മ്യൂണിസ്റ്റുകാരെ തെരഞ്ഞുപിടിച്ച് തിരിച്ചയ ച്ചുകൊടുക്കാൻ വേണ്ടി ഒരു ഗെസ്റ്റപ്പോ ചാരനായിട്ടാണ് 1937–ൽ അയാൾ ഇവിടെ വന്നത്. ശവങ്ങളാണ് ഇയാൾക്കേറ്റവും ഇഷ്ടമുള്ളത്. ആരുടെയും നിരപരാധിത്വം അയാൾ സമ്മതിക്കുകയില്ല; ഇയാളുടെ ആപ്പീസിന്റെ ഉമ്മറപ്പടി കടക്കുന്ന ഏവരും കുറ്റക്കാരാണ്. സ്ത്രീക ളോട്, അവരുടെ ഭർത്താക്കന്മാർ കോൺസൻട്രേഷൻ ക്യാമ്പിൽവെച്ചു മരിച്ചുപോയെന്നോ അല്ലെങ്കിൽ വധിക്കപ്പെട്ടുവെന്നോ, പറയുന്നതയാൾ ക്കൊരു രസമാണ്. മേശവലിപ്പിൽ നിന്ന് ചിതാഭസ്മങ്ങൾ നിറച്ച ഏഴു പാത്രങ്ങൾ പുറത്തെടുത്തുവെച്ചു താൻ വിസ്തരിക്കുന്നയാളെ കാണിച്ച് അയാൾ ഇങ്ങനെ പറയും:

"ഈ ഏഴുപേരെയും ഞാൻ എന്റെ സ്വന്തം കൈകൊണ്ട് അടിച്ചു കൊന്നതാണ്. നീയായിരിക്കും എട്ടാമത്തേത്."

ഇപ്പോൾ അയാളുടെ മേശയ്ക്കകത്ത് എട്ടുഭസ്മപ്പാത്രങ്ങളുണ്ട്, അയാൾ യാൻ ഷിഷ്കായെക്കൂടെ അടിച്ചുകൊന്നു.

തന്റെ അനവധി കേസുകളുടെ ഫയലുകൾ മറിച്ചുനോക്കി ക്കൊണ്ട് അയാൾ ഇങ്ങനെ പറയും:

"അവസാനിപ്പിച്ചു കേസ് തീർന്നു!"

എന്നാൽ സ്ത്രീകളെ ഉപദ്രവിക്കാനാണ് അയാൾ കൂടുതൽ ഇഷ്ടപ്പെടുന്നത്.

അയാളുടെ സുഖഭോഗാസക്തി പൊലീസ് സംരംഭങ്ങളിൽ അയാൾക്കൊരു മെച്ചമായിത്തീർന്നിട്ടുണ്ട്. വിശിഷ്ടമായി സംവിധാനം ചെയ്യപ്പെട്ട ഒരു പാർപ്പിടമോ, നല്ല നിലയിൽ നടക്കുന്ന ഒരു വ്യാപാര മോ, നിങ്ങൾക്കുണ്ടെങ്കിൽ അതു നിങ്ങളുടെ മരണത്തെ വേഗപ്പെടു ത്തും– അത്രതന്നെ.

അയാളുടെ ചെക്കുകാരൻ അസിസ്റ്റന്റിന്-നെർജൻ-അയാളെ ക്കാൾ അരച്ചാൺ പൊക്കം കുറവാണ്. അവർ തമ്മിലുള്ള വ്യത്യാ സവും അത്രമാത്രം.

എന്റെ കമ്മിസാർ ബോച്ചിന് ശവങ്ങൾക്കോ പണത്തിനോ അത്യാർത്തിയില്ല; എങ്കിലും അയാളുടെ ലിസ്റ്റിൽ, മേൽപ്പറഞ്ഞ രണ്ടുപേരുടെതിനേക്കാളും ശവങ്ങളുടെ എണ്ണം ഒട്ടും കുറവല്ല, കേട്ടോ. തനിക്കും ആരെയോ ഒക്കെപോലെ പ്രമാണിയായ ഒരാളായിത്തീരണ മെന്ന് ആഗ്രഹമുള്ള ഒരു തെണ്ടിയാണയാൾ. അയാളും ഒരു പഴയ ഗെസ്റ്റപ്പോക്കാരനാണ്. ഹിറ്റ്ലർ ഏറ്റവും രഹസ്യകുടിയാലോചനകൾ ക്കായി 'ബെരാ'നെ തനിച്ചുകണ്ട അവസരത്തിൽ ഈ ദേഹം-ബോം-നെപ്പോളിയന്റെ മുറിയിൽ വേല ചെയ്തിരുന്നു. ഹിറ്റ്ലറോടുതന്നെ ബെരാൺ പറയാതിരുന്ന സംഗതികൾ ഇയാൾ കൂട്ടിച്ചേർത്തു. എന്നാൽ ജനങ്ങളെ വേട്ടയാടി, അതിൽവെച്ച് അവരുടെ ജീവിതത്തിന്റെയും മരണത്തിന്റെയും യജമാനനായിത്തീരാനും, കുടുംബങ്ങളെ ഒന്നോടെ കൊന്നൊടുക്കാനുള്ള ഉത്തരവു കൊടുക്കാനും ഉള്ള ഭാഗ്യവുമായി താരതമ്യപ്പെടുത്തി നോക്കുമ്പോൾ അത് നിസാരമായിരുന്നു.

അയാളെ തൃപ്തിപ്പെടുത്താൻ എപ്പോഴും ഇത്ര ഭയങ്കരമായ ഒന്നും സംഭവിക്കണമെന്നുണ്ടായിരുന്നില്ല. എന്നാൽ ചില കടന്ന കൈകൾ പ്രയോഗിക്കാൻ അയാളാഗ്രഹിച്ചു; അത് കുടുംബങ്ങളെ ഒന്നടങ്കം കൊന്നൊടുക്കുന്നതിനേക്കാൾ ഭയങ്കരമായിത്തീരാറുണ്ട്.

ഏറ്റവും വിപുലമായ ഒരു ചാരസംഘത്തിന്റെ വല അയാൾ നെയ്തുണ്ടാക്കി. അങ്ങനെ അയാൾ ഏറ്റവുമധികം നായാട്ടുനായ്ക്ക ളോടു കൂടിയ ഒരു വേടനായിത്തീർന്നു; എന്നിട്ടയാൾ വേട്ടയാടി, പല പ്പോഴും വേട്ടയിലുള്ള രസത്തിനുവേണ്ടി മാത്രവും വേട്ടയാടി. വിചാ രണനടത്തൽ അയാൾക്കൊരു മുഷിപ്പൻ ഏർപ്പാടായിരുന്നു; ആളുകളെ അറസ്റ്റ് ചെയ്യുകയും എന്നിട്ട് അവർ തന്റെ കൽപ്പനകാത്ത് മുറിക്ക് മുൻവശത്തു നിൽക്കുന്നത് കാണുകയുമായിരുന്നു അയാൾക്കേറ്റവു മിഷ്ടം. ഒരിക്കൽ അയാൾ പ്രേഗിലെ 200 ട്രാം കണ്ടക്ടർമാരെയും മോട്ടോർ ഡ്രൈവർമാരെയും ഒന്നിച്ച് അറസ്റ്റ് ചെയ്തു; ഗതാഗതം മുഴുവൻ നിർത്തി, ഗതാഗതവ്യവസ്ഥയിൽ പരിഭ്രമമുണ്ടാക്കി, ഈ ഇരുന്നൂറുപേരെയും ആട്ടിത്തെളിച്ച് തെരുവിന്റെ നടുവിൽകൂടെ അയാളുടെ ആപ്പീസിൽ കൊണ്ടുപോയി. എന്നിട്ട് അയാൾക്ക് സന്തോഷമായോ? അതിൽ 150 പേരെ അയാൾ വിട്ടയച്ചു; 150 കുടുംബ ങ്ങൾ തന്നെപ്പറ്റി ഒരു ദയാശീലനെന്നു പറയുമല്ലോ എന്നു കരുതി.

അയാൾക്ക് കിട്ടാറുള്ള സാധാരണ കേസുകൾ അപ്രധാനങ്ങളും എന്നാൽ കുഴപ്പം പിടിച്ചവയും, പടർന്നുപിടിച്ചവയുമായിരിക്കും. ഞാനൊരു വ്യത്യസ്തതയായിരുന്നു, എന്നെ പിടിച്ചതും യാദൃച്ഛിക മായിട്ടാണ്.

"നിന്റേതാണ് എന്റെ ഏറ്റവും വലിയ കേസ്", എന്ന് അയാൾ

പലപ്പോഴും ആത്മാർഥമായി പറയാറുണ്ട്. തന്റെ കേസുകളിൽ ഒന്ന് ഏറ്റവും പ്രധാനപ്പെട്ടതായിരുന്നു എന്നതിൽ അയാൾ അഭിമാനം കൊണ്ടു. അത് എന്റെ ജീവൻ അൽപ്പം നീളാനും കൂടി കാരണമായി ട്ടുണ്ടാകാം.

ഞങ്ങൾ അന്യോന്യം ഞങ്ങളുടെ സർവശക്തികളുപയോഗിച്ചും കണിശമായും നുണ പറഞ്ഞു. എന്നാൽ ഒരു വ്യത്യാസമുണ്ട്. അയാൾ നുണപറയുമ്പോൾ ഞാനത് അറിഞ്ഞിരുന്നു. നേരെമറിച്ച് ഞാൻ പറഞ്ഞിരുന്നത് അയാൾ അറിഞ്ഞിരുന്നുമില്ല. ഒരു നുണ പൊള്ളയായി തുറന്നുകണ്ടു കഴിയുമ്പോൾ പിന്നെ അതിനെപ്പറ്റി ഇനിയൊന്നും പറയണ്ട എന്നൊരു പരസ്പരധാരണയിൽ ഞങ്ങൾ കടന്നു പോയ് ക്കൊണ്ടിരുന്നു. അയാൾക്ക് സത്യം കണ്ടുപിടിക്കാനല്ല, തന്റെ ഏറ്റവും വലിയ കേസ് കളങ്കമൊന്നും തട്ടാതെ സൂക്ഷിക്കാനാണ് കൂടുതൽ ഉൽക്കണ്ഠ എന്നുപോലും എനിക്കുതോന്നി.

വടികളും ഇരുമ്പും മാത്രമല്ല, വിസ്താരത്തിന് അയാൾ ഉപയോഗിച്ചിരുന്ന ഉപകരണങ്ങൾ. തന്റെ പുള്ളിയെപ്പറ്റിയുള്ള മതിപ്പിന നുസരിച്ച്, ഭീഷണിപ്പെടുത്തലിനുപകരം പറഞ്ഞു സമ്മതിപ്പിക്കാനും അയാൾ ശ്രമിച്ചു. ആ ആദ്യരാത്രിയിലെങ്ങാനും എന്തെങ്കിലും ചെയ്തിട്ടുണ്ടെങ്കിലല്ലാതെ എന്നെ അയാൾ ഒരിക്കലും ഉപദ്രവിച്ചില്ല. എന്നാൽ മർദിക്കേണ്ടതാവശ്യമാണെന്ന് അയാൾക്കു തോന്നിയാൽ എന്നെ അയാൾ വേറെ ആളുകളെ ഏൽപ്പിച്ചുവിടും.

അയാളുടെ സ്വഭാവം, തീർച്ചയായും മറ്റാരുടേതിനേക്കാളും പഠിക്കാൻ രസമുള്ളതും കുഴപ്പം പിടിച്ചതുമായ ഒരു വിഷയമായിരുന്നു. കൂടുതൽ സമ്പന്നമായ ഒരു ഭാവനയാണയാളുടേത്; അതുപയോഗി ക്കാനും അയാൾക്കറിയാം. ബ്രാക്കനിൽ ഒരു സമ്മേളനം നടക്കുന്ന തായി സങ്കൽപ്പിച്ച് ഞങ്ങൾ പലപ്പോഴും അവിടേക്കോടിച്ചു പോകും. അവിടെ ഞങ്ങൾ ഒരു ബീർ തോട്ടത്തിലിരുന്ന് കടന്നുപോകുന്ന ജനങ്ങളെ നോക്കും.

അവരെനോക്കി ആലോചനയിലാണ്ട് അയാൾ പറയും:

"ഞങ്ങൾ നിന്നെ അറസ്റ്റുചെയ്തു. എന്നിട്ടും കണ്ടോ, അവരെ സംബന്ധിച്ച് ഒരു മാറ്റവുമുണ്ടായില്ല. പണ്ടത്തെപ്പോലെ തന്നെ അവരിപ്പോഴും നടക്കുന്നു. പണ്ടത്തെപ്പോലെ തന്നെ അവരിപ്പോഴും പുഞ്ചിരി തൂകുകയും ഞങ്ങളുടെ വിഷമതകളെപ്പറ്റി വിചാരപ്പെടുകയും ചെയ്യുന്നു. നീ ഒരിക്കലും ജീവിച്ചിരുന്നിട്ടേയില്ല എന്നപോലെ ലോകം മുന്നോട്ടു പോകുന്നു. അവരിൽ തീർച്ചയായും നിന്റെ പഴയ വായന ക്കാരിൽ ചിലർ കാണും. നീ കാരണം അവരിൽ ആർക്കെങ്കിലും മുഖ ത്തിന് ഒരു ചുളിവെങ്കിലുമുണ്ടായിട്ടുണ്ടെന്നു നീ വിചാരിക്കുന്നോ?"

ചിലപ്പോൾ പകൽ മുഴുവൻ നീണ്ടുനിൽക്കുന്ന വിസ്താരത്തിനു ശേഷം അയാൾ എന്നെ കാറിൽ കയറ്റി നെരുദാ തെരുവിൽക്കൂടി കൊട്ടാരക്കെട്ടിലേക്കു കൊണ്ടുപോകും.

"നീ പ്രേഗിനെ സ്നേഹിക്കുന്നുണ്ടെന്നെനിക്കറിയാം. നോക്കൂ! നിനക്കൊരിക്കലും അതിലേക്കു മടങ്ങണമെന്നാഗ്രഹമില്ലേ? പ്രേഗ് എത്ര മനോഹരമാണ്– നീ പോയതിനുശേഷവും അവൾ ഇതിലും മനോഹരിയായിരിക്കും."

പ്രലോഭകന്റെ വേഷം അയാൾ നന്നായി അഭിനയിച്ചു. സമയം വൈകിയ ആ ഗ്രീഷ്മസന്ധ്യയിൽ പ്രേഗിൽ മഞ്ഞു വീഴാൻ പോകുന്ന തിന്റെ സൂചനയായി ഒരു കുളിർകാറ്റൂതി. പഴുത്തു തുടങ്ങിയ മുന്തിരി ങ്ങാപോലെ ഇളം നീലനിറം പൂണ്ടു തുടങ്ങിയതും മുടൽമഞ്ഞു പോലുള്ളതും, മുന്തിരിങ്ങാച്ചാറുപോലെ മാദകവുമായിരുന്നു അത്. ലോകാവസാനംവരെ അത് കണ്ണുമിഴിച്ചു നോക്കിക്കൊണ്ടു നിൽക്കാൻ ഞാനാഗ്രഹിച്ചു...................എന്നാൽ ഞാനയാളെ തടഞ്ഞുകൊണ്ടു പറഞ്ഞു.

"നീ പോയതിനുശേഷവും പ്രേഗ് കുറെക്കൂടെ മനോഹരമായി രിക്കും."

അയാൾ ചിരിച്ചു, നീചത്വത്തോടെയല്ല, വ്യസനാത്മകമായ ഒരു ചിരി. എന്നിട്ടയാൾ പറഞ്ഞു:

"നീയൊരു മനുഷ്യവിദ്വേഷിയാണ്."

ആ സായാഹ്നത്തിലെ സംഭാഷണത്തിലേക്ക് അയാൾ പിന്നീടു പലപ്പോഴും മടങ്ങിവരാറുണ്ട്.

"നാം ഈ ലോകത്തിൽ ഇല്ലാതാകുന്ന കാലത്ത്....... അപ്പോൾ നീ ഇനിയും ഞങ്ങളുടെ വിജയത്തിൽ വിശ്വസിക്കുന്നില്ല അല്ലേ?"

അയാൾ അത് ചോദിച്ചത് അയാൾക്കുതന്നെ ഉറപ്പില്ലാഞ്ഞിട്ടാണ്. സോവിയറ്റ് യൂണിയന്റെ ശക്തിയും അജയ്യതയും ഞാനയാൾക്ക് വിവരിച്ചു കൊടുത്തപ്പോൾ ഏറ്റവും ശ്രദ്ധാപൂർവം അതെല്ലാം അയാൾ കേട്ടു. അതെന്റെ അവസാന 'വിചാരണ' കളിൽ ഒന്നായിരുന്നു.

സസ്പെൻഡേഴ്സിന്റെ സംഭവം

എന്റെ മുറിക്കു എതിരെയുള്ള മുറിയുടെ സമീപം സസ്പെൻ ഡേഴ്സ് തൂങ്ങിക്കിടക്കുന്നുണ്ട്. സാധാരണ പുരുഷന്മാരുടെ സസ പെൻഡേഴ്സ്. എനിക്കൊരുകാലത്തും ഈ സാധനം ഇഷ്ടമുണ്ടാ യിരുന്നില്ല. എന്നാൽ ഇന്നു മുറിയുടെ വാതിൽ തുറക്കുമ്പോഴൊക്കെ ഞങ്ങൾ സന്തോഷത്തോടുകൂടെ അതിനെ തുറിച്ചു നോക്കാറുണ്ട്– എന്തെന്നാൽ, അവയിൽ ഞാൻ ആശയുടെ കണിക കാണുന്നു.

നിങ്ങളെ അറസ്റ്റുചെയ്യുമ്പോൾ അവർ നിങ്ങളെ തല്ലിക്കൊല്ലു കയോ അല്ലെങ്കിൽ മരണത്തിന്റെ വളരെ അടുത്തുവരെ എത്തിക്കു കയോ ചെയ്തു എന്നുവരാം. ആദ്യമായി നിങ്ങളുടെ 'നെക്ക്ടൈ'യും ബെൽറ്റും സസ്പെൻഡേഴ്സുമെല്ലാം എടുത്തുമാറ്റും. നിങ്ങൾ തന്നത്താൻ തൂങ്ങിച്ചാവാതിരിക്കാനാണിത്. (പക്ഷേ ഇതിനേക്കാൾ നന്നായി തൂങ്ങിച്ചാവാൻ കൊള്ളാവുന്നത് നിങ്ങളുടെ ടൗവൽ തന്നെ

യാണ്) ഏതെങ്കിലും ഒരു ഗെസ്റ്റപ്പോ കോടതി നിങ്ങളെ വേലയ്ക്കു വേണ്ടിയോ, മറ്റൊരു കോൺസൻട്രേഷൻ ക്യാമ്പിലേക്കോ വധശി ക്ഷക്കോ എവിടെക്കാണ് അയക്കേണ്ടതെന്നു തീരുമാനിക്കുന്നതുവരെ ആപൽക്കാരികളായ ഈ മാരകായുധങ്ങൾ ജയിലാപ്പീസിൽ സൂക്ഷി ച്ചുവെച്ചിരിക്കും. യാത്രയാവുമ്പോൾ നിങ്ങളെ അകത്തേക്കു വിളിച്ച് ഔദ്യോഗിക ചടങ്ങുകളോടെ ആ സാധനങ്ങൾ മടക്കിത്തരുന്നു-എ ന്നാൽ അത് നിങ്ങൾക്ക് മുറിയിലേക്ക് കൊണ്ടുപോകാൻ അനു വാദമില്ല. അതു മുറിവാതിലിനു സമീപമോ, എതിരെയുള്ള ക്രാസി പ്പടിയിന്മേലോ തൂക്കിയിട്ടിരിക്കണം. വണ്ടിവന്നു നിങ്ങളെ കൊണ്ടു പോകുന്നതുവരെ അത് അവിടെത്തന്നെ തൂങ്ങിക്കിടക്കണം. ആ മുറിയിൽ നിന്നൊരാൾ നിർബന്ധപ്രകാരമുള്ള ഒരു യാത്ര പുറപ്പെ ടേണ്ടിയിരിക്കുന്നു എന്ന് അത് കുറിക്കുന്നു.

എതിരെയുള്ള മുറിവാതിക്കൽ സസ്പെൻഡേഴ്സ് പ്രത്യക്ഷ പ്പെട്ടത് അഗസ്റ്റീനയുടെ വിധിയെപ്പറ്റി എനിക്കറിവു കിട്ടിയ ആ ദിവസമായിരുന്നു. അവൾക്ക് പോകേണ്ടിയിരുന്ന അതേവണ്ടിയിൽ തന്നെ, എതിർമുറിയിലെ എന്റെ സ്നേഹിതനും അടിമവേലക്കുവേണ്ടി കൊണ്ടുപോകപ്പെടുകയാണ്. ആ സംഘം ഇതേവരെ പോയിട്ടില്ല. പോക്ക് പെട്ടെന്ന് നീട്ടിവെക്കേണ്ടിവന്നു. കാരണം അവരെക്കൊണ്ടു വേലചെയ്യിക്കാനുദ്ദേശിച്ച ആ സ്ഥലം ബോംബുവീണു തകർന്നു പോയി എന്നു പറയപ്പെടുന്നു. (ഇത് മറ്റൊരു സന്തോഷവാർത്തയാണ്). ഇനി അവർ എന്നു പോകേണ്ടിവരുമെന്ന് ആർക്കും തീർച്ചയില്ല- ഇന്നു വൈകുന്നേരമോ, ഒരുപക്ഷേ നാളെയോ ഒരാഴ്ച കഴിഞ്ഞോ രണ്ടാഴ്ച കഴിഞ്ഞോ? സസ്പെൻഡേഴ്സ് പിന്നെയും അതേസ്ഥാനത്തു തൂങ്ങിക്കിടക്കുന്നു. അത് അവിടെക്കാണുന്നിടത്തോളംകാലം അഗ സ്റ്റീനാ പ്രെഗിൽതന്നെയുണ്ടെന്ന് എനിക്ക് തീർച്ചയാക്കാം. അതുകൊ ണ്ടു ഞാനതിനെ സന്തോഷത്തോടും സ്നേഹത്തോടും കൂടിനോ ക്കുന്നു. അത് അവളെ സഹായിക്കുന്ന ആരോ ആണെന്ന പോലെയാ യിരുന്നു അതിലെ ഭാവം. അത് അവൾക്ക് ഒരു ദിവസത്തെ അഥവാ രണ്ടുദിവസത്തെ, മൂന്നുദിവസത്തെ......ഇട നൽകുന്നു...... ആ ഏതാനും ദിവസങ്ങളുടെ ഫലമെന്തായിരിക്കാം. ആർക്കറിയാം? ഒരുപക്ഷേ ആ ദിവസങ്ങളിലൊന്ന് അവളുടെ മോചനം കൊണ്ടുവന്നേക്കാം.

ഇതാണ് ഞങ്ങളെല്ലാം ഇവിടെ ജീവിക്കുന്ന രീതി. കഴിഞ്ഞ കൊല്ലം കഴിഞ്ഞമാസം, ഇന്ന് നാളെ- ആശ കുടികൊള്ളുന്ന നാളെയുടെ നേരെയാണ് നമ്മുടെ കണ്ണുകളെല്ലാം തിരിഞ്ഞിരിക്കുന്നത്. നിങ്ങളുടെ കുഴിതീർന്നിട്ടുണ്ടായിരിക്കാം, നിങ്ങളെ മറ്റെന്നാൾ വെടിവെക്കാൻ തീർച്ചപ്പെടുത്തിക്കഴിഞ്ഞിട്ടുണ്ടായിരിക്കാം! നാളെ കഴിയുന്നവരെയെങ്കിലും ജീവിച്ചിരിക്കാം. അപ്പോഴെക്കും കാര്യങ്ങൾ ആകെ മാറിയെന്നും വരാം. സംഗതികളുടെ കിടപ്പ് അത്രയ്ക്ക് അസ്ഥിരമാണ്. നാളെ എന്തു സംഭവിക്കുമെന്ന് ആർക്കറിയാം?

'നാളെ'കൾ കടന്നുപോകുന്നു: ആയിരം ആയിരം പേർ വീഴുന്നു. അവർക്ക് 'നാളെ'ഇല്ല. എന്നാൽ ജീവനോടെ ശേഷിക്കുന്നവർ ക്ഷയിക്കാത്ത ആശയോടെ വീണ്ടും ജീവിക്കുന്നു-നാളെ എന്തുതന്നെ സംഭവിക്കയില്ല എന്ന് ആർക്കറിയാം?

ഈ മന:സ്ഥിതിയിൽനിന്ന് ഏറ്റവും ബുദ്ധിശൂന്യമായ കിംവദന്തികൾ ഉയരുന്നു. ഓരോ ആഴ്ചയും യുദ്ധത്തിന്റെ അവസാനത്തെപ്പറ്റി ആശാവഹമായ ഓരോ കഥകൾ ഉണ്ടാകും. ഓരോരുത്തരും ചെവിയോടുചെവി ഒരു പുഞ്ചിരിയോടെ അതു പരത്തും. ഓരോ ആഴ്ചയും പാൻക്രാറ്റ്സിൽ സന്തോഷകരമായ എന്തെങ്കിലും പുതിയ വാർത്തയുടെ കുശുകുശുപ്പ് കേൾക്കാം. ഞങ്ങളത് എളുപ്പത്തിൽ വിശ്വസിക്കും. എങ്കിലും അത്തരം കാര്യങ്ങൾ വിശ്വസിക്കാതിരിക്കാൻ ഞങ്ങൾ സമരം ചെയ്തു നോക്കും, മിഥ്യയായ ആശകളെ അമർത്തിക്കളയുന്നു. എന്തുകൊണ്ടെന്നാൽ, അതു നിങ്ങളുടെ സ്വഭാവത്തിന് കരുത്തു നൽകുന്നില്ല, നേരെമറിച്ച് അവസാനം അത് നിങ്ങളെ ദുർബലനാക്കുന്നു. ശുഭാപ്തിവിശ്വാസത്തെ തീറ്റിപ്പോറ്റുന്നത് നുണകളിന്മേലായിരിക്കരുത്; അത് സാധ്യവുമല്ല, സത്യത്തിന്മേലായിരിക്കണം. യുദ്ധത്തിന്റെ അന്ത്യം ഏത് വിധത്തിലാണോ സംഭവിക്കുക അത് സാധ്യമാവുന്ന വിധത്തിൽതന്നെ നാം കാണണം. സത്യത്തിലുള്ള മൗലികമായ വിശ്വാസം ഓരോരുത്തനിലും സ്വയം ഉള്ളതാണ്. ഒരു ദിവസം നിർണായക ദിവസമായിരിക്കുമെന്നുള്ള വിശ്വാസം, ആ ദിവസം നിങ്ങൾതന്നെ നേടിയതോ, നിങ്ങൾക്കുപേക്ഷിക്കാൻ മടിയുള്ള ജീവിതത്തിന്റെ പരിധിവരെ നിങ്ങളെക്കൊണ്ടു ചെന്നാക്കുന്നതോ, മരണത്തിന്റെ ഭീഷണിയിൽ നിന്നു നിങ്ങളെ രക്ഷപ്പെടുത്തുന്നതോ, ഏതുതരത്തിലുള്ളതാണെന്നുള്ള വിശ്വാസങ്ങൾ, എല്ലാം നിങ്ങളിൽതന്നെയാണുള്ളത്.

ഒരു മനുഷ്യന്റെ ജീവിതത്തിൽ അത്രയധികം ദിവസങ്ങളില്ല. എങ്കിൽകൂടെയും ആ ദിവസങ്ങൾ വേഗം നീങ്ങിപ്പോവാൻ നിങ്ങൾ ആഗ്രഹിക്കുന്നു; കഴിയുന്നതിലേക്കും വേഗത്തിൽ നീങ്ങിപ്പോവാൻ ആഗ്രഹിക്കുന്നു. പറക്കുന്ന വേഗത്തിൽ, പിടി കിട്ടാത്ത്ര വേഗത്തിൽ, അതിവേഗത്തിൽ പായുന്ന സമയം നമ്മുടെ ജീവിതത്തിന്റെ ചോര ഒഴുക്കിയെടുക്കുന്ന സമയം ഇവിടെ നമ്മുടെ ഏറ്റവും വലിയ മിത്രമാണ്. എന്തു വൈപരീത്യം!

നാളെ ഇന്നലെയായിക്കഴിഞ്ഞു. മറ്റെന്നാൾ ഇന്നാണ്- അപ്പോഴേക്കും അതും കഴിഞ്ഞു. എതിർമുറിയുടെ വാതിലിനുസമീപം ആ സസ്പെൻഡേഴ്സ് ഇപ്പോഴും തൂങ്ങിക്കിടക്കുന്നുണ്ട്.

6

ആയിരത്തിതൊള്ളായിരത്തി നാൽപത്തിരണ്ടിലെ പട്ടാളനിയമം

മെയ് 17, 1943, ശരിക്കൊരു കൊല്ലംമുമ്പ്

ഒരു വിചാരണ കഴിഞ്ഞ് അവർ എന്നെ സീനീമയിലേക്ക് തിരിച്ചു കൊണ്ടുപോയി. അതായിരുന്നു ഞങ്ങളുടെ ദിനചര്യ: പാൻക്രാറ്റ് സിൽനിന്ന് കൊണ്ടുവന്ന ഉച്ചഭക്ഷണം കഴിക്കാൻവേണ്ടി 400-ാം നമ്പ രിൽനിന്ന് താഴത്തേക്കു കൊണ്ടുവരിക, പിന്നെ തിരിച്ചു നാലാമത്തെ നിലയിലേക്കു കൊണ്ടുപോകുക. എന്നാൽ ആ ദിവസം ഉച്ചക്കുശേഷം അവർ ഞങ്ങളെ നാലാംനിലയിലേക്ക് തിരിച്ചു കൊണ്ടുപോയില്ല.

നിങ്ങൾ ഇരുന്നു ഭക്ഷണം കഴിക്കുന്ന ബഞ്ചുകളിൽ നിറയെ തടവുകാരാണ്. അവർ സ്പൂൺ ഉപയോഗിക്കുകയും ചവയ്ക്കുകയും ചെയ്യുന്നത് ധൃതിയിലാണ്. ഇതെല്ലാം മിക്കവാറും മാനുഷികമാ യിത്തോന്നുന്നു. നാളെ മരിക്കാനിരിക്കുന്നവരായ ഞങ്ങളെല്ലാവരും ഇന്നുതന്നെ വെറും അസ്ഥിപഞ്ജരങ്ങളായി മാറുകയാണെങ്കിൽ, ഈ മൺപാത്രങ്ങളിൽ സ്പൂണുകൾ മുട്ടിയുണ്ടാകുന്ന ശബ്ദം ഞങ്ങളുടെ എല്ലുകളുടെ ശബ്ദമായും താടിയെല്ലുകളുടെ കടകട ശബ്ദമായും മാറിയേക്കാം. എന്നാൽ ആരും അതാലോചിച്ചില്ല എന്നുമാത്രം. ആരും സംശയിച്ചില്ല, ഒരാഴ്ചകൂടി ജീവിച്ചിരിക്കാൻ അല്ലെങ്കിൽ ഒരുമാസം, ഒരു കൊല്ലംകൂടെ ജീവിച്ചിരിക്കാൻ വേണ്ടി; ഞങ്ങളിൽ ഓരോരുത്തരും വയറ്റിൽ ഭക്ഷണം കുത്തിനിറക്കുകയായിരുന്നു.

മിക്കവാറും നല്ലകാലം എന്നുപറയാം. അപ്പോഴേക്കും അസാധാര ണമായ ഒരു കാറ്റടിച്ചു. അസഹ്യമായ ശാന്തത പരന്നു. വാർഡർമാരുടെ മുഖഭാവത്തിൽനിന്നു മാത്രമാണ് അസാധാരണമായ എന്തോ സംഭവിക്കുന്നുണ്ടെന്ന് ഊഹിക്കാൻ കഴിയുന്നത്. അതിന്റെ തെളിവ് അവർ ഞങ്ങളെ പുറത്തിറക്കി അണിനിരത്തി പാൻക്രാറ്റ്സിലേക്ക്

കൊണ്ടുപോയി എന്നുള്ളതാണ്. ഉച്ചക്ക് പാൻക്രാറ്റ്സിലേക്ക് തിരികെ പോകുകയോ! ഇതിനു മുമ്പൊരിക്കലും അങ്ങനെയുണ്ടായിട്ടില്ല. ഒരു പകലിന്റെ പകുതി മുഴുവൻ വിസ്താരം കൂടാതിരിക്കുകയോ; ഞങ്ങൾക്ക് ഉത്തരം കണ്ടുപിടിക്കാനാവാത്ത ചോദ്യങ്ങൾകൊണ്ട് ഞങ്ങളെല്ലാം ക്ഷീണിച്ചിരിക്കുന്നു. ഇത് ദൈവത്തിൽനിന്നുള്ള ഒരു സമ്മാനം പോലെയിരിക്കുന്നു. എങ്കിലും അങ്ങനെയല്ല.

ഇടനാഴിയിൽ വെച്ചു ഞങ്ങൾ ജനറൽ ഏലിയാഷിനെ കണ്ടു. (പ്രൊട്ടക്ടറേറ്റിനു കീഴിലെ മുമ്പിലത്തെ പ്രധാനമന്ത്രി; പിന്നീട് വധിക്കപ്പെട്ടു.) അദ്ദേഹത്തിന്റെ കണ്ണുകളിൽ ക്ഷോഭം നിഴലിക്കുന്നുണ്ട്. വാർഡർമാരുടെ വേലിക്കിടയിൽകൂടെ അദ്ദേഹം എന്നെക്കണ്ടു; അടുത്തുവന്നിട്ട് മന്ത്രിച്ചു.

"പട്ടാളനിയമം."

എന്റെ മനഃപ്രശ്നത്തിന് ഉത്തരം പറയാൻ അദ്ദേഹത്തിനു സമയം കിട്ടിയില്ല. ഏറ്റവും പ്രധാനപ്പെട്ട വാർത്തകൾക്ക് കൂടി തടവുകാർക്ക് നിമിഷങ്ങൾ കീറിപ്പകുക്കുന്ന സമയമേയുള്ളൂ.

പെച്ചെക്കിൽനിന്നു ഞങ്ങൾ നേരത്തെ തിരിച്ചെത്തിയതിൽ പാൻക്രാറ്റ്സിലെ വാർഡർമാർ അദ്ഭുതപ്പെട്ടു. എന്നെ മുറിയിലേക്ക് കൊണ്ടുപോയ ഒരുത്തനോട്, ഞാൻ കേട്ടതു പറയാൻ, ഞാൻ ധൈര്യപ്പെട്ടു, അത്രക്കുള്ള വിശ്വാസ്യത എനിക്ക് അവനിൽ തോന്നി. അയാൾ ആരാണെന്നെനിക്കറിയില്ല. എന്നാൽ അയാൾ വെറുതെ തലകുലുക്കുക മാത്രമേ ചെയ്തുള്ളൂ. പട്ടാളഭരണത്തെക്കുറിച്ച് അയാൾ ഒന്നും അറിഞ്ഞില്ല—അല്ലെങ്കിൽ ഒരുപക്ഷേ എന്റെ ചോദ്യം കേട്ടിട്ടില്ലായിരിക്കാം. ഒരുപക്ഷേ— ചോദ്യം ചോദിച്ചതിൽ എനിക്കുണ്ടായ ഉൽക്കണ്ഠ അങ്ങനെ തീർന്നു.

എങ്കിലും അന്നു വൈകുന്നേരം അയാൾ വന്ന് എന്റെ മുറിയിലേക്കു നോക്കി:

"നിങ്ങൾ പറഞ്ഞതു ശരിയായിരുന്നു. ഹിഡ്റിച്ചിനെ കൊല്ലാൻ ഒരു ശ്രമം നടന്നു. അദ്ദേഹത്തിനു നല്ല പരുക്കുപറ്റി. പ്രെഗിൽ പട്ടാള ഭരണമാണ്."

പിറ്റേന്നു താഴത്തെ ഇടനാഴിയിൽ അവർ വീണ്ടും ഞങ്ങളെ ചോദ്യത്തിനു കൊണ്ടുപോകാൻ അണിനിരത്തി. ഞങ്ങളുടെ കൂട്ടത്തിൽ, പാർട്ടിയുടെ സെൻട്രൽകമ്മിറ്റി മെമ്പർമാരിൽ ജീവിച്ചിരിക്കുന്ന അവസാനത്തെ ആളായ വിക്ടർ സൈനെക്ക് ഉണ്ട്. അദ്ദേഹത്തെ 1941 ഫെബ്രുവരിയിലാണ് അറസ്റ്റു ചെയ്തത്. എസ് എസ് യൂണിഫാറം ധരിച്ച, ചടച്ചു പൊക്കം കൂടിയ ഒരു താക്കോൽകാരൻ,അദ്ദേഹത്തിന്റെ മുഖത്തിനുനേരെ ഒരു കഷണം വെള്ളക്കടലാസിട്ടു കുലുക്കിക്കാണിച്ചു. അതിൽ വളരെ തടിച്ച അക്ഷരത്തിൽ ഇങ്ങനെ എഴുതിയിരിക്കുന്നതു കാണാം:

"ഡിസ്ചാർജ് ഓർഡർ."

അയാൾ വികൃതമായി ചിരിക്കുകയാണ്

"എടാ ജൂതാ, നീ ഇതു കണ്ടോ? നീ അപ്പോൾ ഇതിലും രക്ഷ പ്പെട്ടു. നിന്റെ ഡിസ്ചാർജ് ഓർഡർ-ഇതാ............." എന്നു പറഞ്ഞിട്ട്, വിക്ടറുടെ തലതെറിക്കുമെന്ന് അർഥം വരത്തക്കവിധം അയാൾ ആംഗ്യം കാണിച്ചു. 1941-ലെ പട്ടാളനിയമത്തിൽ ആദ്യം വധിക്കപ്പെട്ട യാൾ സൈനെക്ക് ആയിരുന്നു. അദ്ദേഹത്തിന്റെ സഹോദരനായ വിക്ടറാണ് 1942-ലെ പട്ടാളനിയമത്തിന്റെ ഒന്നാമത്തെ ഇര. അവർ അദ്ദേഹത്തെ മൗത്താസെനിലേക്ക് കൊണ്ടുപോയി; എന്തിനാണെ ന്നോ? "തട്ടിക്കളയാൻ"-അതാണവരുടെ സംസാരമുറയിലെ പ്രയോഗം.

പാൻക്രാറ്റ്സിൽനിന്ന് പെച്ചെക്കിലേക്കും അവിടെനിന്ന് മടക്കവും ഉള്ള വഴി ആയിരക്കണക്കിനുള്ള തടവുകാർക്ക് നിത്യേന പരിചയമായി. യാത്രാസമയത്ത് ബസിൽവെച്ച്, എസ് എസ് ഭടന്മാർ ഹീഡ്റിച്ചിനു പകരം ചോദിക്കാൻ തുടങ്ങി. അര മൈൽ നീങ്ങിക്കഴിയുമ്പോഴെക്കും തോക്കിന്റെ പാത്തികൊണ്ടുള്ള ഇടികാരണം തടവുകാരുടെ മുഖത്തും വായിലും നിന്ന് ചോരയൊലിച്ചു തുടങ്ങും. എന്റെ കൂടെ ഉള്ളവരുടെ കാര്യം ഭേദമാണ്. കാരണം എന്റെ താടിമീശ പല പ്രയോഗങ്ങൾക്കും ലക്ഷ്യമായിത്തീരാറുണ്ട്. അതുകൊണ്ട് മറ്റുള്ളവരെ ഉപദ്രവിക്കുന്നതിന് അത്ര സമയം കിട്ടാറില്ല. കാറിനകത്തിരുന്നു കുലുങ്ങുമ്പോൾ ഒരു പിടുത്തത്തിനുവേണ്ടി എന്നപോലെ വാർഡർമാർ എന്റെ മീശയിൽ പിടിച്ചുതൂങ്ങും. അവർക്കേറ്റവും ഇഷ്ടമുള്ള ഒരു കളി അതാണ്. എന്റെ വിസ്താരത്തിനുവേണ്ടിയുള്ള നല്ലൊരു തയ്യാറെടുക്കലാണത്. രാഷ്ട്രീയനിലയനുസരിച്ച് വിസ്താരത്തിന്റെ രീതിയിലും വ്യത്യാസം വരുമെങ്കിലും എപ്പോഴും അവസാനിക്കുന്നത് ഇങ്ങനെയായിരിക്കും.

"നാളെ നിനക്ക് ബുദ്ധി തിരിച്ചു വന്നിട്ടില്ലെങ്കിൽ നിന്നെ വെടിവയ്ക്കും."

അതിൽ അത്രയ്ക്ക് ഭയങ്കരമായി യാതൊന്നുംതന്നെ ഇല്ലായി രുന്നു. താഴത്തെ ഇടനാഴിയിൽ ദിവസേന പേരുകൾ വിളിക്കപ്പെടുന്നത് നിങ്ങൾക്ക് കേൾക്കാം. അമ്പതും നൂറും ഇരുന്നൂറും ആളുകളെ ഒരേസ മയത്ത്, കശാപ്പുശാലയിലേക്ക് മൃഗങ്ങളെയെന്നപോലെ കയ്യും കാലും കെട്ടി, കൂട്ടത്തോടെ വധിക്കാൻ കോബിലിസിയിലേക്ക് കൊണ്ടുപോ കുന്നു. അവരുടെ പേരിലുള്ള കുറ്റം എന്താണ്? ഒന്നാമത്തേത് അവ രുടെ പേരിൽ യാതൊന്നും തെളിഞ്ഞിട്ടില്ല എന്നുള്ളതാണ്. അവരെ അറസ്റ്റുചെയ്തു; പ്രധാനപ്പെട്ട യാതൊരു കേസുമായി യാതൊരു ബന്ധവും കണ്ടുപിടിക്കപ്പെട്ടില്ല; കൂടുതൽ അന്വേഷണങ്ങൾക്കായി അവരെ ആവശ്യവുമില്ല. അതുകൊണ്ട് അവരെ വധശിക്ഷക്ക് ഉപയോ ഗപ്പെടുത്താം.ഹീഡ്റിച്ചിന്റെ വധശ്രമത്തിനു രണ്ടുമാസം മുൻപ് ഒരു സഖാവ് ഒരു ഹാസ്യകവിതയുണ്ടാക്കി തന്റെ സഖാക്കളെ ചൊല്ലി കേൾപ്പിച്ചതിന് അവരെല്ലാവരും അറസ്റ്റിലായി. ഇപ്പോൾ അവരെല്ലാം 'കണ്ടം സെല്ലു' (മരണമുറി)കളിലാണ്-"വധശ്രമത്തെ അനുകൂലിച്ചു"

എന്ന ആരോപണത്തിന്റെ പേരിൽ. രഹസ്യ ലഘുലേഖകൾ വിതരണം ചെയ്യുന്നു എന്ന സംശയത്തിന്മേൽ ആറുമാസം മുമ്പ് ഒരു സ്ത്രീയെ അറസ്റ്റുചെയ്തു.അവൾ അതൊരിക്കലും സമ്മതിച്ചില്ല, തെളിവുക ളൊന്നും ഇല്ലതാനും. എങ്കിലും അവളുടെ സഹോദരന്മാരെയും സഹോദരിമാരെയും സഹോദരപത്നിമാരെയും സഹോദരീ ഭർത്താക്ക ന്മാരെയും എല്ലാം അറസ്റ്റുചെയ്തു; ഇപ്പോൾ അവരെയെല്ലാം കൂട്ട ത്തോടെ വധിക്കാൻ പോവുകയാണ്. എന്തുകൊണ്ടെന്നാൽ, സംശയി ക്കപ്പെടുന്ന കുടുംബങ്ങളെ ഒന്നോടെ അവസാനിപ്പിച്ചുകളയുക എന്നത് പട്ടാളഭരണത്തിന്റെ ഒരു മുദ്രാവാക്യമാണ്. തെറ്റായി അറസ്റ്റു ചെയ്യപ്പെട്ടുപോയ ഒരു തപാൽശിപായി വിടുതലും കാത്ത് ഇടനാഴി യിൽ ഒരിടത്ത് മാറിനിൽക്കുകയാണ്. അയാളുടെ പേർ വിളിക്കുന്നത് കേൾക്കുന്നു. അവർ അയാളെപ്പിടിച്ച് മരണശിക്ഷക്കുകൊണ്ടുപോകാൻ നിർത്തിയിരിക്കുന്നവരുടെ വരിയിലേക്ക് ഉന്തിത്തള്ളി കൊണ്ടുചെന്നു നിർത്തുകയും വണ്ടിയിൽ കയറ്റിക്കൊണ്ടുപോകുകയും കൊല്ലുകയും ചെയ്യുന്നു. പിറ്റേ ദിവസം മാത്രമാണ് അതൊരു പിശകായിരുന്നുവെന്ന് മനസിലാകുന്നത്. അതേ പേരുള്ള വേറൊരാളെയായിരുന്നു കൊല്ലേ ണ്ടിയിരുന്നത്. അതുകൊണ്ട് അവർ അയാളെയും കൊന്നു. അങ്ങനെ തെറ്റു തിരുത്തി. തങ്ങൾ കൊല്ലുന്നത് ശരിയായ ആളെത്തന്നെ യാണെന്നുറപ്പുവരുത്താൻ ആർക്കാണു സമയം? അല്ലെങ്കിൽതന്നെ രാജ്യത്തെ മുഴുവൻ കൊന്നു കളയുക എന്നത് ഉദ്ദേശ്യമായിരിക്കു മ്പോൾ പിന്നെ എന്താണതിന്റെ ആവശ്യം.

അന്നുരാത്രി വളരെ വൈകിയിട്ടാണ് ഞാൻ എന്റെ വിചാരണ കഴിഞ്ഞു മടങ്ങിയെത്തിയത്. തന്റെ സാമാനങ്ങളെല്ലാം ഒരു ചെറിയ മാറാപ്പിൽ പൊതിഞ്ഞുകെട്ടി അതു കാൽക്കൽവെച്ച് ചുമരിനരികെ വ്ളാദിമീർ വാഞ്ചുറെ നിൽക്കുന്നു. (അദ്ദേഹം ചെക്ക് നോവൽ കർത്താക്കളിൽ വെച്ച് ഏറ്റവും പ്രതിഭാശാലിയായ ഒരുവനാണ്) ആ നിൽപ്പിന്റെ അർഥം എനിക്ക് നല്ലപോലെ അറിയാം. അദ്ദേഹത്തിനും അറിയാം. ഞങ്ങൾ ഒരു നിമിഷം പരസ്പരം കൈ ഗ്രഹിച്ചു. മുക ളിലത്തെ വരാന്തയിൽനിന്ന് എനിക്കെപ്പോഴും അദ്ദേഹത്തെക്കാണാം. ശിരസ് തെല്ലൊന്നു കുനിച്ച്, കണ്ണുകൾ ദൂരെ, നമ്മുടെ ജീവിതത്തിനും എത്രയോ അപ്പുറം, നട്ടുകൊണ്ടു നിൽക്കുന്നു.........അരമണിക്കൂർ കഴിഞ്ഞ് അവർ അദ്ദേഹത്തിന്റെ പേർ വിളിച്ചു..........

ഏതാനും ദിവസങ്ങൾ കഴിഞ്ഞ്, മിലോഷ് ക്രാസ്നി അതേ ചുമരിന് അഭിമുഖമായി നിൽക്കുന്നു. വിപ്ലവത്തിന്റെ ഒരു ധീരഭടൻ. കഴിഞ്ഞകൊല്ലം ഒക്ടോബറിലാണ് അദ്ദേഹത്തെ അറസ്റ്റു ചെയ്തത്. മർദനവും ഏകാന്തതടവും അദ്ദേഹത്തെ കുലുക്കിയില്ല. മതിലിനു നേരെനിന്നും പകുതിതിരിഞ്ഞ്, പുറകിൽ നിൽക്കുന്ന വാർഡറോട് അദ്ദേഹം എന്തോ പറയുകയാണ്. പെട്ടെന്ന് അദ്ദേഹം എന്നെക്കണ്ടു. പുഞ്ചിരിച്ച്, യാത്രപറയുന്ന അർഥത്തിൽ തലയൊന്നുയർത്തിയിട്ട് വീണ്ടും വാർഡറുമായുള്ള സംസാരം തുടർന്നു:

"ഇതൊന്നുംകൊണ്ട് നിങ്ങൾക്ക് യാതൊരു മെച്ചവും കിട്ടാൻ പോകുന്നില്ല. ഞങ്ങളിൽ വളരെപ്പേർ ഇനിയും മരിക്കാൻതന്നെ പോകുന്നു. എങ്കിലും അവസാനം നിങ്ങൾതന്നെ തോൽക്കും...."

വേറൊരു ദിവസം ഉച്ചക്ക് ഞങ്ങൾ പെച്ചെക്കു കെട്ടിടത്തിന്റെ താഴത്തെ നിലയിൽ ഭക്ഷണം കഴിക്കാൻവേണ്ടി കാത്തുനിൽക്കുക യായിരുന്നു. അപ്പോൾ അവർ ഏലിയാഷിനെ കൊണ്ടുവന്നു. അദ്ദേഹ ത്തിന്റെ കക്ഷത്തിൽ ഒരു പത്രമുണ്ട്. അതു ചൂണ്ടിക്കാണിച്ച് അദ്ദേഹം ഒന്നു മന്ദഹസിച്ചു. കാരണം വധശ്രമവുമായി എന്തോ ബന്ധമുണ്ടെന്ന് (കഴിഞ്ഞ എട്ടുമാസങ്ങളായി അദ്ദേഹം ജയിലിലായിരുന്നു എങ്കിൽ കൂടി) അവർ തെളിയിച്ചിരിക്കുന്നതായി അദ്ദേഹം ഇപ്പോൾ അതിൽ വായിച്ചതാണ്.

"പൊട്ടത്തരം!" എന്നു പറഞ്ഞുകൊണ്ട് അദ്ദേഹം ഭക്ഷണത്തി നിരുന്നു.

അന്നു വൈകുന്നേരം ഞങ്ങളൊന്നിച്ച് പാൻക്രാറ്റ്സിലേക്ക് മടങ്ങു മ്പോൾ അദ്ദേഹം അതിനെക്കുറിച്ച് നേരംപോക്കുകൾ പറഞ്ഞുകൊ ണ്ടിരുന്നു. എന്നാൽ ഒരു മണിക്കൂർ കഴിഞ്ഞ് അവർ അദ്ദേഹത്തെ മുറിയിൽനിന്ന് വിളിച്ചിറക്കി കൊലസ്ഥലമായ കോബിലിസിയിലേക്ക് കൊണ്ടുപോയി.

ശവങ്ങൾ കുന്നുകൂടുന്നു. ഇപ്പോൾ പത്തും നൂറുമായിട്ടല്ല അവയെ എണ്ണുന്നത്, ആയിരക്കണക്കിനാണ്. ചൂടുചോരയുടെ ഗന്ധം ആ മൃഗങ്ങളുടെ നാസാരന്ധ്രങ്ങളെ കിക്കിളി കൂട്ടുകയാണ്. എല്ലാം ദിവസവും വളരെ വൈകുന്നതുവരെയും, ഞായറാഴ്ചപോലും, അവർ–കൊലയാളികൾ–പണിയെടുക്കുന്നു. അവരെല്ലാം എസ് എസ് യൂണിഫോറമാണ് ധരിച്ചിരിക്കുന്നത്. അവർക്കിതെല്ലാം ഒരു ആ ഘോഷംപോലെയാണ്; അവരുടെ വധോത്സവം. അവർ തൊഴിലാ ളികളെയും അധ്യാപകന്മാരെയും കൃഷിക്കാരെയും എഴുത്തുകാരെയും ഉദ്യോഗസ്ഥന്മാരെയും കൊല്ലുന്നു; പുരുഷന്മാരെയും സ്ത്രീകളെയും കുട്ടികളെയും കൊല്ലുന്നു. കുടുംബങ്ങളെ അപ്പാടെ കൊന്നുതീർ ക്കുന്നു. ഗ്രാമങ്ങളെ അപ്പാടെ തീവെച്ചു നശിപ്പിച്ചുകളയുന്നു. വെടിയുണ്ടകൊണ്ടുള്ള മരണം പ്ലേഗിനെപ്പോലെ നാട്ടിൽ തേർവാഴ്ച നടത്തുന്നു; അതിന്റെ ഇരകളെ സംബന്ധിച്ച് യാതൊരു പക്ഷപാതവും വരുത്തുന്നില്ല.

എന്നാൽ ഈ ഭീകരതയിലും മനുഷ്യർ ജീവിക്കുന്നു. അത് വിശ്വസിക്കാൻ അസാധ്യമാണ്. എങ്കിലും, ഇപ്പോഴും മനുഷ്യർ ജീവി ക്കുകയും തിന്നുകയും ഉറങ്ങുകയും പ്രേമിക്കുകയും പണിയെടുക്കു കയും, മരണവുമായി ബന്ധമില്ലാത്ത ഒരായിരം കാര്യങ്ങളെപ്പറ്റി ചിന്തിക്കുകയും ചെയ്യുന്നു. അവരുടെ മനസിന്റെ ഏറ്റവും പിന്നിൽ ഭയങ്കരമായ ഒരു പിടിച്ചുവലിയുണ്ട്. പക്ഷേ അവരതു സഹിക്കുന്നു. അതിനു കീഴിൽ അവർ വീഴുകയോ തല കുനിക്കുകയോ ചെയ്യുന്നില്ല.

പട്ടാളഭരണത്തിനിടെ ഒരു ദിവസം എന്റെ കമ്മിസാർ എന്നെ ബ്രാനിക്കിലേക്കു കൊണ്ടുപോയി. മനോഹരമായ ജൂൺമാസം. ലിൻഡോനാ പുഷ്പങ്ങളുടെയും അസാഷിയാപുഷ്പങ്ങളുടെയും, മാധുര്യം വായുവിൽ ഘനംതൂങ്ങി നിൽക്കുന്നു. ഒരു ഞായറാഴ്ച വൈകുന്നേരമാണ്. ട്രാംലൈൻ അവസാനിക്കുന്നിടത്തുള്ള തെരുവിന് തിരിച്ചുപോകുന്ന യാത്രക്കാരുടെ പ്രവാഹം കൊള്ളത്തക്ക വീതിയില്ലാ യിരുന്നു. അവർ സന്തോഷഭരിതരായി ശബ്ദമുണ്ടാക്കിക്കൊണ്ടിരുന്നു. പകൽ മുഴുവൻ സൂര്യന്റെയും വെള്ളത്തിന്റെയും, തങ്ങളുടെ കാമുക കരങ്ങളുടെയും ആലിംഗനത്തിൽ കഴിച്ച് അവർ സാമോദം ക്ഷീണി ച്ചിരിക്കുന്നു. അവരുടെ മുഖത്ത് മരണം മാത്രം കാണപ്പെടുന്നില്ല; അത് അവരുടെ ഇടയിൽ നടക്കുകയും ഇടയ്ക്കിടക്ക് അവരിൽ ഒരാളെ ഉന്നംവെച്ച് അമ്പുതൊടുത്തുവിടുകയും ചെയ്തുകൊണ്ടിരുന്നു. അവർ മുയലുകളെപ്പോലെ ചാടിയോടുകയും കിടന്നുരുളുകയും ചെയ്തു. മുയലുകളെപ്പോലെ പാവങ്ങളുമാണവർ. മുയലുകളെപ്പോലെ തന്നെ! അവയുടെയിടയിൽ ഭക്ഷണത്തിനുവേണ്ടി കയ്യിട്ട് ഒന്നിനെ പിടിച്ചെടു ത്തോളൂ. ഒരു നിമിഷം അവയെല്ലാം പേടിച്ച് ഒരു മൂലയിൽ പതുങ്ങി ക്കൂടാം. പക്ഷെ ഉടനെതന്നെ തങ്ങളുടെ സന്തോഷസന്താപങ്ങളുമായി നിറഞ്ഞ ജീവിതാനന്ദത്തോടെ അവ വീണ്ടും അവിടെയെല്ലാം പാഞ്ഞുനടക്കുകയാണ്.

മതിൽകെട്ടിയടച്ച ജയിൽ ജീവിതത്തിൽനിന്ന് ഞാൻ പെട്ടെന്ന്, അണപൊട്ടിയൊഴുകുന്ന ഈ മനുഷ്യപ്രവാഹത്തിലേക്ക് മാറ്റപ്പെട്ടു. അതിന്റെ മധുരമായ ആനന്ദം എനിക്കാദ്യം കയ്പായിത്തോന്നി.

എങ്കിലും അതങ്ങനെയാകാൻ പാടില്ലാത്തതായിരുന്നു.

ഞാനിവിടെക്കാണുന്നത് ജീവിതമാണ്, ഇപ്പോൾതന്നെ ഞാൻ വന്നിരിക്കുന്നതും ജീവിതത്തിൽനിന്നാണ്. എത്ര ഭീകരമായ സമ്മർദം ചെലുത്തിയാലും ജീവിതം അനശ്വരമാണ്. ഒരു സ്ഥലത്തുകൂടെ അത് അടിച്ചമർത്താം, എന്നാൽ മറ്റൊരു നൂറുസ്ഥലത്തുകൂടി അതു പുറ ത്തേക്കു തുറിച്ചു ചാടും. അത് ജീവിതമാണ്. മരണത്തെക്കാൾ ശക്തി യുള്ളതായിത്തന്നെ അത് ഇന്നു നിലകൊള്ളുന്നു. അത് കയ്പാകാൻ പാടുണ്ടോ?

തടവുമുറിയിൽ, ഭീകരതയുടെ ഒത്ത നടുവിൽ, താമസിക്കുന്ന ഞങ്ങൾ രാജ്യത്തിലെ മറ്റുള്ളവരിൽനിന്ന് വ്യത്യസ്തരായ സൃഷ്ടിക ളാണോ?

ചിലപ്പോഴൊക്കെ ഞാൻ വിചാരണക്കു പോകുന്നത് പൊലീസു കാരിൽ മര്യാദയായി പെരുമാറുന്ന വാർഡർമാരൊന്നിച്ചാകാറുണ്ട്. ജനലിൽകൂടെ തെരുവിലേക്കു നോക്കുന്നതിൽ അവർ അധികമായി തടസപ്പെടുത്താറില്ല. കാഴ്ചക്ക് സാമാനങ്ങൾവെച്ച ജനാലകളും, വിൽപ്പനക്കുവെച്ച പൂക്കളും യാത്രക്കാരും സ്ത്രീകളും എല്ലാം അങ്ങനെ കാഴ്ചയിൽപെടാൻ സാധിക്കുന്നു. ഒൻപതുകോടി ഭംഗി

യുള്ള കാലുകൾ എണ്ണാൻ കഴിഞ്ഞാൽ പിന്നെ ഞാൻ വധിക്കപ്പെടുക യില്ലെന്നു എന്നോടു തന്നെ ഒരിക്കൽ ഞാൻ പറഞ്ഞു. പിന്നെ ഞാൻ അവയെ പരിശോധിക്കാൻ തുടങ്ങി. അവയുടെ രേഖകളെ ശ്രദ്ധിച്ച് ഒത്തുനോക്കാൻ തുടങ്ങി. കാലുകൾ രസത്തോടും താല്പര്യത്തോടും കൂടി നോക്കി തിരഞ്ഞെടുക്കാനും തള്ളിക്കളയാനും തുടങ്ങി– എന്റെ ജീവിതം അവയെ ആശ്രയിച്ചാണ് നിലകൊള്ളുന്നതെന്നു ചിന്തിക്കാതെ കേവലം രേഖകൾ മാത്രമാണ്, ജീവിതമല്ല വിഷയം എന്നപോലെ.

വൈകി വളരെ കഴിഞ്ഞാണ് അവർ സാധാരണയായി എന്നെ മുറിയിലേക്ക് കൊണ്ടുവരിക പതിവ്. ഞാൻ മടങ്ങിവരുമോ എന്നു തന്നെ ആശങ്ക പൂണ്ടാണ് 'അപ്പാപ്പൻ' കാത്തിരിക്കാറ്, വന്നാലുടനെ അദ്ദേഹമെന്നെ കെട്ടിപ്പിടിക്കും. ഞാൻ കേട്ട വർത്തമാനങ്ങൾ, തലേന്ന് കോബിലിസിയിൽ ആരെയെല്ലാം കൊന്നു എന്നും മറ്റും, അദ്ദേഹത്തെ പറഞ്ഞുകേൾപ്പിക്കും. അതുകഴിഞ്ഞ് വാടിയ പച്ചക്കറികൾ കൊണ്ടു ണ്ടാക്കിയ ആ വെറുക്കപ്പെട്ട ഭക്ഷണം വിശപ്പുകൊണ്ടു നിവൃത്തി യില്ലാത്തതിനാൽ ഞങ്ങൾ കഴിക്കും. പിന്നീട് ഒന്നുകിൽ സന്തോഷ കരമായ ഒരു പാട്ടുപാടും. അല്ലെങ്കിൽ കോപമോ വ്യസനമോ ആണ് ഞങ്ങൾക്കെങ്കിൽ, ഒരു കൈച്ചൂതു കളിക്കും. കുറച്ചു നേരത്തേക്ക് അത് ഞങ്ങളുടെ ശ്രദ്ധയെ പൂർണമായും തിരിച്ചുകളയും. അങ്ങനെയാണ് ഞങ്ങൾ സായാഹ്നവേളകൾ കഴിക്കുക പതിവ്. അതിനിടയ്ക്ക് ഏതു നിമിഷവും ഞങ്ങളുടെ മുറിയുടെ വാതിൽ തുറക്കുകയോ, ഞങ്ങളിൽ ആരെങ്കിലും മരണത്തിനായി വിളിക്കപ്പെടുകയോ ചെയ്യാൻ പൂർണ മായും സാധ്യതയുണ്ട്.

"നീ, അല്ലെങ്കിൽ, നീ, ഇറങ്ങിവാ. നിന്റെ എല്ലാംകൂടി എടുത്തോ. വേഗം!"

എന്നാൽ ആ കാലഘട്ടത്തിൽ ഞങ്ങൾ രണ്ടാളും വിളിക്കപ്പെട്ടില്ല. ആ ഭീകരകാലം ജീവിച്ചുകയറി. ഞങ്ങളിപ്പോൾ ഞങ്ങളുടെ തന്നെ മനോഭാവത്തിൽ. അദ്ഭുതത്തോടുകൂടിയാണ് അതിനെപ്പറ്റി ഓർക്കാറ്. മനുഷ്യൻ എത്ര അദ്ഭുതകരമായ വിധത്തിലാണ് നിർമിക്കപ്പെട്ടത്– അസഹ്യമായതും നമുക്ക് സഹിക്കാൻ കഴിയുന്നു.

എന്നാൽ അത്തരം കാലഘട്ടങ്ങൾ നമ്മുടെ ജീവിതത്തിൽ ആഴ മേറിയ മുദ്രകൾ പതിപ്പിക്കാതിരിക്കുക സാധ്യമല്ല. അവ നമ്മുടെ തലച്ചോറിനു താഴെ ഫിലിം ചുരുളുകളായി കിടക്കുന്നു. പിന്നീട് ചിലപ്പോൾ യഥാർഥ ജീവിതത്തിൽ ഭ്രാന്തിന്റെ രൂപത്തിൽ ആ ചുരുളുകൾ നിവരുന്നു. അത്രയുംകാലം നാം ജീവിക്കുകയാണെങ്കിൽ, അല്ലെങ്കിൽ ഒരുപക്ഷേ, ആ വിശാലമായ ശ്മശാനങ്ങളുടെ രൂപത്തി ലോ, മനുഷ്യജീവന്റെ ഏറ്റവും വിലപിടിച്ച വിത്തുകൾ പാകിയ പച്ചത്തോട്ടങ്ങളുടെ രൂപത്തിലോ നിവർന്നു എന്നുവരാം.

ഏറ്റവും അധികം വിലപിടിച്ച ആ വിത്ത് ഒരു ദിവസം മുളച്ച് ജീവിതമായി വികസിക്കും.

7

വ്യക്തികളും നിഴൽ ചിത്രങ്ങളും -തുടർച്ച

"പാൻക്രാറ്റ്സ്"

ജയിലിനകത്ത് രണ്ടുതരം ജീവിതമുണ്ട്. ഒന്ന് തടവുമുറി ക്കുള്ളിൽ അടച്ചുപൂട്ടിയിട്ട് ബാഹ്യലോകത്തിൽനിന്നും കർശനമായി വേർപെടുത്തപ്പെട്ടിട്ടുള്ളതാണ്- എങ്കിലും രാഷ്ട്രീയ തടവുകാരുടെ കാര്യത്തിൽ, ആ ലോകവുമായി ഏറ്റവുമടുത്തു ബന്ധപ്പെട്ടിട്ടുള്ളതു മാണ്. മറ്റൊന്ന്, മുറികൾക്ക് പുറത്തെ നീണ്ട ഇടനാഴികളിലെ ജീവിതമാണ്; പാതിയിരുട്ടിലെ യൂണിഫാറമിട്ട ദു:സഹമായ ഒരു നികൃഷ്ടജീവിതം- അതിൽ നിറയെ ചില ചെറിയ മനുഷ്യരെയും രൂപങ്ങളെയും കാണാനുണ്ടെങ്കിലും, മുറികൾക്കുള്ളിലേതിനെക്കാൾ ഏകാന്തമായ ഒരു ജീവിതമാണത്. ആ ജീവിതമാണ് ഞാനിപ്പോൾ വിവരിക്കാൻ തുനിയുന്നത്.

അതിന് സ്വന്തമായൊരു ജീവിതമുണ്ട്. ഒരു ചരിത്രമുണ്ട്. ഉണ്ടായിരുന്നില്ലെങ്കിൽ എനിക്കതിനെ പഠിക്കാൻ സാധിക്കുമായിരു ന്നില്ല. ഞങ്ങളുടെ നേരെ തിരിച്ചുവെച്ച സ്റ്റേജിന്റെ മുൻവശം മാത്രമെ എനിക്ക് കാണാമായിരുന്നുള്ളു- പുറമേക്ക് കഠിനവും ഞെക്കിയാൽ ഞെക്കാത്തതുമായിത്തോന്നുന്ന ആ ഉപരിതലം മാത്രം. ആ ഉപരിത ലമാണെങ്കിൽ, മുറിക്കുള്ളിലുള്ള ആ മനുഷ്യരുടെമേൽ വലുതായ ഒരു ഭാരംപോലെ അമർന്നുചേർന്ന, ഒരു കൊല്ലം മുമ്പുവരെ, എന്തിന് ഒരാറുമാസം മുമ്പുവരെ, അങ്ങനെ തോന്നിയിരുന്നു. എന്നാൽ ആ പുറംതോടുമുഴുവൻ വിണ്ടതാണെന്നു ഇന്നെനിക്ക് കാണാൻ കഴിയു ന്നുണ്ട്. ഓരോ വിള്ളലും ഒരു മുഖത്തിന് എത്തിനോക്കാൻ വേണ്ടത്ര വലുപ്പമുള്ളതാണ്. ആ മുഖങ്ങളാണെങ്കിൽ, ജിജ്ഞാസയോടുകൂടിയ പാവപ്പെട്ട മുഖങ്ങൾ മാത്രമാണ്; അഥവാ പരിഭ്രമം നിറഞ്ഞ

പരിഹാസ്യമായ മുഖങ്ങൾ. അതിൽ എല്ലാത്തരം മുഖങ്ങളുമുണ്ട്; എങ്കിലും ഓരോന്നും ഓരോ മനുഷ്യജീവിയുടേതാണ്. ആ ഇരുളടഞ്ഞ ഓരോ അംഗത്തിന്റെമേലും, ആ ഭരണയന്ത്രത്തിന്റെ സമ്മർദം ഒരു ഇരുമ്പുവായുടെ താടിയെല്ലുപോലെ അലർച്ചയോടെ പതിയുന്നു. അപ്പോൾ അവനിൽ മനുഷ്യവികാരത്തിന്റെ ഏതെങ്കിലും ഒരംശ മുണ്ടെങ്കിൽ, അത് പ്രകാശിക്കുന്നു. മിക്കവാറും അതു വളരെ ലഘുവാ യിരിക്കും. ചിലർക്ക് മറ്റു ചിലരേക്കാൾ വ്യക്തമായും മനുഷ്യത്വം കൂടുതലുണ്ട്. അതിന്റെ തോത് അവരിൽ വ്യത്യാസങ്ങളുണ്ടാക്കുന്നു; വ്യത്യസ്ത മാതൃകകളെ സൃഷ്ടിക്കുന്നു. അപൂർവം ചില തികഞ്ഞ മനുഷ്യരേയും കൂട്ടത്തിൽ നിങ്ങൾ തീർച്ചയായും കാണും. എന്നാൽ ഈ ഭരണത്തിന്റെ സമ്മർദം, അവരെ മറ്റുള്ളവരുടെ സഹായികളാക്കി ത്തീർക്കാൻ ആവശ്യമായിരുന്നില്ല.

ജയിൽ സന്തോഷകരമായ ഒരു സ്ഥാപനമല്ല; എന്നാൽ മുറികൾ ക്കു മുൻപിലെ ഇടനാഴിയിലെ ജീവിതം അകത്തേതിനേക്കാൾ ഇരുണ്ടതാണ്. മുറികൾക്കകത്ത് സൗഹൃദം കുടികൊള്ളുന്നു—അ ഹോ! സൗഹൃദം!യുദ്ധമുന്നണിയിൽ ആപത്തിനെ നേരിട്ട് ദീർഘകാലം നിൽക്കേണ്ടിവരുമ്പോൾ, ഇന്നു നിങ്ങളുടെ ജീവൻ എന്റെ കൈയിലും നാളെ എന്റെ ജീവൻ നിങ്ങളുടെ കൈയിലും ആയിരിക്കുന്ന അവസര ത്തിലേതുപോലുള്ള ഒരു സൗഹൃദമാണിത്. പക്ഷേ, ഈ ഭരണയ ന്ത്രത്തിന്റെ സംരക്ഷകന്മാർ (ഗാർഡുകൾ)ക്കിടയിലും നന്നേ അപൂർ വമായി ഇത് കണ്ടുവരുന്നുണ്ട്. അതുണ്ടാകാൻ നിവൃത്തിയില്ലാത്ത താണ്. നീചമായ ഒറ്റിക്കൊടുക്കലിന്റെ അന്തരീക്ഷമാണ് അവരെ വല യം ചെയ്തു നിൽക്കുന്നത്. അവർ പരസ്പരം പിടിച്ചുകൊടുക്കുന്നു. ഔദ്യോഗികമായി സഖാവെന്നു വിളിക്കപ്പെടുന്ന ആളുകളെ അവർക്ക് സൂക്ഷിക്കേണ്ടിയിരിക്കുന്നു. അവരിൽ ഉത്തമന്മാരായവർ, സൗഹൃദം കൂടാതെ ജീവിക്കാൻ സാധിക്കാത്തവർ തങ്ങളുടെ സ്ഥാനം കണ്ടെ ത്തേണ്ടത് തുറുങ്കിലാണ്.

വളരെക്കാലത്തേക്ക് ഞങ്ങൾക്ക് അന്യോന്യം പേരുകൾപോലും അറിഞ്ഞുകൂടായിരുന്നു. അത് അത്ര കാര്യമല്ല. ഞങ്ങൾ അവർക്ക് സ്വന്തനിലയിൽ പരിഹാസപ്പേരുകൾ സൃഷ്ടിച്ചിരുന്നു.

ചില പേരുകൾ ഞങ്ങൾ അവർക്ക് കൊടുത്തു, മറ്റു ചിലത് ഞങ്ങളുടെ പിൻഗാമികൾതന്നെ ഉണ്ടാക്കി. ചിലർക്കെല്ലാം ഓരോ മുറിയിലും പ്രത്യേകം പ്രത്യേകം പേരുകൾ സിദ്ധിച്ചു- ഇക്കൂട്ടർ ഒരു തരം നപുംസകരാണ്. ഒരു മുറിയിൽ കുറച്ചു കൂടുതൽ വിളമ്പും, മറ്റേ മുറിയിലുള്ളവരുടെ മുഖത്തടിക്കും. തടവുകാർ ഇത്തരത്തിലുള്ള വാർഡറുമായി ബന്ധപ്പെടുന്ന നിമിഷങ്ങൾ എങ്ങനെയുള്ളതാണോ അതിനനുസരിച്ചാണ് അവരവരുടെ പേരുകൊടുക്കൽ ആയിരിക്കുക. നല്ലതോ ചീത്തയോ ആയ സ്വഭാവങ്ങളുള്ളവരായാലും, കുറെക്കൂടെ യുക്തവും സ്ഥിരവുമായ സ്വഭാവങ്ങളോടുകൂടിയ ചില ഗാർഡുകൾക്ക്

എല്ലാ മുറികളിലുള്ളവരും ഒരുപക്ഷേ, ഒരു പേരുതന്നെ കൊടുത്തേ ക്കും.

നമുക്കീ വ്യക്തികളെ ഒന്നു നോക്കുക. ഈ ചെറിയ മനുഷ്യ ജീവികളെ ഒന്നു പരിശോധിക്കുക! ഇത് യാദൃച്ഛികമായി ഒത്തുകൂടിയ ഒരു കൂട്ടമല്ല; നാസിസത്തിന്റെ രാഷ്ട്രീയ സൈന്യത്തിന്റെ വ്യക്തമായ ഒരു ഭാഗമാണ്. സശ്രദ്ധം തിരഞ്ഞെടുക്കപ്പെട്ടവരാണവർ. ഭരണയന്ത്ര ത്തിന്റെ നെടുംതൂണുകളാണവർ അവരുടെ സമൂഹം എന്തിനെ ആശ്രയിച്ചുനിൽക്കുന്നോ അതാണവർ.

"പ്രഥമ ശുശ്രൂഷകൻ"

തടിച്ചു പൊക്കം കൂടി ചെറിയ ശബ്ദത്തോടുകൂടിയ എസ് എസ് റിസർവുകാരൻ—റിയൂസ്—റൈൻ നദീതീരത്തുള്ള കൊളോൺകാരൻ. സാധാരണ ജർമൻ സ്കൂൾ ജാനിറ്റർമാരെപ്പോലെ ഇയാളും പ്രഥമ ശുശ്രൂഷയിൽ പരിശീലനം സിദ്ധിച്ച ഒരു ജാനിറ്ററാണ്. ഇയാൾ പലപ്പോഴും ജയിൽ ഡോക്ടർക്കു പകരം നോക്കാറുണ്ട്. ഇവിടെ എനിക്ക് ബന്ധം കിട്ടിയ ആദ്യത്തെ മനുഷ്യൻ അയാളായിരുന്നു. അയാൾ എന്നെ മുറിക്കകത്തേക്കു വലിച്ചുകൊണ്ടുപോയി ബഞ്ചിൽ കിടത്തി. എന്റെ മുറിവുകൾ ശുശ്രൂഷിച്ചു അവ വെച്ചുകെട്ടി. ഒരുപക്ഷേ അയാളായിരിക്കാം എന്റെ ജീവൻ രക്ഷിക്കാൻ സഹായിച്ചത്. അത് എന്തിന്റെ പ്രകടനമായിരുന്നു? അയാളുടെ മനുഷ്യത്വത്തിന്റെ പ്രകടനമോ? അതോ അയാളുടെ പ്രഥമ ശുശ്രൂഷ പരിശീലനത്തിന്റെ പ്രകടനമോ?' എനിക്കറിഞ്ഞുകൂടാ. എന്നാൽ അറസ്റ്റു ചെയ്യപ്പെട്ട ജൂതന്മാരുടെ പല്ല് അയാൾ തല്ലിക്കൊഴിച്ചിരുന്നതും, അല്ലെങ്കിൽ അവർക്ക് ഓരോ സ്പൂൺ ഉപ്പോ മഞ്ഞളോ(എല്ലാ രോഗങ്ങൾക്കുമുള്ള അവരുടെ മരുന്ന് അതായിരുന്നു) കൊടുത്തതും നാസിസത്തിന്റെ പ്രകടനമായിരുന്നു എന്നുള്ളത് തീർച്ചയാണ്.

"സ്മാർട്ടി"

മൃദുലഹൃദയനും വായാടിയുമായ ആ ഫേബിയൻചെസ്കോ ബുദെജോ വിസ്തിലെ മദ്യനിർമാണശാലയിൽ ഡ്രൈവർ ആയിരുന്നു. ഭക്ഷണം കൊണ്ടുവരുമ്പോൾ പുഞ്ചിരിയോടെയാണയാൾ മുറിയിൽ പ്രവേശിക്കുക. അയാൾ ഒരിക്കലും ഞങ്ങളെ ഉപദ്രവിക്കാറുമില്ല: തന്റെ മേലധികാരികൾക്ക് അറിവു കൊടുക്കാനായി എന്തെങ്കിലും ഒരു വാക്കു കിട്ടാൻവേണ്ടി മുറിക്കു പുറത്ത് അനേകം മണിക്കൂറുകൾ അയാൾ ചെവിയോർത്തു ഒരേനിലയിൽ നിൽക്കാറുണ്ടെന്ന് നിങ്ങൾ ഒരിക്കലും വിശ്വസിച്ചേക്കില്ല.

"കോക്ലാർ"

ഇയാളും ബുദെജോവിസ്തിലെ മദ്യനിർമാണശാലയിൽ ഒരു തൊഴിലാളിയായിരുന്നു. അത്തരം അനവധിയാളുകൾ ഇവിടെയുണ്ട്. സുദേത്തറൽ പ്രദേശത്തുള്ള ജർമൻ തൊഴിലാളികളാണവർ. മാർക്സ് ഒരിക്കൽ എഴുതുകയുണ്ടായി:"ഒരു വ്യക്തിയെന്ന നിലയ്ക്ക് തൊഴി ലാളി ചെയ്യുന്നതു പ്രധാനമല്ല; ഒരു വർഗമെന്ന നിലയ്ക്ക് അതിന്റെ ചരിത്രപരമായ കടമകൾ നിറവേറ്റാൻ തൊഴിലാളികൾ എന്തുചെയ്യു ന്നുവെന്നതാണ് പ്രധാനം." നാം ഇവിടെ കാണുന്നവർക്ക് തങ്ങളുടെ വർഗത്തിന്റെ കടമകളെക്കുറിച്ച് യാതൊന്നും അറിഞ്ഞുകൂടാ, തങ്ങളുടെ വർഗത്തിൽനിന്ന് പറിച്ചു നീക്കപ്പെട്ട്, അതിനെതിരായി നിർത്തപ്പെട്ടവർ ആശയപരമായി വായുവിൽ തൂങ്ങിനിൽക്കുന്നു -അവസാനം ഒരുപക്ഷേ ശാരീരികമായും തൂങ്ങുകയും ചെയ്തേക്കാം.

എളുപ്പത്തിൽ കാലക്ഷേപമാർഗം കണ്ടെത്താനാണ് അയാൾ നാസികളുടെ കൂട്ടത്തിൽ ചേർന്നത്. എന്നാൽ അയാൾ വിചാരിച്ച തിലുമധികം കുഴപ്പം പിടിച്ചതാണതെന്ന് ഒടുക്കം വന്നുകൂടി. അതി നുശേഷം അയാളുടെ മന്ദഹാസം അദൃശ്യമായി. നാസി വിജയത്തി ന്മേൽ അയാൾ പന്തയംകെട്ടി; എന്നാൽ താൻ പന്തയം കെട്ടിയ കുതിര ചത്തതാണെന്നു വന്നു കൂടി. അയാളുടെ ആത്മസ്ഥൈര്യം നശിച്ചു. ശബ്ദമുണ്ടാക്കാത്ത ചെരുപ്പുകൾ ഇട്ടുകൊണ്ട് രാത്രിയിൽ ഇടനാ ഴിയിൽ ഉലാത്തുമ്പോൾ, തന്റെ ഉന്മേഷരഹിതമായ ചിന്തകളുടെ പാട്ടുകൾ അയാൾ താനറിയാതെതന്നെ വിളക്കുമറകളിൽ പറ്റിപ്പിടിച്ച പൊടിപടലത്തിൽ പതിപ്പിച്ചു പോകാറുണ്ട്.

അവയിലൊന്നിന്മേൽ കാവ്യഭംഗിയോടുകൂടി അയാൾ എഴുതി: "സർവവും നാറുന്നു", എന്നിട്ട് അയാൾ ആത്മഹത്യ ചെയ്യാൻ ആലോ ചിച്ചു.

പകൽ സമയത്തു അയാൾ തടവുകാരെയും വാർഡർമാരെയും ധൃതിപിടിച്ച ഒരുതരം അടഞ്ഞ ശബ്ദത്തിലുള്ള അട്ടഹാസങ്ങൾ കൊണ്ട് ആട്ടിയോടിക്കും. അതു തന്റെ ധൈര്യം നിലനിർത്താൻ മാത്രമാണ്.

"റോസ്ലർ"

ചടച്ച്, പൊക്കത്തിൽ, മുരണ്ട ശബ്ദത്തോടുകൂടിയ റോസ്ലർ, ആത്മാർഥമായി ചിരിക്കാൻ സാധിക്കാത്തവരായി ഇവിടെയുള്ള അപൂർവ്വം ചിലരിൽ ഒരാളാണ്. അയാൾ യാസ്ലോനെത്സിലെ ഒരു നെയ്ത്തു തൊഴിലാളിയായിരുന്നു. മുറിക്കകത്തുവന്നു അനേകം മണിക്കൂർ സമയം അയാൾ വാദപ്രതിവാദം ചെയ്തുകൊണ്ടു നിൽ ക്കുക പതിവാണ്.

"എങ്ങനെയാണ് ഞാനിതിൽ വന്നുകൂടിയതെന്നോ? പത്തു കൊല്ലം എനിക്ക് സ്ഥിരമായി യാതൊരു ജോലിയും ഉണ്ടായിരുന്നില്ല.

ഒരു കുടുംബത്തിനാകെ ആഴ്ചയിൽ 20 ക്രൗൺ കിട്ടിയാൽ എന്തൊരു തരത്തിലുള്ള ജീവിതമാണ് നയിക്കാൻ സാധിക്കുകയെന്നു നിങ്ങൾ ക്കറിയാമല്ലോ. അങ്ങനെയിരിക്കുമ്പോഴാണ് അവർ വന്നത്. അവർ പറഞ്ഞു: ഞങ്ങളുടെ കൂടെ വരിക ഞങ്ങൾ നിങ്ങൾക്ക് ജോലി തരാം. ഞാൻ പോയി. അവർ എനിക്ക് ജോലിതന്നു, എനിക്കും മറ്റെല്ലാവർ ക്കും. ഒന്നുമില്ലെങ്കിൽ ഭക്ഷണവും വീടും ഞങ്ങൾക്ക് കിട്ടി. ഞങ്ങൾക്ക് വീണ്ടും ജീവിക്കാൻ സാധിച്ചു. സോഷ്യലിസമോ? ഇതു വലിയ ഗുണ മൊന്നുമില്ല. ഇങ്ങനെയല്ല ഞാൻ വിചാരിച്ചത്. എങ്കിലും ഞങ്ങളുടെ മുമ്പിലത്തെ സ്ഥിതിയേക്കാൾ ഭേദമാണത്.

"അങ്ങനെയല്ലേന്നോ? യുദ്ധമോ? ഞാൻ യുദ്ധത്തെ ഇഷ്ടപ്പെ ട്ടില്ല; മറ്റുള്ളവർ മരിക്കണമെന്നു ഞാൻ ആഗ്രഹിച്ചില്ല. എനിക്ക് ജീവിക്കണമെന്നേ ആശയുണ്ടായിരുന്നുള്ളൂ."

എന്ത്? ഞാൻ ഇഷ്ടപ്പെട്ടാലും ഇല്ലെങ്കിലും ഈ യുദ്ധത്തെ ഞാൻ സഹായിക്കുകയാണെന്നോ? ഞാൻ എന്തു ചെയ്യാനാണ്? ഞാനിവിടെ വല്ലവരേയും ഉപദ്രവിച്ചിട്ടുണ്ടോ? ഞാൻ പോയാൽ എന്റെ സ്ഥാനത്തു വേറെ ആളുകൾ വരും. ഒരുപക്ഷേ എന്നെക്കാൾ കൊള്ളരുതാത്തവർ. അത് ആരെയെങ്കിലും സഹായിക്കുമോ? യുദ്ധം കഴിഞ്ഞാൽ ഞാൻ ഫാക്ടറിയിലേക്ക് പോകും.

"ആരാണ് ജീവിക്കാൻ പോകുന്നതെന്നാണു നിങ്ങൾ വിചാരി ക്കുന്നത്? ഞങ്ങളല്ല, നിങ്ങളോ? അപ്പോൾ ഞങ്ങൾക്കെന്തു സംഭ വിക്കും?"

"ഞങ്ങളുടെ കഥ കഴിയുമെന്നോ? അതു മഹാമോശമാണല്ലോ? ഞാൻ അങ്ങനെയല്ല വിചാരിച്ചത്."

ഇത്രയും പറഞ്ഞ്, ഉത്സാഹശൂന്യനായി കാൽ നീട്ടിവെച്ചു നടന്ന് അയാൾ മുറിവിട്ടു പോകുന്നു.

അരമണിക്കൂർ കഴിഞ്ഞ്, സോവിയറ്റ് യൂണിയനിലെ യഥാർഥ സ്ഥിതി എന്താണ് എന്ന് ഒരു ചോദ്യവുംകൊണ്ട് അയാൾ മടങ്ങി യെത്തും.

"അത്"

ഒരു ദിവസം രാവിലെ പെച്ചെക്ക് കെട്ടിടത്തിലെ വിസ്താര ത്തിനുവേണ്ടി ഞങ്ങളെ കൊണ്ടുപോകുന്നതും കാത്ത് പാൻക്രാറ്റ് സിലെ ഇടനാഴിയിൽ നിൽക്കുകയായിരുന്നു. പിന്നിൽ നടക്കുന്ന തെന്തെന്ന് കാണാതിരിക്കാൻവേണ്ടി നെറ്റി മതിലിനോടു ചേർത്തു പിടിച്ചുകൊണ്ട് എല്ലാ ദിവസവും ഞങ്ങൾക്കങ്ങനെ നിൽക്കേണ്ട തുണ്ടായിരുന്നു. അന്നു രാവിലെ ഞാൻ പുതിയ ശബ്ദം കേട്ടു.

"എനിക്കൊന്നും കാണണ്ടാ, എനിക്കൊന്നും കേൾക്കണ്ടാ! നീ എന്നെ അറിയില്ല. പക്ഷേ, നിനക്കെന്നെ അറിയാറാകും!"

ഞാൻ ചിരിച്ചു. നല്ല പട്ടാളക്കാരൻ ഷിക്ക് എന്ന നാടകത്തിലെ

പാവപ്പെട്ട വിദൂഷകൻ ലഫ്ടനന്റ് ദുബിന്റെ വാക്കുകൾ ഇങ്ങനെ ഉദ്ധരിച്ചത്, ഈ ഡ്രില്ലിൽ, വാസ്തവത്തിൽ വളരെ ഉചിതമായിരി ക്കുന്നു. അതേവരെ ആ തമാശ ഇത്ര ഉറക്കെ ഉപയോഗിക്കാൻ ആർക്കും ധൈര്യം തോന്നിയിട്ടില്ല. എന്റെ വരിയിൽ എന്റെ തൊട്ടടുത്തു നിന്ന എന്നെക്കാൾ പരിചയം കൂടിയ തടവുകാരിൽനിന്നു ലഭിച്ച വിരൽകൊണ്ടു വ്യക്തമായ ഒരു കുത്തു ചിരി നിർത്താൻ എന്നോടാ ജ്ഞാപിച്ചു. എനിക്ക് തെറ്റിയിട്ടുണ്ടായിരിക്കാം, അതൊരു തമാശയാ യിട്ടല്ല ഉദ്ദേശിക്കപ്പെട്ടിരുന്നതെന്ന് അതെന്നെ അറിയിച്ചു. അതൊരു തമാശയായിരുന്നില്ലതാനും.

ഞങ്ങളുടെ പിന്നിൽ കേട്ട ഒച്ച, എസ് എസ് യൂണിഫാറം ധരിച്ച ഒരു ചെറിയ മനുഷ്യാകൃതിയുടേതായിരുന്നു. അതിന് ഷിക്കിനെ ക്കുറിച്ച് ഒരറിവും ഉണ്ടായിരുന്നില്ല എന്നതു വളരെ സ്പഷ്ടമാണ്. ലഫ്ടനന്റ് ദുബിനെപ്പോലെ അതു സംസാരിക്കാൻ കാരണം ലഫ്ടനന്റ് ദുബുമായി അതിന് ആത്മീയബന്ധം ഉണ്ടായിരുന്നു എന്നതാണ്. 'വിധാൻ' എന്നു വിളിച്ചാൽ അതു വിളികേട്ടിരുന്നു. ചെക്കോസ്ലവാക്ക് സൈന്യത്തിൽ 'വിധാൻ' എന്നപേരിൽ 'അതു' വളരെക്കാലം ഒരു ഉയർന്ന സാർജന്റായി പണിയെടുത്തിരുന്നു. അയാൾ പറഞ്ഞതാ യിരുന്നു ശരി. അയാളെ ഞങ്ങൾക്ക് നല്ലപോലെ അറിയാറായി. പ്രഥമപുരുഷൻ ഏകവചനത്തിലല്ലാതെ–'അത്' എന്നല്ലാതെ –ഞങ്ങൾ അയാളെപ്പറ്റി ഒരിക്കലും സംസാരിക്കാറേയില്ല. പരമാർഥം പറഞ്ഞാൽ, പാൻക്രാറ്റ്സിലെ ഭരണയന്ത്രത്തിന്റെ നെടുംതൂണുകളിൽ ഒന്നായ അതിന്, വിഡ്ഢിത്തത്തിന്റെയും നീചത്വത്തിന്റെയും അഹങ്കാരത്തി ന്റെയും വെറും ചീത്തത്തത്തിന്റെയും ഒരു വെറും കലർപ്പായ അതിന്, പറ്റിയ ഒരു പരിഹാസപ്പേർ കണ്ടുപിടിക്കുന്നതിൽ ഞങ്ങളുടെ സൃഷ്ടികുശലത തികച്ചും പരാജയപ്പെട്ടു.

മുകളിലേക്ക് കയറാൻ ആഗ്രഹിക്കുന്ന അൽപ്പന്മാരെയും മുഖ സ്തുതിക്കാരെയും പറ്റി അവരെ അവരുടെ ഏറ്റവും ദുർബലസ്ഥാ നത്തു മുറിവേൽപ്പിക്കാൻ വിചാരിക്കുമ്പോൾ പറയാറുള്ളത്: "അവന് ഒരു പന്നിയുടെ മുട്ടോളം തന്നെ ഉയരമില്ല", എന്നായിരുന്നു. തന്റെ പൊക്കക്കുറവിനെപ്പറ്റി ഒരാൾ മനോവ്യഥ അനുഭവിക്കണമെങ്കിൽ അവൻ മാനസികമായും എത്ര ചെറിയവനായിരിക്കണം! വിധാൻ ഇങ്ങനെ വ്യഥയനുഭവിച്ചു മാനസികമായോ ശാരീരികമായോ തന്നേക്കാൾ വലിയവനായ ആരോടും– എന്നുവെച്ചാൽ ലോകത്തി ലുള്ള എല്ലാവരോടും– തന്റെ പകപോക്കുകയും ചെയ്തു.

അടികൾ കൊടുത്തില്ല. അതിനുമാത്രം ധൈര്യം അയാൾക്കു ണ്ടായിരുന്നില്ല. എങ്കിലും പതിഞ്ഞിരുന്നു രഹസ്യങ്ങൾ കണ്ടുപിടിച്ചും കാര്യങ്ങൾ ഒറ്റുകൊടുത്തും അയാൾ അതു നിർവഹിച്ചു. വിധാന്റെ കള്ളക്കഥകൾ കാരണം എത്രയോ തടവുകാർക്ക് അവരുടെ ആരോ ഗ്യംകൊണ്ട് ഉത്തരം പറയേണ്ടിവന്നു. അതിലെത്രയോ പേർക്ക്

തങ്ങളുടെ ജീവൻ കൊണ്ടുതന്നെയും ഉത്തരം പറയേണ്ടിവന്നു – കാരണം, നിങ്ങൾ പാൻക്രാറ്റ്സ് വിട്ട് ഒരു കോൺസൻട്രേഷൻ ക്യാമ്പിലേക്ക് പോകുമോ അതോ എപ്പോഴെങ്കിലും പാൻക്രാറ്റ്സ് വിടാൻ തന്നെ സാധിക്കുമോ എന്നത് നിങ്ങളുടെ കാർഡിൽ എഴുതിയ കുറിപ്പിന്റെ വ്യത്യാസമനുസരിച്ചായിരിക്കും.

സ്വന്തം പ്രാവീണ്യത്തെപ്പറ്റി വലിയ മതിപ്പോടുകൂടി ആ ഇടനാഴിയിലങ്ങനെ ധാടിയിൽ ഉലാത്തുമ്പോൾ അയാളെ കാണാൻ, ബഹുതമാശയാണ്. ആരും നോക്കാനില്ലാത്തപ്പോഴും അയാളങ്ങനെ ധാടിയിൽ നടക്കും. ആരെയെങ്കിലും കാണുമ്പോൾ എവിടെയെങ്കിലും കയറിനിൽക്കണമെന്ന് അയാൾക്ക് തോന്നുന്നു. ഞങ്ങളെ ആരെയെങ്കിലും ചോദ്യം ചെയ്യുന്ന സമയത്ത് അയാൾ കസേരക്കയ്യിൽ കയറി ഇരിക്കും. ആ അസുഖകരമായ ഇരുപ്പിൽ ഒരു മണിക്കൂർ വേണമെങ്കിലും അയാൾ അങ്ങനെ ഇരിക്കും. ആ ഇരുപ്പിൽ അയാൾക്കു നിങ്ങളെക്കാൾ ഒരു ചാൺ പൊക്കം കൂടുമല്ലോ എന്നുള്ള ഒരൊറ്റക്കാരണം കൊണ്ടാണയാളതു സഹിക്കുന്നത്. ഞങ്ങൾ ക്ഷൌരം ചെയ്യിക്കുന്നിടത്ത് അയാൾ ഡ്യൂട്ടിയിലായിരിക്കുമ്പോൾ ഒരു പടിയുടെ മുകളിൽ കയറിയിട്ടായിരിക്കും അയാളുടെ നിൽപ്പ്. അല്ലെങ്കിൽ തനിക്കേറ്റവും പ്രിയപ്പെട്ട ആ വാചകം ഉരുവിട്ടുകൊണ്ട് ബഞ്ചിനു മുകളിൽ അങ്ങോട്ടു മിങ്ങോട്ടും നടക്കും.

"എനിക്കൊന്നും കാണണ്ടാ, എനിക്കൊന്നും കേൾക്കണ്ടാ.....
നീ എന്നെ അറിയില്ല............"

രാവിലെയുള്ള വ്യായാമസമയത്ത് അയാൾ ആ പുൽമേടയുടെ മുകളിൽ കയറി നിലയുറപ്പിക്കും. അങ്ങനെ ചുറ്റുമുള്ള മുറ്റത്തുനിന്നും ഒരു നാലഞ്ചു ഉയരം അയാൾക്ക് കൂടിക്കിട്ടുന്നു. നിങ്ങളുടെ മുറിയിലയാൾ കടക്കുന്നത് ഒരു ചക്രവർത്തിയുടെ ഗൗരവത്തോടുകൂടിയായിരിക്കും. കടന്നയുടനെ ഉചിതമായ ഉയരത്തിൽ നിന്നുകൊണ്ട് പരിശോധന നടത്താൻ വേണ്ടി ഒരു കസേരയിന്മേൽ കയറും.

ഉദ്യോഗത്തിലിരിക്കുന്ന എല്ലാ വങ്കന്മാരെയും പോലെതന്നെ– അയാളെക്കാണാൻ ബഹുതമാശയാണ്. മനുഷ്യജീവന്റെ കാര്യത്തോടടുക്കുമ്പോൾ മഹാ ആപൽക്കാരിയുമാണ്. അയാളുടെ ബുദ്ധിശൂന്യ തക്കുള്ളിൽ ഒരു സാമർഥ്യം മറഞ്ഞിരുപ്പുണ്ട്– ഒരു കൊതുകിൽനിന്ന് ഒരു ഒട്ടകത്തെ ഉണ്ടാക്കാനുള്ള സാമർഥ്യം. ഒരു കാവൽപട്ടിയുടെ ജോലിയല്ലാതെ അയാൾക്കൊന്നും അറിഞ്ഞുകൂടാ. അതുകൊണ്ട് നിയമങ്ങളിൽനിന്നുള്ള നിസാരമായ വ്യതിയാനംപോലും വലിയ എന്തോ ആയിത്തീരുന്നു. അയാളുടെ സ്വന്തം താൻപ്രമാണിത്തത്തോട് കിടപിടിക്കുന്ന എന്തോ ഒന്ന്. ജയിൽചട്ടങ്ങളുടെയും ഉത്തരവുകളുടെയും ഓരോ ലംഘനത്തെയും, താൻ ഒരു 'വലിയപുള്ളി'യാണെന്നുള്ള ബോധത്തിനു വളംവെയ്ക്കുന്ന വിധത്തിൽ അയാൾ വ്യാഖാനിക്കുന്നു. അയാളുടെ ആരോപണങ്ങളിൽ എത്രമാത്രം വാസ്തവ മുണ്ടായിരിക്കുമെന്ന് അന്വേഷിക്കാൻ ആരാണ്?

സ്മെറ്റോൺസ്

സ്മെറ്റോൺസിന്റെ പൊന്തൻ ശരീരവും ബുദ്ധിശൂന്യത വിളിച്ച റിയിക്കുന്ന മുഖവും യാതൊരു വികാരവും സ്ഫുരിപ്പിക്കാത്ത കണ്ണുകളും നാസി സ്റ്റോംട്രൂപ്പറെ (ഭടനെ) ചിത്രീകരിക്കുന്ന ഗ്രോസി ന്റെ കാർട്ടൂണുകളുടെ സജീവ മാതൃകയാണ്. കിഴക്കൻ പ്രഷ്യയു ടെയും ലിത്വേനിയയുടെയും അതിർത്തിയിൽ ഒരു പശുക്കറവക്കാര നായിരുന്നു ഇയാൾ. എന്നാൽ ആ സൗമൃജീവികളുടെ സ്വഭാവ വിശേഷങ്ങളൊന്നും ഇയാൾക്ക് ലഭിച്ചില്ല എന്നത് വിചിത്രമായിരുന്നു. ജർമൻ സ്വഭാവഗുണങ്ങളുടെ ഒരു അവതാരമായിട്ടാണ് മുകളിലത്തെ നിലയിൽ ഇയാൾ പരിഗണിക്കപ്പെട്ടത് – ഇയാൾ കഠിനഹൃദയനും ചുറുചുറുക്കുള്ളവനും കൈക്കൂലി വാങ്ങാത്തവനും ആയിരുന്നു. ഇടനാഴിയിൽവെച്ചു കണ്ടുമുട്ടുന്ന കൺവിക്ട് വാർഡർമാരിൽനിന്ന് കുറെശേ ഭക്ഷണം 'ഭർഗി'ക്കാത്ത അപൂർവം ചിലരിൽ ഒരുത്തൻ. പക്ഷേ...............

ഏതോ ഒരു ജർമൻ ശാസ്ത്രജ്ഞൻ–ആരാണെന്നു ഞാൻ ഓർക്കുന്നില്ല– ഒരിക്കൽ ജന്തുക്കളുടെ ബുദ്ധി അവയ്ക്കു ഉച്ചരിക്കാൻ കഴിയുന്ന 'വാക്കു'കളുടെ എണ്ണംകൊണ്ട് അളക്കുകയുണ്ടായി. ഈ അടിസ്ഥാനത്തിൽ വീട്ടുപൂച്ചയാണ് ജന്തുക്കളിൽവെച്ച് ഏറ്റവും ബുദ്ധികുറഞ്ഞ ജന്തുവെന്ന് അദ്ദേഹം തീരുമാനിച്ചു. 128 വാക്കുകളെ അതിനു ഉച്ചരിക്കാൻ സാധിക്കുകയുള്ളുവത്രേ. സ്മെറ്റോൺസിനോട് ഉപമിക്കുമ്പോൾ പൂച്ച എത്രയോ പ്രതിഭാശാലിയാണെന്നോ! അയാളിൽ നിന്ന് പാൻക്രാറ്റ്സ് ഒരിക്കലും നാലുവാക്കുകളിൽ കൂടുതൽ കേട്ടിട്ടില്ല.

"ഓ, നീ നോക്കിക്കോ!" (ജർമൻ ഭാഷയിൽ ഇതിന് നാല് വാക്കുവേണം.)

ആഴ്ചയിൽ രണ്ടോ മൂന്നോ തവണ ഡ്യൂട്ടിമാറൽ ഉണ്ട്. ആ ചെറിയ ചടങ്ങു നിർവഹിക്കുന്നതിന് അയാൾ ഓരോ തവണയും അത്യന്തം ക്ലേശിക്കാറുണ്ട്. എന്നിട്ടും തെറ്റിക്കുകയും ചെയ്യും. ജനാലകളൊന്നും തുറന്നിടാത്തതിന് ഒരിക്കൽ ജയിൽ സൂപ്രണ്ട് അയാളെ ശകാരിക്കുന്നത് എനിക്ക് കേൾക്കാൻ സംഗതിയായി. ആ മാംസപിണ്ഡം അതിന്റെ കുറ്റിക്കാലുകളിൽനിന്നുകൊണ്ട് മുന്നോട്ടും പിന്നോട്ടും ആടി. അയാളുടെ ആ ബുദ്ധിയില്ലാത്ത തല ഒന്നു കൂടി മുന്നോട്ടു തള്ളി. അയാളുടെ കാതുകൾ അപ്പോൾ കേട്ട കൽപ്പന ഒന്നുച്ചരിക്കാനുള്ള ശ്രമത്തിൽ ആ കടവായ് കീഴോട്ട് ഒന്നിരുന്നു..... പിന്നെ പെട്ടെന്ന് ആ പർവ്വതം ഒരു കുഴൽവിളിയുടെ ശബ്ദംപോലെ ഒന്നലറി. വാർഡുകളിലെല്ലാം പരിഭ്രമം നിറഞ്ഞു. എന്താണ് സംഗതി യെന്ന് അധികമാരും മനസിലാക്കിയില്ല. ജനാലകൾ അടഞ്ഞുതന്നെ കിടന്നു. സ്മെറ്റോൺസിന്റെ അടുത്തുനിന്ന രണ്ടു തടവുകാരുടെ മൂക്കിൽനിന്ന് ചോരയൊഴുകി. അതായിരുന്നു അയാൾക്ക് ചെയ്യാൻ കഴിഞ്ഞത്.

ഇങ്ങനെയായിരുന്നു അയാൾ. അയാൾ കണ്ണിൽ കാണുന്ന ആരേയും അടിക്കും; അടിച്ചു കൊല്ലുക കൂടി ചെയ്യും. അയാൾക്കതേ അറിഞ്ഞുകൂടു; മറ്റൊന്നും അറിഞ്ഞുകൂടാ. ഒരിക്കൽ അയാൾ ഒരു മുറിക്കകത്തു കയറി അതിലുണ്ടായിരുന്ന ഒരാളെ അടിച്ചു. രോഗിയാ യിരുന്ന ആ തടവുകാരൻ നിലത്തുവീണു, വിറച്ചു തുടങ്ങി. ആ പാവപ്പെട്ടവന്റെ അപസ്മാര ഗോഷ്ടികൾക്കൊപ്പിച്ചു ഒരുതരം വ്യായാമംചെയ്യാൻ ആ മുറിയിലുള്ള മറ്റു തടവുകാരെ അയാൾ നിർബന്ധിച്ചു. രോഗിയുടെ ശക്തി ക്ഷയിച്ച് അയാൾ ക്ഷീണിച്ചപ്പോൾ വിറയൽ നിന്നു. ഇത്രയും കുഴപ്പംപിടിച്ച ഒരു പരിത:സ്ഥിതിക്കു പരിഹാരം കണ്ടുപിടിക്കുന്നതിൽ തനിക്കുണ്ടായ വിജയം പരിശോധിച്ച്, നടുവിനു കയ്യുംകൊടുത്ത് മന്ദഹസിച്ചുകൊണ്ട് സ്മെറ്റോൺസ് അങ്ങനെ നിന്നുപോയി.

അയാൾ ഒരു തനി കാടൻ ആയിരുന്നു. അവർ അയാളെ പഠിപ്പിക്കാൻ ശ്രമിച്ച സംഗതികളിൽ ഒന്നുമാത്രമെ അയാൾ ഓർമ്മിച്ചു ള്ളു-മിക്ക പ്രശ്നങ്ങൾക്കും പരിഹാരം തല്ലാണെന്ന്.

അവസാനം ഈ ജന്തുവിൽക്കൂടെ എന്തോ ഒന്ന് പൊട്ടിത്ത കർന്നു. ഒരു മാസം മുമ്പാണത്, അയാളും 'കെ –'യും കൂടി ജയിലിന്റെ സ്വീകരണ മുറിയിൽ ഇരിക്കുകയായിരുന്നു.കെ സ്ഥിതിഗതികൾ വിശ ദീകരിച്ചുകൊണ്ടിരുന്നു. വളരെ ക്ലേശിച്ച്, വളരെ സമയം വിശദീകരിച്ച തിനുശേഷം മാത്രമെ സ്മെറ്റോൺസിന് അൽപ്പാൽപ്പം മനസിലാക്കാൻ തുടങ്ങിയുള്ളു. അയാൾ എഴുന്നേറ്റുനിന്നു, ആപ്പീസിന്റെ വാതിൽ തുറന്നു, വാർഡുകളിലേക്ക് ശ്രദ്ധിച്ചുനോക്കി. ഒരൊറ്റ ശബ്ദമില്ല; നിശീഥിനിയുടെ നിശബ്ദതയിൽ ജയിൽ ആണ്ടിരിക്കുകയാണ്. അയാൾ വാതിലടച്ചു, സൂക്ഷ്മതയോടെ പൂട്ടി, സാവധാനം ഒരു കസേരയിൽചെന്നു വീണു:

"അപ്പോൾ നിങ്ങൾ വിചാരിക്കുന്നത്..........?"

അയാൾ തന്റെ താടി ഉള്ളം കയ്യിൽ ഊന്നി ആ വലിയ ശരീരത്തിലെ ചെറിയ ആത്മാവിൽ ഒരു വലിയ ഭാരം വന്നു തങ്ങി. വളരെനേരം അങ്ങനെ ഇരുന്നതിനുശേഷം അയാൾ തലയുയർത്തി നിരാശയോടെ പറഞ്ഞു:

"നിങ്ങൾ പറഞ്ഞത് ശരിയാണ്. നാം ജയിക്കില്ല.........."

കഴിഞ്ഞ ഒരു മാസമായി സ്മെറ്റോൺസിന്റെ പോർവിളി പാൻക്രാറ്റ്സിൽ കേട്ടിട്ടില്ല.പുതിയ തടവുകാർ അയാളുടെ കയ്യുടെ ഘനം അറിഞ്ഞിട്ടില്ല.

ജയിൽ ഡയറക്ടർ

ഒരു ചെറിയ സബ്പ്ലറ്റൂൺ ലീഡർ(ഫ്യൂൺ), യൂണിഫാറത്തി ലായാലും അല്ലെങ്കിലും എപ്പോഴും രസികനായി വസ്ത്രധാരണം ചെയ്തിരിക്കും. കാഴ്ചയിൽ സാമാന്യം തരക്കേടില്ലാത്തവനും സ്വയം

തൃപ്തനുമാണ്. അയാൾക്ക് നായാട്ടും നായ്ക്കളും ഇഷ്ടമാണ്, സ്ത്രീകളെയും ഇഷ്ടമാണ്-പക്ഷേ അതു നമ്മെ സംബന്ധിക്കുന്ന കാര്യമല്ല.

അയാളുടെ സ്വഭാവത്തിന്റെ മറ്റു വശങ്ങൾ-അവ തീർച്ചയായും പാൻക്രാറ്റ്സിനെ ബാധിക്കും-അയാളുടെ സംസ്കാരശൂന്യമായ പാരുഷ്യവും കഠിനപ്രകൃതവുമാണ്. അസലൊരു നാസി പുത്തൻ പ്രമാണി; സ്വന്തം നില സുരക്ഷിതമാക്കാൻ വേണ്ടി ആരെയും ബലിയാക്കും. പോളണ്ടിൽനിന്നുള്ളവനാണ് സോപ്പാ എന്നാണ് പേര്; അതിനെന്തെങ്കിലും അർഥമുണ്ടെങ്കിൽ! അയാൾ ഒരു ഇരുമ്പുപണി അപ്രന്റീസായിരുന്നുവെന്നു പറയപ്പെടുന്നു. എന്നാൽ മഹനീയമായ തൊഴിലിന്റെ യാതൊരു മഹാത്മ്യവും അയാളിൽ അവശേഷിച്ചിട്ടില്ല. അയാൾ ഹിറ്റ്ലറുടെ സേവനത്തിൽ ഏർപ്പെടുകയും മുഖസ്തുതി കൊണ്ടും കൈകടത്തൽകൊണ്ടും ഈ സ്ഥാനം കരസ്ഥമാക്കുകയും ചെയ്തിട്ട് വളരെക്കാലമായി. സാധ്യമായ എല്ലാ സൂത്രങ്ങളും പ്രയോഗിച്ച് അയാൾ തന്റെ തൊഴിലിനെ നിലനിർത്തുന്നു. മുതിർന്ന വരോ കുട്ടികളോ ആയി തന്റെ കീഴിൽ ഉദ്യോഗം നോക്കുന്നവരോ ജയിൽപുള്ളികളോ ആയ യാതൊരുത്തരെക്കുറിച്ചും യാതൊരു വിധമായ പരിഗണനകളും അയാൾക്കില്ല. പാൻക്രാറ്റ്സിലെ ഉദ്യോഗ സ്ഥരുടെയിടയിൽ നാസിസത്തിനുവേണ്ടി വലുതായ വികാരമൊന്നു മുണ്ടായിരുന്നില്ല. എങ്കിലും ഇങ്ങനെ വികാരത്തിന്റെ നിഴൽപോലും തീണ്ടാത്ത ഒരു മനുഷ്യൻ വേറെ കാണുകയില്ല. ആകെ ഇദ്ദേഹം വില കൽപ്പിക്കുന്ന ഒരു മനുഷ്യൻ ഇയാൾ ചിലപ്പോഴെല്ലാം സംസാരി ക്കാറുള്ള പൊലീസ്മാസ്റ്ററും ജയിലിലെ മരുന്നിന്റെ ദേവതയുമായ വീസ്റ്റർ ആണ്. എന്നാൽ ആ ബന്ധം അന്യോന്യം ഒരുപോലെ യുള്ളതാണെന്നും തോന്നിക്കുന്നില്ല.

സോപ്പാ തന്നെപ്പറ്റി മാത്രമേ ചിന്തിക്കുന്നുള്ളൂ. ഈ ഭരണ കർതൃത്വം താൻ ഏറ്റെടുത്ത് തനിക്കുവേണ്ടി മാത്രമാണ്; തനിക്കു വേണ്ടി മാത്രമായി ഈ ഭരണത്തോടു അവസാനനിമിഷംവരെ വിശ്വാസ്യതയുള്ളവനായിരിക്കുകയും ചെയ്യും. മറ്റേതെങ്കിലും രക്ഷാമാർഗമുണ്ടോ എന്ന് എപ്പോഴെങ്കിലും ആലോചിച്ചവനും എന്നാൽ ഇനി അതില്ലെന്ന് കണ്ടുപിടിച്ചവനുമായ ഏക വൃക്തിയാണ് ഇയാൾ. നാസിസത്തിന്റെ വീഴ്ച ഇയാളുടെ സ്വന്തം വീഴ്ചയായിരിക്കും. അത് ഇയാളുടെ സുഖസമൃദ്ധമായ ജീവിതത്തിനൊരന്ത്യമായിരിക്കും. സുഖ സമ്പന്നമായ അധിവാസ സാധ്യതക്ക് ഒരന്ത്യമായിരിക്കും. അയാളുടെ സ്വയം രസികത്വത്തിന്റെയും അന്ത്യമായിരിക്കും. വധിക്കപ്പെട്ട ചെക്കു കാരുടെ വസ്ത്രങ്ങൾ ധരിക്കുന്ന കാര്യത്തിൽ അയാൾക്ക് മടി തോന്നി യില്ല. അതാണ് അയാളുടെ രസികത്വം- അതിന്റെയും അന്ത്യമായി രിക്കും.

അതെ, അതായിരിക്കും അയാളുടെ അന്ത്യം.

ജയിൽ ഡോക്ടർ

പൊലീസ് മാസ്റ്റർ വീസ്റ്റർ- പാൻക്രാറ്റ്സ് രംഗത്തിലെ എത്രയോ അസാധാരണമായ ഒരു കഥാപാത്രം! ഇവിടെ അയാൾ അസ്ഥാനത്താണെന്ന് പലപ്പോഴും നിങ്ങൾക്ക് തോന്നിപ്പോകുന്നു. എന്നാൽ അയാളില്ലാത്ത പാൻക്രാറ്റ്സ് നിങ്ങൾക്ക് വിഭാവനം ചെയ്യാൻ സാധ്യമല്ല. ആശുപത്രിയിലല്ലാത്തപ്പോൾ വാർഡുകളിൽകൂടെ അയാൾ ആടിയാടി ചുവടുകൾവെച്ചു പതുക്കെപ്പതുക്കെ ഇഴഞ്ഞിഴഞ്ഞു നീങ്ങുന്നതു കാണാം- തന്നത്താൻ സംസാരിച്ചും ചുറ്റുമുള്ള സകല തും സൂക്ഷിക്കും. എപ്പോഴും സൂക്ഷിച്ചുകൊണ്ടുതന്നെ അലഞ്ഞു തിരിഞ്ഞു എങ്ങനെയോ ഇവിടെ എത്തിയും, ഇവിടന്ന് കഴിയുന്നത്ര വിവരങ്ങൾ ശേഖരിച്ച് കൊണ്ടുപോകാൻ ആഗ്രഹിക്കുകയയും ചെയ്യുന്ന ഒരു വിദേശിയെപ്പോലെയാണയാൾ. എന്നാൽ ചാരന്മാരായ എല്ലാ ഉപകരണങ്ങളെയും പോലെതന്നെ പൂട്ടിനകത്ത് ഒരു താക്കോൽ തിരുകി ഒരു ശബ്ദവും കൂടാതെ അതു തുറക്കാൻ അയാളും സമർഥ നാണ്. ഗൂഢാർഥംവെച്ചും അതേസമയം അയാളെ കുരുക്കാൻ തക്ക വിധത്തിലുള്ള യാതൊരു വാക്കും നിങ്ങൾക്ക് തരാതെയും, ഒരുതരം ഉണക്ക ഫലിതങ്ങൾ പറയാൻ അയാൾക്ക് കഴിയും. ആളുകളോടയാൾ അടുത്തുകൂടും. എന്നാൽ തന്റെ അടുത്തുകൂടാൻ ആരേയും അനുവദി ക്കുകയുമില്ല. വളരെയധികം കാര്യങ്ങൾ കാണാൻ കഴിയുന്നു ണ്ടെങ്കിലും യാതൊരു കഥയും അയാൾ പുറത്തു പറയുകയുമില്ല; ആരെയും ഒട്ടും കുറ്റപ്പെടുത്താറുമില്ല; പുക നിറഞ്ഞുനിൽക്കുന്ന ഒരു മുറിയിലയാൾ കയറിച്ചെന്നാൽ ശബ്ദപൂർവം ഒന്നു മണം പിടിച്ചിട്ട് പറയും:

"കൊള്ളാം", പിന്നെ ചുണ്ടൊന്നു നനച്ചിട്ട്, "മുറികളിൽ പുകവലി നടക്കുന്നുണ്ട്."വീണ്ടും ചുണ്ടൊന്നു നനച്ചിട്ട് പറയും: "കർശനമായി നിരോക്കപ്പെട്ടത്."

എന്നാൽ അയാളതു റിപ്പോർട്ടു ചെയ്യുകയില്ല. ഏതോ വലിയ വ്യസനം അയാളെ എപ്പോഴും ഉപദ്രവിക്കുകയാണെന്നപോലെ അയാ ളുടെ മുഖം എപ്പോഴും ചുളിഞ്ഞും വിഷമിച്ച ഭാവത്തിലുമാണ് കാണാ റുള്ളത്. താൻ ഏതിനെ സേവിക്കുന്നുവോ, പകൽ മുഴുവൻ ഏതൊ ന്നിന്റെ മർദനത്തിനിരയായവരെ ശുശ്രൂഷിക്കുന്നുവോ, ആ ഭരണവു മായി തനിക്ക് യാതൊരു കാര്യവുമുള്ളതായി അയാൾ വിചാരിക്കു ന്നില്ലെന്നത് വ്യക്തം. അത് ശാശ്വതമായിരിക്കണമെന്ന് അയാൾ വിശ്വസിക്കുന്നില്ല, ഒരിക്കലും വിശ്വസിച്ചിട്ടുമില്ല. അതുകൊണ്ടാണയാൾ തന്റെ കുടുംബത്തെ ബ്രെസ്ലാവിൽനിന്ന് പ്രേഗിലേക്ക് മാറ്റാത്ത്. വെട്ടിപ്പിടിച്ച ഒരു രാജ്യത്തിൽനിന്നും സമ്പാദ്യം വാരിക്കയറ്റാനുള്ള ഇത്തരം അവസരത്തെ ജർമൻ ഉദ്യോഗസ്ഥന്മാരിൽ അപൂർവം പേർ മാത്രമെ ഉപേക്ഷിച്ചിട്ടുള്ളു. എന്നാൽ ഈ ഭരണസമ്പ്രദായത്തിനെ തിരായി സമരം ചെയ്യുന്ന ജനങ്ങളോട് പൊതുവായ ഐക്യം

പ്രഖ്യാപിക്കുക എന്നുള്ളത് അയാൾക്ക് സാധ്യവുമല്ല. അയാൾ ഒരു വശത്തേക്കും ചാഞ്ഞില്ല.

ആത്മാർഥമായും കർത്തവ്യബോധത്തോടും കൂടിയാണയാൾ എന്നെ ശുശ്രൂഷിച്ചത്. മറ്റു രോഗികളെയും അങ്ങനെതന്നെ ശുശ്രൂ ഷിച്ചു. മാത്രമല്ല, വളരെയധികം മർദിക്കപ്പെട്ടുകഴിഞ്ഞ തടവുകാരെ വീണ്ടും പറിച്ചുകീറാൻ കൊണ്ടുപോകുന്നതിനെ പലപ്പോഴും അയാൾ നിർബന്ധപൂർവം നിരോധിക്കുകകൂടി ചെയ്തു. ഒരുപക്ഷേ ഈ പ്രവൃത്തി അയാളുടെ മന:സാക്ഷിക്ക് സ്വസ്ഥത നൽകുമായിരിക്കാം. ചിലപ്പോൾ അയാളുടെ സഹായം ഏറ്റവും ആവശ്യമായിരിക്കുന്നിടത്ത് അതയാൾ നിഷേധിക്കും. ഒരുപക്ഷേ അയാളെ ഭയം ശക്തിയായി പിടികൂടുമ്പോഴായിരിക്കാം അത്.

അധികാരികളെക്കുറിച്ചുള്ള ഭയത്തിന്റെയും ഭാവിയെക്കുറിച്ചുള്ള ഭീതിയുടെയും നടുവിൽ ഏകാകിയായി നിലകൊള്ളുന്ന പൗരന്റെ മാതൃകയാണയാൾ. ഒരു പോംവഴിക്കുവേണ്ടി അയാൾ നാലുപാടും നോക്കുകയാണ്; എങ്കിലും ഒന്നും കണ്ടെത്തുന്നില്ല. അയാളൊരു പെരുച്ചാഴിയല്ല. വലയിൽ കുരുങ്ങിപ്പോയ ഒരു കൊച്ചു ചുണ്ടെലി മാത്രം- ആശക്കു വഴിയില്ലാത്ത വിധം കുടുങ്ങിപ്പോയ ചുണ്ടെലി.

"പ്ലിറ്റ്"

ഇത് കേവലമൊരു ചിത്രശകലമല്ല. എന്നാൽ ഒരു പൂർണ ചിത്ര മായിട്ടുമില്ല. രണ്ടിന്റേയും ഇടയ്ക്കുള്ള ഒന്ന്. തന്നെ ഒരു അസാധാരണ വ്യക്തിയാക്കത്തക്ക പ്രത്യേകതയൊന്നും അയാൾക്കില്ല.

ആ ജാതി രണ്ടാളുകളുണ്ടവിടെ: തങ്ങൾ വഴുതിവീണ ആപത്തി നെക്കുറിച്ച് ആദ്യം വെറുതെ ഭയപ്പെടുകയും പിന്നീട് അതിൽനിന്നു കരകയറാൻ മാർഗമന്വേഷിക്കുകയും ചെയ്യുന്ന മൃദുലഹൃദയരായ പാവപ്പെട്ട മനുഷ്യർ. ഏതെങ്കിലും തരത്തിലുള്ള മാനസികമായ പിൻതുണയ്ക്കുവേണ്ടി അവർ അന്വേഷിക്കുന്നു. എന്തെന്നാൽ അവർ സ്വതേ സ്വാശ്രയശീലരല്ല. അവർ സഹായം അന്വേഷിക്കുന്നത് ഒരുതരം അന്ത:പ്രേരണകൊണ്ടാണ്. വ്യക്തമായ ബോധംകൊണ്ടല്ല. അവർ നിങ്ങളെ സഹായിക്കുന്നത് നിങ്ങളിൽനിന്നു സഹായം പ്രതീക്ഷിക്കുന്നതുകൊണ്ടാണ്. അവർക്ക് സഹായം നൽകേണ്ടത് ആവശ്യമാണ്- ഇന്നും ഭാവിയിലും.

പാൻക്രാറ്റ്സിലെ ജർമൻ ഉദ്യോഗസ്ഥരിൽ യുദ്ധമുന്നണിയിൽ പോയവർ ഇവർ രണ്ടുപേരും മാത്രമാണ്.

നോജ്മോയിൽ നിന്നുവന്ന ഒരു തുന്നൽപ്പണിക്കാരനാണ് ഹാനാവർ. കിഴക്കൻ യുദ്ധരംഗത്തുനിന്ന് 'മഞ്ഞുകടി'മൂലം നേരത്തെ തന്നെ തിരിച്ചയക്കപ്പെട്ടു-അയാൾതന്നെ സൂത്രത്തിൽ ഉണ്ടാക്കിയ താണ് സുഖക്കേട് – ഷ്വീക്കിശൈലിയിൽ അയാൾ തത്വവിചാരം ചെയ്യും: "യുദ്ധം മനുഷ്യർക്കുള്ളതല്ല." "അതിൽ എനിക്ക് യാതൊരു കാര്യവുമില്ല."

ഹോഫർ ബാറ്റാതൊഴിൽശാലയിലൊരു ചെരുപ്പുകുത്തിയായിരുന്നു. ഫ്രാൻസിലെ യുദ്ധത്തിൽ പങ്കെടുത്തു. പിന്നീട് അയാൾക്കൊരു ഉദ്യോഗക്കയറ്റം കിട്ടാമായിരുന്നെങ്കിലും അയാൾ പട്ടാളത്തിൽനിന്ന് ഒളിച്ചോടി. താൻ നിത്യവും ചെന്നുവീഴാറുള്ള കുഴപ്പങ്ങൾ–അവ അനവധിയായിരുന്നുതാനും–ഓർത്തു കൈവീശുന്ന സമയത്ത് അയാൾ പറയുന്നത് "ഓ, ഷ —!" എന്നുമാത്രം.

ഈ രണ്ടുപേരും അവരുടെ വികാരങ്ങളെ സംബന്ധിച്ചും വിധിയെ സംബന്ധിച്ചും സാദൃശ്യമുള്ളവരായിരുന്നു. എന്നാൽ ഹോഫർ ആയിരുന്നു ഭയംകുറവുള്ളവനും കൂടുതൽ വ്യക്തിത്വമുള്ള വനും. രണ്ടുപേരിലുംവെച്ച് കൂടുതൽ പൂർണതയുള്ള മനുഷ്യനും അയാൾതന്നെ. മിക്കവാറും എല്ലാ മുറികളിലും അയാൾക്ക് പരിഹാസ പ്പേർ "ഫ്ലിറ്റ്" എന്നാണ്.

അയാളുടെ ഡ്യൂട്ടിദിവസം തടവുമുറികൾക്കെല്ലാം ശാന്തതയുടെ ഒരു ദിവസമാണ്. നിങ്ങൾ ആഗ്രഹിക്കുന്നതെല്ലാം ചെയ്തുകൊള്ളുക; അയാൾ നിങ്ങളുടെ നേർക്കു തൊള്ളവെക്കുകയാണെങ്കിൽപോലും അയാൾ അപ്പോൾതന്നെ കണ്ണുചിമ്മി കാണിക്കുകകൂടി ചെയ്യും. അതിന്റെ അർഥം അയാൾ നിങ്ങളെ ഉദ്ദേശിച്ചല്ല അങ്ങനെ ചെയ്യുന്നത്, താഴെയുള്ള ഇൻസ്പെക്ടർ തന്റെ ഉദ്യോഗസാമർഥ്യം മനസിലാക്ക ണമെന്നു മാത്രമെ അതിനു ഉദ്ദേശ്യമുള്ളു എന്നാണ്. എങ്ങനെയും കാഠിന്യത്തിനുള്ള അയാളുടെ ശ്രമങ്ങളെല്ലാം വിഫലങ്ങളേ ആയുള്ളു. ആരെയും ബോധ്യപ്പെടുത്താൻ അയാൾക്ക് കഴിഞ്ഞില്ലെന്നു മാത്രമല്ല, അയാൾ ശിക്ഷിക്കപ്പെടാത്ത ആഴ്ചകൾ ഉണ്ടായിരുന്നുമില്ല.

"ഓ, ഷ —!" കൈവീശി അയാൾ അയാളുടെ വഴിക്കു പോകുന്നു. അയാൾ ഇപ്പോഴും ഒരു ചെരുപ്പുകുത്തിയുടെ ചുമതലാബോധമില്ലാത്ത സഹായക്കാരൻ പയ്യൻതന്നെയാണ്. ഒരു വാർഡറല്ല, മുറിക്കുള്ളിലെ തടവുകാരുമായി ചുമരിനരികെ സസന്തോഷം, മിക്കവാറും ആവേശ ത്തോടുകൂടി അയാൾ 'പൊന്നി'കളിക്കുന്നത് നിങ്ങൾക്ക് കണ്ടുപിടി ക്കാൻ പ്രയാസമില്ല. അടുത്ത നിമിഷത്തിൽ മുറിപരിശോധനക്കായി അതിനുള്ളിലെ തടവുകാരെയെല്ലാം അയാൾ ഇടനാഴിയിലേക്ക് അയക്കും. പരിശോധന വളരെ സമയം നീണ്ടുനിന്നാൽ കാണാൻ നിങ്ങൾക്ക് താൽപര്യമുണ്ടെങ്കിൽ, മേശമേൽ തലചായ്ച്ചിരുന്നു കൊണ്ടുള്ള അയാളുടെ ഉറക്കം കാണാൻ സാധിക്കും. ശാന്തനായി അയാൾ പരമസുഖത്തിൽ ഉറങ്ങും. ഇവിടെ മേലധികാരികളിൽനിന്ന് അയാൾ സുരക്ഷിതനാണ്. കാരണം, ഇടനാഴികളിൽ തടവുകാർ കാവൽനിൽക്കുകയും ആപത്തുവരുന്നുണ്ടെങ്കിൽ മുൻകൂട്ടി അറിയി ക്കുകയും ചെയ്യും. ഡ്യൂട്ടിയിലായിരിക്കുമ്പോൾ അയാൾക്കുറങ്ങാതെ സാധ്യമല്ല. എന്തുകൊണ്ടെന്നാൽ ലോകത്തിൽവെച്ച് അയാൾ ഏറ്റവും അധികം സ്നേഹിക്കുന്ന ഒരു പെൺകുട്ടി അയാളുടെ രാത്രിയെ ശല്യപ്പെടുത്തിക്കൊണ്ടിരുന്നു. നാസിസം ജയിക്കുമോ തോൽക്കുമോ?

"ഓ, ഷ്—! ഈ സർക്കസ് എന്നെന്നേക്കും നിലനിൽക്കുകയെന്നത് സാധ്യമായി നിങ്ങൾ കരുതുന്നോ?"

അവരിൽ ഒരാളായി അയാൾ തന്നെ എണ്ണുന്നില്ല. അത് അയാളെ രസകരമായ ഒന്നാക്കിത്തീർക്കുന്നു. പിന്നെന്താ, അയാൾ അവരുടെ കൂട്ടത്തിൽപെടാൻ ആഗ്രഹിക്കുന്നില്ല, പെടുന്നുമില്ല. വേറെ ഏതെ കിലും ഒരു ഡിപ്പാർട്ടുമെന്റിലേക്ക് രഹസ്യമായ ഒരു കുറിപ്പ് നിങ്ങൾക്കയക്കണമെങ്കിൽ ''ഫ്ളിറ്റ്'' അതേറ്റെടുക്കും. കൂടുതൽ ആളുകൾക്ക് ജീവനാശം വരാതിരിക്കേണ്ട ഒരു സാധ്യതക്ക് നിങ്ങൾക്ക് ഒരാളെ ചില കാര്യങ്ങൾ പറഞ്ഞു ബോധ്യപ്പെടുത്തേണ്ടതായി വരുന്നെങ്കിൽ, ഫ്ളിറ്റ് നിങ്ങളെ അയാളുടെ മുറിയിൽ കൊണ്ടുചെന്നാ ക്കിയിട്ട് പുറത്തു കാവൽനിൽക്കും – പൊലീസിനെ ഒരു തവണ കൂടി പറ്റിച്ചതിൽ അഭിമാനം കൊള്ളുന്ന ഒരു തെരുവുചെറുക്കന്റെ സാമർഥ്യ മായിരിക്കും അയാളുടെ മുഖത്തു സ്ഫുരിക്കുക. വേണ്ടത്ര കരുതലാ യിരിക്കാൻ വലിയ തർക്കങ്ങൾ തന്നെ അയാളോട് വേണ്ടിവരും– അപകടത്തിന്റെ നടുവിൽവെച്ച് അയാളത് ശരിക്കു മനസിലാക്കുന്നില്ല. താൻ ചെയ്യുന്ന നന്മയുടെ യഥാർഥമായ അർഥത്തെപ്പറ്റി അയാൾക്ക് അശേഷം ബോധമില്ല. തന്റെ കഴിവിൽ പെടുന്നിടത്തോളം ചെയ്യുന്നത് അയാൾക്കൊരു ആശ്വാസമാണ്. അത്രമാത്രം. എന്നാൽ അതയാളുടെ യഥാർഥമായ വളർച്ചയ്ക്ക് വിഘാതമാണ്.

അയാൾ ഇനിയും ഒരു പൂർണമനുഷ്യനായിക്കഴിഞ്ഞിട്ടില്ല. എന്നാൽ അതിലേക്ക് വളരുന്നുണ്ട്.

"കോളിൻ"

പട്ടാളനിയമക്കാലത്തെ ഒരു സായാഹ്നം. എന്നെ മുറിക്കകത്തു കൊണ്ടു വന്നാക്കിയ എസ്എസ്യൂണിഫാറം ധരിച്ച വാർഡർ എന്റെ കീശകൾ വളരെ അശ്രദ്ധമായി പരിശോധിച്ചു.

"നിങ്ങൾക്കെങ്ങനെയിരിക്കുന്നു?" അയാൾ പതിഞ്ഞസ്വരത്തിൽ ചോദിച്ചു.

"എനിക്കറിയില്ല. നാളെ എന്നെ വെടിവെക്കുമെന്ന് അവർ പറഞ്ഞു."

"അത് നിങ്ങളെ ഭയപ്പെടുത്തിയോ?"

"ഞാൻ അതു പ്രതീക്ഷിച്ചിരിക്കുകയാണ്."

ഒരു നിമിഷത്തേക്ക് അയാൾ തന്റെ കൈ യാന്ത്രികമായി എന്റെ പോക്കറ്റിൽകൂടെ ഓടിച്ചു.

"അവർ അങ്ങനെ ചെയ്തു എന്നുവരാം. പക്ഷേ നാളെയല്ലാ യിരിക്കും; കുറച്ചു കഴിഞ്ഞിട്ടാവാം. ഒരുപക്ഷേ അതൊരിക്കലും ഉണ്ടായില്ല എന്നുവരാം. എന്നാൽ ഇത്തരം കാലങ്ങളിൽ.......... തയ്യാറായിരിക്കുകയാണ് നല്ലത്............."

പിന്നെ അയാൾ മൗനിയായി.

"എന്നാൽ അങ്ങനെയാണവരുടെ ഭാവമെങ്കിൽ നിങ്ങൾക്ക് ആരെയെങ്കിലും എന്തെങ്കിലും അറിയിക്കണമെന്നുണ്ടോ? അല്ലെങ്കിൽ നിങ്ങൾക്കെഴുതാൻ ആഗ്രഹമുണ്ടോ? ഇപ്പോൾ പ്രസിദ്ധീകരിക്കാൻ വേണ്ടിയല്ല, മനസിലായോ, ഭാവിയിലേക്ക്. നിങ്ങളെങ്ങനെ ഇവിടെയെ ത്തി, ആരെങ്കിലും നിങ്ങളെ ചതിച്ചോ, ചിലരെല്ലാം എങ്ങനെ പെരു മാറി? നിങ്ങൾക്കറിയാവുന്നത് നിങ്ങളോടു കൂടി അവസാനിക്കാതി രിക്കാൻ വേണ്ടി മാത്രം."

എനിക്കെഴുതാൻ ആഗ്രഹമുണ്ടോ? എന്ന്, എന്റെ ഏറ്റവും വലിയ ആഗ്രഹം പിന്നെ എന്തായിരുന്നു?

ഒരു നിമിഷത്തിനുള്ളിൽ അയാൾ കടലാസും പെൻസിലും കൊണ്ടുവന്നുതന്നു. എന്തു പരിശോധന വന്നാലും കണ്ടുപിടിക്കാൻ സാധിക്കാത്ത തരത്തിൽ ഞാനത് ഭദ്രമായി ഒളിച്ചുവച്ചു.

എന്നാൽ ഞാനതു വളരെക്കാലത്തേക്ക് തൊട്ടില്ല.

വിശ്വസിക്കാൻ സാധിക്കാത്തവണ്ണം അത്ര വലിയ ഒരു ഭാഗ്യമായി രുന്നു അത്– എനിക്കത് വിശ്വസിക്കാൻ കഴിഞ്ഞില്ല. അറസ്റ്റിനുശേഷം ഏതാനും ആഴ്ചകൾക്കുള്ളിൽ, ഈ ഇരുളടഞ്ഞ കെട്ടിടത്തിൽ, നിങ്ങളെ അടിക്കുകയും നിങ്ങളുടെ നേരെ കുരച്ചുചാടുകയും മാത്രം ചെയ്യുന്നവരുടെ യൂണിഫാറത്തിൽ ഒരു മനുഷ്യനെ കാണുക–അതേ ഒരു മനുഷ്യനെ കാണുകയെന്നത് അദ്ഭുതകരമായിരുന്നു. നിങ്ങൾക്ക് കൈതരുകയും ഇതെല്ലാം അതിജീവിക്കുന്നവരോട്–അല്ല അതിജീവി ക്കാത്തവരോടു പോലും– ഒരു നിമിഷനേരം നിങ്ങളെ സംസാരിക്കാൻ സഹായിക്കുകയും ചെയ്യുന്ന ഒരു സ്നേഹിതനെ കാണുക. അതോ വധശിക്ഷക്കുവേണ്ടി ആളുകളുടെ പേരുകൾ വിളിച്ചു പറയപ്പെട്ടു കൊണ്ടിരുന്ന അതേ നിമിഷത്തിൽ, ചോരകുടിച്ചുമദിച്ച ആളുകളുടെ മധ്യത്തിൽ ആഗ്രഹമുണ്ടെങ്കിലും ഉറക്കെ കരയാൻ കഴിയാത്തവണ്ണം ഭയംകൊണ്ടു തൊണ്ടയടഞ്ഞ ആളുകളുടെ മധ്യത്തിൽ ഇങ്ങനെയുള്ള സമയത്ത് ഒരു സ്നേഹിതനെ കണ്ടെത്തുക– ഇല്ല, അതു വിശ്വസി ക്കാൻ സാധ്യമല്ല. ഇതൊരു സത്യമല്ലെങ്കിൽ പിന്നെ ഇതൊരു താക്കീ തെങ്കിലും ആയിരിക്കും. എന്റെ സ്ഥിതിയിലുള്ള ഒരു മനുഷ്യനു സ്വമന സാലെ കൈ കൊടുക്കണമെങ്കിൽ ആ മനുഷ്യനു എന്തുമാത്രം മനക്കരുത്തുണ്ടായിരിക്കണം! എന്തു ധൈര്യം!

ഏകദേശം ഒരു മാസം കഴിഞ്ഞു. പട്ടാളനിയമം റദ്ദായി. അട്ടഹാ സങ്ങൾ നിലച്ചു. അതിക്രൂരങ്ങളായിരുന്ന നിമിഷങ്ങൾ സ്മരണകൾ മാത്രമായി. അതെ ഒരു സായാഹ്നമായിരുന്നു. വിചാരണകഴിഞ്ഞു അന്നും എന്നെ മുറിയിലാക്കാൻ വന്ന അതേ വാർഡറുമൊത്തു ഞാൻ മടങ്ങി.

"നിങ്ങൾ ഉറച്ചുനിന്നു എന്നു ഞാൻ കണ്ടു. അബദ്ധമൊന്നും പറ്റിയിട്ടില്ലല്ലോ?"

അയാൾ പറഞ്ഞതിന്റെ അർഥം എനിക്ക് മനസിലായി. ആ

ചോദ്യം എന്നെ വല്ലാതെ ഇളക്കി. മറ്റെല്ലാറ്റിനേക്കാളുമധികം അയാളുടെ ആത്മാർഥതയിൽ അത് എന്നിൽ വിശ്വാസമുണ്ടാക്കുകയും ചെയ്തു. ആ ചോദ്യം ചോദിക്കാൻ ധാർമികമായി അവകാശമുള്ള ഒരാളല്ലാതെ അത് ചോദിക്കുമായിരുന്നില്ല. ആ നിമിഷം മുതൽ ഞാൻ അയാളെ വിശ്വസിച്ചു. അയാൾ ഞങ്ങളിൽ ഒരാളായി.

പ്രഥമദൃഷ്ടിയിൽ അയാൾ ഒരു അസാധാരണ മനുഷ്യ നായിരുന്നു. അയാൾ തനിച്ച് ഇടനാഴിയിൽ നടക്കും. വായ് തുറക്കാത്ത വനായ ശാന്തനായ ഒരു മനുഷ്യൻ. എല്ലാം സൂക്ഷിക്കുകയും വളരെ കരുതലോടെ പെരുമാറുകയും ചെയ്യുന്ന ഒരാൾ. അയാൾ ഒച്ചയിടുന്നത് നിങ്ങൾ ഒരിക്കലും കേട്ടിരിക്കുകയില്ല. അയാൾ ആരേയും അടിക്കാ റില്ല.

"സ്മെറ്റോൺസ് ഇങ്ങോട്ടുനോക്കുമ്പോൾ എന്നെ ഒന്നു അടി ച്ചോളൂ കേട്ടോ." എന്റെ അയൽമുറിയിലെ ആൾ അയാളോട് സ്വരക്ഷ യോർത്തു തെല്ലുകൂടി ജാഗ്രതയായിരിക്കാൻ പറഞ്ഞുകൊടുക്കുക യാണ്.

"അതിന്റെ ആവശ്യമില്ല" അയാൾ തലകുലുക്കിക്കൊണ്ടു പറഞ്ഞു.

ചെക്കുഭാഷയല്ലാതെ അയാൾ യാതൊന്നും സംസാരിക്കുന്നത് നിങ്ങൾക്ക് കേൾക്കാൻ കഴിയില്ല. അയാളെ സംബന്ധിച്ച എല്ലാം അയാൾ മറ്റുള്ളവരിൽ നിന്നു ഭിന്നനാണെന്നു കാണിച്ചു. എന്നാൽ അതെന്തുകൊണ്ടാണെന്നു പറയാൻ നിങ്ങൾ കുറെ പണിപ്പെടും. അധികൃതർക്കും അതു തോന്നിയിരുന്നു. എന്നാൽ കാരണത്തിൻമേൽ കൈവെക്കാൻ അവർക്ക് കഴിഞ്ഞില്ല.

അയാളെക്കൊണ്ടാവശ്യമുള്ളിടത്തോളം സന്നിഹിതനാകാൻ അയാൾക്ക് കഴിഞ്ഞു. ആളുകൾക്ക് ക്ഷോഭവും ആശയക്കുഴപ്പവും നേരിടുന്നിടത്ത് അയാൾ ശാന്തിയുണ്ടാക്കുന്നു. ആളുകൾ തലകീ ഴോട്ടിടുന്ന ദിക്കിൽ അയാൾ പ്രോത്സാഹനം എത്തിക്കുന്നു. പുറത്തു കൂടുതൽ ആളുകളുടെ ജീവിതം അപകടത്തിലാക്കുകയും അവരെ രക്ഷിക്കാൻ കഴിവുള്ളവരുമായി ഞങ്ങൾക്ക് ബന്ധം വിട്ടുപോകുകയും ചെയ്ത അവസരത്തിൽ പുതിയ ബന്ധങ്ങൾ അയാൾ ഉണ്ടാക്കി അന്നു. അയാൾ കാര്യങ്ങളുടെ കെട്ടുപാടുകളിൽ മുങ്ങിപ്പോകുന്നില്ല. ചിട്ടയോടും വിശാലമായ അടിസ്ഥാനത്തോടും കൂടി അയാൾ പണിയെ ടുക്കുന്നു.

ഇത് പുതിയതൊന്നുമല്ല, ആദ്യം മുതലേ ഇതു മനസിൽവെച്ചു കൊണ്ടു തന്നെയാണ് അയാൾ നാസി സർവീസിൽ പ്രവേശിച്ചത്.

നാമിപ്പോൾ സംസാരിക്കുന്ന ആ ചെക്കുകാരൻ വാർഡൻ അഡോൾഫ് കോളിൻസ്കി ഒരു പഴയ ചെക്കു കുടുംബത്തിലെ അംഗ മാണ്: അയാൾ ആദ്യം പ്രാഭക് ക്രാലോവിലും പിന്നീട് പാൻ ക്രാറ്റ്സിലും ചെക്കുതടവുകാരെ കാക്കുന്ന ജോലി കിട്ടാൻ ഒരു

ജർമൻകാരനാണെന്നു നടിച്ചു. അയാളുടെ പരിചയക്കാർക്കിടയിൽ ഈ സംഭവം കൈയേറിയ ചിന്തകൾ ഉണ്ടാക്കിയിരിക്കണം. നാലുകൊല്ല ത്തിനുശേഷം ജർമൻകാരനായ ജയിൽ സുപ്രണ്ട് തന്റെ മുഷ്ടി കുലുക്കി കോളിൻസ്കിയുടെ മുഖത്തിനു നേരെ കാണിച്ചുകൊണ്ടു ഇങ്ങനെ പറഞ്ഞു:

"നിന്റെ 'ആ ചെക്കുതരം' ഞാൻ അടിച്ചു പുറത്താക്കും."

കുറച്ചു വൈകിപ്പോയി. സുപ്രണ്ടിനു തെറ്റി. കോളിൻസ്കിയുടെ ചെക്കു മനോഭാവം മാത്രമല്ല, അയാളുടെ മനുഷ്യത്വം തന്നെ അയാളിൽ നിന്ന് അടിച്ചു പുറത്താക്കേണ്ടിവരും. ശത്രുവിന്റെ അണികൾക്കുള്ളിൽ നിന്നുതന്നെ അവനോട് പടവെട്ടാനും, മറ്റുള്ളവരെ സഹായിക്കാനും ബോധപൂർവം സ്വമേധയാ ശത്രുവിന്റെകൂടെ ചേർന്ന ഒരാൾ. നിരന്തരമായ ആപത്ത് അയാളുടെ ദൃഢനിശ്ചയത്തിന് ശക്തികൂട്ടുക മാത്രമേ ചെയ്തുള്ളൂ.

നമ്മുടെ

ആയിരത്തിതൊള്ളായിരത്തി നാൽപത്തിമൂന്ന് ഫെബ്രുവരി 11 -ന് പ്രാതലിന്, എന്തുകൊണ്ടുണ്ടാക്കിയതാണോ ആ കറുത്ത ചാറ്, അതിനുപകരം അവർ കൊക്കോയാണ് കൊണ്ടു വന്നതെങ്കിൽ ആ അദ്ഭുതം ഞങ്ങൾ ശ്രദ്ധിക്കുമായിരുന്നോ എന്നു സംശയമാണ്. എന്തുകൊണ്ടെന്നാൽ ആ രാവിലെ മറ്റൊരദ്ഭുതം സംഭവിച്ചു- തങ്ങളുടെ മുറിക്കുമുമ്പിൽ ഒരു ചെക്കു പൊലീസുകാരൻ യൂണിഫോ മിൽ പ്രത്യക്ഷപ്പെട്ടു.

അത് ഒന്നു മിന്നിമറയുക മാത്രമേ ഉണ്ടായുള്ളൂ. ഞങ്ങൾക്ക് കാണാൻ സാധിച്ചത് കറുത്ത ട്രൗസറും ഉയർന്ന ബൂട്സും ഇട്ട ഒരു കാൽ മാത്രം. കടുംനീല നിറമുള്ള ഒരു കുപ്പായക്കയ്യുറയും അതിൽ നിന്നൊരു കയ്യും മുറിവാതിലിന്റെ പൂട്ടിലേക്കുയർന്നു, വാതിലടഞ്ഞു, അപ്രത്യക്ഷനാവുകയും ചെയ്തു. ഇതെല്ലാം എത്രയോ വേഗത്തിൽ നടന്നു. കാൽ മണിക്കൂറിനുശേഷം ഇതൊന്നും കണ്ടിട്ടില്ലെന്നുപോലും വിശ്വസിക്കാൻ ഞങ്ങൾ തയ്യാറായിരുന്നു.

പാൻക്രാറ്റ്സിൽ ഒരു ചെക്കു പൊലീസുകാരൻ! ആ ഒരൊറ്റ വസ്തുതയിൽനിന്നു പടർന്നുപിടിച്ച എന്തെല്ലാം ഊഹാപോഹങ്ങളിൽ ഞങ്ങൾ ചെന്നെത്തുകയില്ല?

രണ്ടു മണിക്കൂറിനകം ഞങ്ങൾ അതിലെല്ലാം ചെന്നെത്തി. മുറിയുടെ വാതിൽ വീണ്ടും തുറന്നു. ഒരു ചെക്ക് പൊലീസുതൊപ്പി അകത്തേക്കു നോക്കി. അദ്ഭുതഭരിതരായ ഞങ്ങളെ നോക്കി മന്ദഹസിച്ചുകൊണ്ട് ആ ചുണ്ടുകൾ പറഞ്ഞു.

"ഒഴിവു സമയം!"

ഇനി തെറ്റിദ്ധാരണക്ക് അവകാശമില്ല. ഇടനാഴിയിൽ, എസ് എസ് വാർഡർമാരുടെ പച്ചയും ചാരനിറവും ആയ യൂണിഫാറങ്ങൾക്കിട

യിൽ ചില കറുത്ത ആകൃതികൾ-ചെക്കുപൊലീസ് ഉദ്യോഗസ്ഥൻമാ രുടെ- പ്രത്യക്ഷപ്പെട്ടു. ഞങ്ങൾക്ക് അവ അത്യുജ്ജ്വലങ്ങളായിത്തോ ന്നി.

ഞങ്ങളെ സംബന്ധിച്ചിടത്തോളം ഇതിന്റെ അർഥമെന്തായിരുന്നു? ഇവർ എങ്ങനെയുള്ളവരായിരിക്കും? എങ്ങനെയുള്ളവരായാലും വേണ്ടില്ല, അവർ ഇവിടെ വന്നിരിക്കുന്നു എന്ന ഒരു സംഗതി തന്നെ അന്ത്യം അടുത്തിരിക്കുന്നു എന്നതിനു തെളിവ്. ഈ സംഗതി വളരെ വ്യക്തമായ ഭാഷയിലാണ്. ഒരു ഭരണത്തിന്, അതിന്റെ ഏറ്റവും രഹ സ്യയന്ത്രങ്ങളിലേക്ക്, അതിന്റെ താങ്ങായിരിക്കുന്ന ഏറ്റവും പ്രധാന മായ ഘടനയിലേക്ക്, അത് ഏതൊരു ജനവിഭാഗത്തെ മർദ്ദിക്കുന്ന തിനായി ഉദ്ദേശിക്കപ്പെട്ടിരുന്നുവോ അതിൽപ്പെട്ട ആളുകളെത്തന്നെ സ്വീകരിക്കേണ്ടിവരുമ്പോൾ ആ ഭരണം എത്രമാത്രം അതിന്റെ അന്ത്യ ത്തോടു അടുത്തിരിക്കണം? ഏതാനും പട്ടാളക്കാരെ ലാഭിക്കാൻ വേണ്ടി അതിന്റെ പൊലീസ് ശക്തിയെ ദുർബലമാക്കാൻ സമ്മതിക്കണ മെങ്കിൽ, അതിനു യുദ്ധമുന്നണിയിൽ എത്രമാത്രം ആൾക്ഷാമം നേരിട്ടിരിക്കണം? ഇക്കണക്കിന് ആ ഭരണം എത്രകാലം നിലനിൽ ക്കാൻ ആശിക്കുന്നു എന്നാണ് നിങ്ങൾ വിചാരിക്കുന്നത്?

തീർച്ചയായും തെരഞ്ഞെടുത്ത ആളുകളെ മാത്രമേ അവരിങ്ങോട്ട് അയക്കുകയുള്ളൂ. ഒരുപക്ഷേ അവർ ജർമൻ വാർഡർമാരെക്കാൾ കൊള്ളരുതാത്തവരായി എന്നും വരാം. വിജയത്തിലുള്ള വിശ്വാസവും ജാഗ്രതയും നശിച്ച കൂട്ടരെയായിരിക്കാം ഇങ്ങോട്ടു പറഞ്ഞയക്കുന്നത്. എന്നാൽ എസ് എസ്കാർക്കു പകരം ചെക്കുപൊലീസുകാരെ ആക്കിയിരിക്കുന്നു എന്ന ആ ഒരു വസ്തുത തന്നെ അന്ത്യം അടുത്തു എന്നതിന് അനിഷേധ്യമായ തെളിവാണ്.

അങ്ങനെയാണ് ഞങ്ങൾ വാദിച്ചത്.

ആദ്യം ഞങ്ങൾ വിചാരിച്ചതിലും വളരെയധികം പേരുണ്ടാ യിരുന്നു അവർ. ഭരണയന്ത്രത്തിനു തിരഞ്ഞെടുക്കാൻ വേറെ അധികം ആളുകളെയില്ലായിരുന്നു എന്നതാണ് പരമാർഥം. ആ യന്ത്രത്തെ രക്ഷിക്കാൻ വേണ്ടത്ര പ്രവൃത്തി മുഴുവൻ എടുക്കാൻ ആളുകളുണ്ടാ യിരുന്നില്ല.

പാൻക്രാറ്റ്സിൽ ഞങ്ങൾ ആദ്യമായി ചെക്കു യൂണിഫോറങ്ങൾ കണ്ടത് ഫെബ്രുവരി 11-നാണ്.

പിറ്റേദിവസം അവയ്ക്കുള്ളിലെ ആളുകളുമായി ഞങ്ങൾ പരിചയ പ്പെടാൻ തുടങ്ങി.

ഓരോരുത്തർ വന്നാൽ മുറിക്കകത്തേക്ക് നോക്കും. ഉമ്മറപ്പടി മേൽ അസ്വസ്ഥതയോടെ മാറി മാറി കാലുകൾ ചവിട്ടിക്കൊണ്ടു നിൽ ക്കും. പിന്നെ ഞങ്ങളുടെ നോട്ടത്തിനനുസരണമായി പെട്ടെന്ന് ധൈര്യ മവലംബിച്ചെന്നു നോക്കും. ഒരു കൊച്ചുകുട്ടി ഉള്ള ശക്തി മുഴുവൻ പ്രയോഗിച്ചു പെട്ടെന്നു മുട്ടുകുത്തി കുതിക്കുന്നതുപോലെ.

"ശരി, നമുക്കെങ്ങനെയിരിക്കുന്നു കൂട്ടരെ?"

ഞങ്ങൾ മറുപടിയായി ഒന്നു മന്ദഹസിക്കുന്നു. അവരും മന്ദഹസിക്കുന്നു. അതിനുശേഷം അവർ പെട്ടെന്നിങ്ങനെ പറയുന്നു:

"ഞങ്ങളോടു ദേഷ്യം തോന്നരുത്. പുറത്തുപോയി നടക്കാനാണ്, ഇവിടെ ഇങ്ങനെ നിങ്ങൾക്ക് കാവൽ നിൽക്കാനല്ല ഞങ്ങൾ ഇഷ്ടപ്പെടുന്നത്. ഇത് ഞങ്ങൾ ചെയ്യാതെ നിവൃത്തിയില്ല. എങ്കിലും ഇതിൽനിന്നും ഒരുപക്ഷേ വല്ല ഗുണവും ഉണ്ടായേക്കാം........."

അവർ പാൻക്രാറ്റ്സിൽ വന്നതിനെപ്പറ്റിയും അവരെപ്പറ്റിയും ഞങ്ങൾ എന്താണ് വിചാരിക്കുന്നതെന്ന് അവരോടു പറഞ്ഞപ്പോൾ അവർക്ക് സന്തോഷമായി. അങ്ങനെ ആദ്യത്തെ നിമിഷം മുതൽ അവർ ഞങ്ങൾക്ക് സ്നേഹിതരായി. വിറ്റെക്–സൽസ്വഭാവിയായ ഒരു ചെറുപ്പക്കാരൻ–ആയിരുന്നു ആദ്യത്തെ ദിവസം രാവിലെ ഞങ്ങളുടെ മുമ്പിൽ പ്രത്യക്ഷപ്പെട്ട ആൾ.

രണ്ടാമത്തെ ആൾ 'ട്രൂമ' ആയിരുന്നു; ഒന്നാംതരം ഒരു പഴയ ചെക്കു പൊലീസുകാരന്റെ മാതൃക. പരുക്കനും ഒച്ചപ്പാടുണ്ടാക്കുന്ന വനുമാണെങ്കിലും നൈസർഗികമായി നന്മയുള്ളവനാണ്–റിപ്പബ്ലിക്കൻ ജയിലുകളിൽ ഞങ്ങൾ 'പോപ്പ്' എന്നു വിളിക്കാറുള്ള തരത്തിൽപ്പെട്ട ഒരാൾ. തന്റെ സ്ഥിതിയിൽ അസാധാരണമായ എന്തെങ്കിലുമുള്ളത് അയാൾ കണ്ടില്ല. നേരെമറിച്ച് അയാളതിൽ പൂർണമായും തൃപ്തനു മായിരുന്നു. തന്റെ സ്വന്തം രീതിയിൽ പതിവുള്ള പരുക്കൻ ഫലിതങ്ങൾ എടുത്തുവിളമ്പി സമാധാനം പാലിക്കുകയോ ലംഘിക്കുകയോ അയാൾക്കിഷ്ടം പോലെ ചെയ്യും. മുറിക്കെത്തേക്ക് കുറെ അപ്പമോ സിഗററ്റോ കൊണ്ടുവന്നുതന്നു. എന്തിനെപ്പറ്റിയെങ്കിലും ആരോടെ ങ്കിലും സംസാരിച്ചു സമയം കഴിക്കും– എന്നാൽ രാഷ്ട്രീയസ്ഥി തിയെപ്പറ്റിമാത്രം ഒരക്ഷരം പറയാറില്ല. ഇതെല്ലാം കേവലം സ്വാഭാവിക മെന്ന പോലെയാണയാൾ ചെയ്തത്. ഗാർഡു ഡ്യൂട്ടിയെപ്പറ്റിയുള്ള തന്റെ ധാരണ ഈ വിധമാണെന്ന സംഗതിപോലും മറച്ചുവെക്കാതെ അയാൾ പെരുമാറി. അതിനു അയാൾക്ക് ലഭിച്ച ആദ്യത്തെ താക്കീത് അയാളെ തെല്ലു സൂക്ഷ്മതയുള്ളവനാക്കി. എങ്കിലും വലിയ മാറ്റങ്ങളൊന്നും അത് അയാളിൽ ഉണ്ടാക്കിയില്ല. അയാൾ പിന്നെയും പണ്ടത്തെ രസികനായ 'പോപ്പ്' തന്നെയായിരുന്നു. അയാളോടു വലിയ കാര്യമൊന്നും ചെയ്യാൻ നിങ്ങൾ ആവശ്യപ്പെടുകയില്ല. എന്നാൽ അയാൾ അടുത്തുള്ളപ്പോൾ നിങ്ങൾക്ക് കൂടുതൽ സ്വതന്ത്രമായി വിശ്വസിക്കാം.

മൂന്നാമത്തെ ചെക്കുപൊലീസുകാരൻ മുഖം വീർപ്പിച്ചുകൊണ്ട് യാതൊന്നും കണ്ടില്ലെന്ന മട്ടിൽ, ഇടനാഴികളിൽ ചുറ്റിസഞ്ചരിച്ചു കൊണ്ടിരുന്നു. അയാളെ സമീപിക്കാൻ ചെയ്ത ശ്രമങ്ങളെ അയാൾ ശ്രദ്ധിച്ചതേയില്ല.

അയാളെ ഒരാഴ്ചയോളം ശ്രദ്ധിച്ചുപഠിച്ചിട്ട് അപ്പാപ്പൻ പറഞ്ഞു:

"ഇയാളെ തിരഞ്ഞെടുത്തതിൽ അവർക്ക് വളരെയൊന്നും കിട്ടുന്നില്ല. അവരുടെ ഏറ്റവും കുറഞ്ഞ വിജയിയാണിയാൾ."

'അഥവാ ഏറ്റവും മിടുക്കൻ' ഞാൻ പറഞ്ഞു. വെറും വാദത്തിനു വേണ്ടിയായിരുന്നു, ഇങ്ങനെ ചെറിയ കാര്യങ്ങളിൽപോലും എതിരഭി പ്രായങ്ങൾ പറയുന്നത് ജയിൽമുറിക്കകത്തെ ജീവിതത്തിൽ ആസ്വാ ദൃത ചേർത്തു.

രണ്ടാഴ്ച കഴിഞ്ഞ് ആ നിശബ്ദൻ തന്റെ ഡ്യൂട്ടിയുടെ വരയെ അതിലംഘിച്ച് കണ്ണുകൊണ്ടു എന്തോ ആംഗ്യം കാണിച്ചതായി എനിക്ക് തോന്നി. ഞാൻ അതേ അടയാളം കൊണ്ടു മറുപടി പറഞ്ഞു. ജയിലിൽ ഇതിന് ഒരായിരം അർഥമുണ്ടാകാം. എന്നാൽ പിന്നീടൊന്നും ഉണ്ടായില്ല. ഒരുപക്ഷേ എനിക്ക് തെറ്റുപറ്റിയിരിക്കാം.

എന്നാൽ ഒരു മാസത്തിനുശേഷം എല്ലാം സ്പഷ്ടമായി. ഒരു ചിത്രശലഭം അതിന്റെ മുട്ടപൊട്ടി പെട്ടെന്നു പുറത്തു പ്രത്യക്ഷപ്പെടു ന്നതുപോലെ അത്ര പൊടുന്നനെ ആയിരുന്നു ആ സംഭവം. മുട്ടക്കുള്ളി ലിരുന്നു നിരങ്ങിനീങ്ങുന്ന അവസ്ഥയിൽ നിന്ന് ആരോ പൊട്ടിച്ചുകള ഞ്ഞിട്ടു സജീവതയുള്ള ഒരു ജീവി പുറത്തുവന്നു. അതൊരു ചിത്രശലഭമായിരുന്നു. എന്നാൽ ഒരു മനുഷ്യനുമായിരുന്നു.

"നിങ്ങൾ സ്മാരകസ്തംഭങ്ങൾ പടുത്തുയർത്തുന്നു," അപ്പാപ്പൻ ഇക്കൂട്ടത്തിലെ ചില വ്യക്തികളുടെ ചിത്രങ്ങൾ ഞാൻ സൃഷ്ടിച്ചതിനെ ക്കുറിച്ച് അഭിപ്രായം പറയുകയായിരുന്നു.

അതു ഞാൻ ചെയ്യുമായിരുന്നു– ഇവിടെവെച്ചും പുറത്തുവെച്ചും സത്യസന്ധതയോടും ധീരതയോടും കൂടെ പടവെട്ടി രക്തസാക്ഷി കളായിത്തീർന്ന സഖാക്കളുടെ സജീവ സ്മരണ നിലനിർത്താൻ വേണ്ടി ഞാൻ സ്മാരകസ്തംഭങ്ങൾ പോലുള്ള ചിത്രങ്ങൾതന്നെ രചിക്കുമായിരുന്നു– പക്ഷേ, ഇവിടെ ഏറ്റവും വിപരീത സാഹചര്യ ങ്ങളിൽ ജീവിച്ചിരുന്നിട്ടു കൂടി, ഒട്ടും കുറവില്ലാത്ത ധൈര്യത്തോടും വിശ്വസ്തതയോടും കൂടെ ഞങ്ങളെ സഹായിച്ചുകൊണ്ടിരിക്കുന്ന സഖാക്കളുടെ സ്മരണക്കുവേണ്ടി എഴുതാൻ ഞാൻ ശ്രമിക്കേ ണ്ടിയിരുന്നു. കോളിൻസ്കിയെപ്പോലെയും ഈ ചെക്കു പൊലീസു കാരനെപ്പോലെയും ഉള്ള വ്യക്തികളെ പ്രാൻക്രാർട്സിലെ ഇടനാഴി കളാകുന്ന പ്രേതലോകത്തിൽനിന്ന് ജീവിതത്തിന്റെ വെളിച്ചത്തിലേക്ക് കൊണ്ടുവരാൻ ഞാൻ ആഗ്രഹിക്കുന്നു. അത് അവരുടെ പ്രതാപത്തി നുവേണ്ടിയല്ല; മറ്റുള്ളവർക്കൊരു മാതൃകയാക്കാൻ വേണ്ടിയാണ്. എന്തുകൊണ്ടെന്നാൽ ഈ സമരത്തോടുകൂടി മനുഷ്യന്റെ കർത്തവ്യം അവസാനിക്കുന്നില്ല; ജനത തികച്ചും മാനുഷികമായിത്തീരാത്തിട ത്തോളം കാലം ഒരു യഥാർഥ മനുഷ്യനാകുന്നതിന് ധീരത ആവശ്യ മാണ്.

പൊലീസുകാരൻ യറോസ്ലാവ് ഹോറയുടെ കഥ വളരെ ചെറിയ ഒന്നാണ്. എന്നാൽ അതിൽ ഒരു പൂർണമനുഷ്യന്റെ കഥയാണ് നാം കാണുന്നത്.

രാജ്യത്തിന്റെ ഒരു അകന്ന മൂലയാണ് 'റാദ്നിക്കോ.' മനോഹര മാണെങ്കിലും അതു ശൂന്യവും ദരിദ്രവുമായ ഒരു പ്രദേശമാണ്. വളരെ ക്ലേശകരമായ ഒരു ജീവിതം നയിച്ച ഒരു ഗ്ലാസുപണിക്കാരനായിരുന്നു അയാളുടെ അച്ഛൻ. ജോലിയുള്ളപ്പോൾ കഠിനാധ്വാനം. രാജ്യത്ത് തൊഴിലില്ലായ്മ സ്ഥിരം പാർപ്പായപ്പോൾ കടുത്ത ദാരിദ്ര്യവും. ഈ അവസ്ഥ ഒന്നുകിൽ ഒരുവനെ മുട്ടികുത്തിക്കുകയോ അല്ലെങ്കിൽ നല്ല ഒരു ലോകത്തെക്കുറിച്ചുള്ള സ്വപ്നങ്ങളിൽ അവന്റെ തല ഉയർത്തിക്കു കയോ ചെയ്യുന്നു. കൂടുതൽ നല്ലൊരു ലോകത്തിൽ വിശ്വസിക്കാനും അതിനുവേണ്ടി പോരാടാനും അയാളുടെ അച്ഛൻ ഒരു കമ്യൂണിസ്റ്റായി.

മെയ്ദിന പ്രകടനങ്ങളിലെ സൈക്കിൾ റാലിയിൽ കുട്ടിയായ യാർദ ചക്രത്തിനു ചുറ്റും ഒരു ചുവന്ന നാടകെട്ടി സൈക്കിളോടിച്ചു. അയാൾ ആ ചുവന്നനാട അവിടെത്തന്നെ ഇട്ടിട്ടുപോയില്ല. പിന്നീട് സ്കോഡാ തൊഴിൽശാലയിൽ അയാൾക്കൊരു ജോലികിട്ടിയപ്പോൾ അതിലെ ലെയ്ത്തുഷാപ്പിലേക്ക് പണിക്കുപോകുന്ന അവസരത്തിൽ തന്റെ ഉള്ളിലെവിടെയോ സൂക്ഷിച്ചുവെച്ച് അയാൾ ആ ചുവന്നനാട കൊണ്ടുപോയി.

തൊഴിലില്ലായ്മക്കുഴപ്പം വന്നു. പിന്നീട് മിലിട്ടറി സർവീസ്, അതി നുശേഷം പൊലീസിൽ ഒരു ജോലി. ഇക്കാലമത്രയും അയാളുടെ ഉള്ളിലുണ്ടായിരുന്ന ചുവന്ന നാടക്കെന്തു സംഭവിച്ചു എന്നെനി ക്കറിഞ്ഞുകൂടാ- ഒരുപക്ഷേ അത് ചുരുട്ടിക്കൂട്ടി എവിടെയോ ഭദ്രമായി വെച്ചിരിക്കും. ഒരുപക്ഷേ പകുതിമറന്നു പോയിരിക്കാം. എങ്കിലും ഒരിക്കലും തീരെ നഷ്ടപ്പെട്ടിട്ടുണ്ടായിരുന്നില്ല. ഒരു ദിവസം അവർ അയാളെ പാൻക്രാറ്റ്സിലെ ഡ്യൂട്ടിക്കിട്ടു. അയാൾ കോളിൻസ്കിയെ പ്പോലെ മുൻകൂട്ടി ആലോചിച്ച് ഒരുദ്ദേശ്യത്തോടുകൂടി സ്വമേധയാ വന്നതല്ല. എന്നാൽ ഒരു തടവുമുറിക്കകത്തേക്ക് ആദ്യമായി നോക്കിയ നിമിഷം മുതൽ അയാൾക്ക് ലക്ഷ്യത്തെപ്പറ്റി ബോധ്യമുണ്ടായി. ആ ചുവപ്പുനാടയുടെ കെട്ടഴിഞ്ഞു.

ആദ്യമായി തന്റെ യുദ്ധരംഗത്തെ കടന്നു പരിശോധിക്കുകയും സ്വന്തം ശക്തി അളന്നുനോക്കുകയും ചെയ്യേണ്ടിയിരുന്നു. എങ്ങനെ തുടങ്ങണം, എവിടെനിന്നു തുടങ്ങണം എന്നുള്ള ചിന്തയാൽ അയാ ളുടെ മുഖം ഇരുണ്ടു. അയാൾ രാഷ്ട്രീയപ്രവർത്തനം തൊഴിലാക്കിയ ഒരാളല്ലായിരുന്നു; എന്നാൽ നാട്ടുകാരുടെ മക്കളിൽ ഒരാളായിരുന്നു. എങ്കിലും അയാൾക്ക് പൈതൃകമായ തന്റെ പരിചയ സമ്പത്ത് ഉണ്ടായിരുന്നു.സ്വഭാവ ദാർഢ്യത്തിന്റെ ഉറച്ച ഒരു അന്ത:കരണം. അതിനു ചുറ്റും അയാളുടെ തീരുമാനം രൂപമെടുത്തു. എന്താണ് ചെയ്യേണ്ടതെന്നയാൾക്ക് തീരുമാനമായപ്പോൾ, ആ മുട്ടയിൽനിന്നും ചിത്രശലഭത്തിനു പകരം മനുഷ്യൻ പുറത്തുവന്നു.

ഉള്ളിൽ നോക്കിയാൽ അയാൾ അതിവിശിഷ്ടനായ ഒരാളായി രുന്നു അദ്ഭുതകരമാംവണ്ണം നിഷ്കളങ്കനും, ഹൃദയാലുവും ആയി

രുന്നു. അൽപ്പം ലജ്ജാശീലമുണ്ടെങ്കിലും തികഞ്ഞ പൗരുഷവുമുണ്ട്. ആവശ്യമുള്ളതെന്തും അയാൾ ധൈര്യപൂർവം ചെയ്യും. ചെറുതും വലുതുമായ കാര്യങ്ങൾ ആവശ്യമുണ്ട്. അതുകൊണ്ട് രണ്ടും അയാൾ ചെയ്യുന്നു. ബഹളവും ഗോഷ്ടിയും കൂടാതെ ശാന്തമായി അയാൾ പണിയെടുക്കുന്നു; നല്ലവണ്ണം ആലോചിച്ചിട്ടാണെങ്കിലും ഭയം കൂടാതെ പ്രവർത്തിക്കും; അതെല്ലാം എത്രയോ സ്വാഭാവികമാണ യാൾക്ക്; നിർബന്ധമാണ്. അതാണ് ചെയ്യേണ്ടത്. പിന്നെ എന്തിനെപ്പറ്റി സംസാരിക്കുന്നു?

അതാണ് അത്രമാത്രം. ഇതാണ് ഒരു വ്യക്തിയുടെ പൂർണ ചരിത്രം. അനേകം മനുഷ്യരുടെ ജീവനെ രക്ഷിച്ചുവെന്ന് ഇയാൾക്കഭി മാനിക്കാം. പാൻക്രാറ്റ്സിൽ ഇങ്ങനെയൊരാൾ തന്റെ മനുഷ്യോചിത മായ കടമകൾ നിർവഹിച്ചുവെന്ന കാരണത്താൽ ഇന്നും അനേകം വ്യ ക്തികൾ പുറത്തു ജീവിച്ചിരിക്കുകയും പണിയെടുക്കുകയും ചെയ്യുന്നു. അയാൾ സ്വന്തനിലയിൽ അവരെ അറിയുകയോ അവർ അയാളെ അറിയുകയോ ചെയ്യുന്നില്ല. എന്നാൽ ഇവരെല്ലാം പിന്നീടു തമ്മിൽ പരിചയപ്പെടുമെന്നു ഞാനാശിക്കുന്നു. ഈ രണ്ടു പ്രവർത്തകരും അതിവേഗം പരസ്പരം പരിചയപ്പെട്ടു. സേവനത്തിനുള്ള സന്ദർഭങ്ങളെ ഏറ്റവും നന്നായി ഉപയോഗിച്ചു.

അവരുടെ മാതൃക ഓർമ്മിക്കുക. അത്, തങ്ങളുടെ ഹൃദയം അതിന്റെ ശരിയായ സ്ഥാനത്തും തല സ്വന്തം നിയന്ത്രണത്തിലും ഉണ്ടായിരിക്കുകയും അവയെ പൂർണമായും ഉപയോഗിക്കുകയും ചെയ്ത രണ്ടാളുകളുടെ മാതൃകയാണ്.

സ്കൊറെപ്പാ അപ്പാപ്പൻ

സംഗതിവശാൽ നിങ്ങൾ ഈ മൂന്നു പേരെയും ഒരുമിച്ചു കാണുകയാണെങ്കിൽ, നിങ്ങൾക്ക് സൗഹൃദത്തിന്റെ ഒരു സജീവ ചിത്ര മായിരിക്കും ലഭിക്കുക–എസ് എസ് വാർഡർ കോളിൻസ്കിയുടെ ചാര യും പച്ചയുമായ യൂണിഫോറവും; ചെക്ക് പൊലീസുകാരൻ ഹോറാ യെ തന്റെ കടുംനീല യൂണിഫോറമണിഞ്ഞ നിലയിലും, കൺവിക്ട് വാർഡർ സ്കൊറെപ്പ്, അപ്പാപ്പന്റെ വെളുത്ത നിറംമങ്ങിയ യൂണിഫോ റവും; വളരെ അപൂർവമായി മാത്രമെ അവരെ ഒന്നിച്ചു നിങ്ങൾ കാണുകയുള്ളൂ. എങ്ങനെയും–വളരെ അപൂർവമായി മാത്രം. അതിനു ള്ള വ്യക്തമായ കാരണം അവർ ഒന്നാണെന്നുള്ളതു തന്നെയാണ്.

"പ്രത്യേകം വിശ്വസിക്കാവുന്നവരും അച്ചടക്കമുള്ളവരും, മറ്റുള്ള വരിൽനിന്നും കർശനമായി വേർപെടുത്തപ്പെട്ടിട്ടുള്ളവരുമായ തടവു കാർക്കുമാത്രം." ഇടനാഴികളിൽ ശുചീകരണം, ഭക്ഷണം വിളമ്പൽ മുതലായ ജോലികൾ ചെയ്യാൻ ജയിൽ നിയമങ്ങൾ അനുവദിക്കു ന്നുണ്ട്. നിയമത്തിന്റെ അക്ഷരം അതാണ്. ചത്ത അക്ഷരം, ദയനീയ മാംവിധം ചത്തു കിടക്കുന്നവ. അങ്ങനെയുള്ള കൺവിക്ട് വാർഡർമാർ

ആരുംതന്നെയില്ല. ഒരിക്കലും ഉണ്ടായിരുന്നിട്ടുമില്ല. തീർച്ചയായും ഒരു ഗെസ്റ്റപ്പോ ജയിലിലും ഉണ്ടായിട്ടില്ല. ഇവിടത്തെ കൺവിക്ട് വാർഡർമാർ ഈ ജയിലിലെ മനുഷ്യ സമൂഹത്തിന്റെ കൈകളാണ്; സ്വതന്ത്രമായ, പുറത്തുള്ള ലോകവുമായി ബന്ധപ്പെടാനും വാർത്താ വിനിമയങ്ങൾ നടത്താനും, അങ്ങനെ അതിൽ ജീവിക്കാനും വേണ്ടി ഇവിടെ മുറികളിലാക്കപ്പെട്ടു കിടക്കുന്ന സാമൂഹ്യ വ്യക്തിത്വം പുറത്തേക്കു നീട്ടുന്ന ഒരുതരം സ്പർശനാവയവമാണീ കൺവിക്ട് വാർഡർമാർ. പുറത്തുനിന്ന് രഹസ്യ സന്ദേശങ്ങൾ വസ്ത്രങ്ങൾ ക്കുള്ളിൽ ഒളിച്ചുവെച്ചുകൊണ്ടുവരുന്ന വഴിക്കുവെച്ചു പിടിക്കപ്പെട്ടതിന് എത്രയോ കൺവിക്ട് വാർഡർമാർ തങ്ങളുടെ ജീവൻ കൊടുക്കേണ്ടി വന്നിരിക്കുന്നു! എന്നാൽ അവരുടെ പിൻതുടർച്ചക്കാരും അതേ ആപൽ കരമായ ജോലി തുടർന്നു നടത്തണമെന്നുതന്നെ ജയിൽ നിയമം നിർദയം അനുശാസിക്കുന്നു. ധൈര്യത്തോടു കൂടിയായാലും കൊള്ളാം, ഭയത്തോടു കൂടിയായാലും കൊള്ളാം പണിയെടുക്കാൻ അവർ നിർബന്ധിതരാണ്. പേടിച്ചാൽ ആപത്ത് അധികമാണെന്നു മാത്രം. എല്ലാ രഹസ്യ പ്രവർത്തനത്തിലുമെന്നപോലെ ഇതിലും പേടിച്ചാൽ ഇന്നല്ലെങ്കിൽ നാളെ പണിതീരും.

എതിർപ്പിനെ ചവിട്ടിയരച്ചു നശിപ്പിക്കാൻ വേണ്ടി പുറപ്പെട്ടിരിക്കു ന്നവരുടെ മൂക്കിനു നേരെ താഴെവച്ചു നടത്തുന്ന ഏറ്റവും ആപൽക്കര മായ രഹസ്യപ്രവർത്തനമാണിത്.

വാർഡർമാരുടെ കൺമുന്നിൽ, അവർ നിശ്ചയിച്ച സ്ഥാനങ്ങളിൽ നിന്നു കൊണ്ട്, ശത്രു നിശ്ചയിച്ച നീക്കുപോക്കില്ലാത്ത ഷെഡ്യൂൾ അനുസരിച്ച് ഏറ്റവും വിഷമകരമായ പരിത:സ്ഥിതികളിൽ പുറത്തു വെച്ച് രഹസ്യപ്രവർത്തനങ്ങളെക്കുറച്ച് നിങ്ങൾ പഠിച്ചിട്ടുള്ളതൊന്നും ഇവിടെ മതിയാകുകില്ല. എന്നാൽ അവിടെ ചെയ്തിടത്തോളമോ അതിൽ കൂടുതലോ ഇവിടെ ചെയ്യുകയും വേണം.

പുറത്തു രഹസ്യപ്രവർത്തനത്തിൽ അതിസമർഥൻമാരുണ്ട്. ഇവിടെയും കൺവിക്ട് വാർഡർമാരുടെയിടയിൽ അത്തരക്കാരുണ്ട്. സ്കൊറെപ്പാ അപ്പാപ്പൻ ഒരു കൈകണ്ട വിദഗ്ധനാണ്. കാഴ്ചയിൽ ശാന്തനും വിനീതനും. എന്നാൽ ഒരു ഏറ്റാൽ മത്സ്യത്തെപ്പോലെ ശരീര ലാഘവമുള്ളവനാണ്. വാർഡർമാർ അദ്ദഹത്തെ പ്രശംസിക്കുന്നു-നോക്കൂ.

എന്തൊരു അധ്വാനശീലൻ, എത്ര വിശ്വസ്തൻ, തന്റെ ജോലി ചെയ്യുക എന്നതിൽ മാത്രമെ അദ്ദേഹത്തിനു താൽപര്യമുള്ളു. ചട്ടങ്ങൾ ക്കെതിരായി യാതൊന്നും ചെയ്യുന്നുമില്ല. മറ്റു കൺവിക്ട് വാർഡന്മാ രോടു ഇദ്ദേഹത്തിന്റെ മാതൃക അനുസരിക്കാൻ അവർ പറയുന്നു.

അതെ, കൺവിക്ട് വാർഡർമാരെ, അദ്ദേഹത്തെ പിൻതുടരുക! തടവുകാരുടെ ആഗ്രഹമനുസരിച്ച ഒരു മാതൃകാ കൺവിക്ട് വാർഡറാണദ്ദേഹം. ജയിൽ സമൂഹത്തിന്റെ സ്പർശനാവയവങ്ങളിൽ

ഏറ്റവും സുശക്തവും എന്നാൽ ഏറ്റവും വികാരലോലവുമായ അവയവമാണത്.

ഓരോ മുറിയിലുള്ളവരെയും അദ്ദേഹത്തിനറിയാം– പുതിയതായി വരുന്നവരെ ആ നിമിഷം മുതൽ അറിയാം–അയാൾ എന്തിനിവിടെ വന്നു. അയാൾക്ക് ബന്ധമുണ്ടായിരുന്ന ആളുകൾ ആരെല്ലാം, പുറത്ത് അയാൾ പെരുമാറിയതെങ്ങനെ, അയാളുടെ കൂട്ടുകാർ പെരുമാറിയ തെങ്ങനെ, എന്നെല്ലാം അറിയാം. ഓരോ കേസും അദ്ദേഹം പഠിക്കുന്നു; അവയുടെ എല്ലാ രഹസ്യങ്ങളും കെട്ടഴിച്ചു മനസിലാക്കുന്നു. ബാഹ്യബന്ധം നിലനിർത്താനും ഇടയ്ക്ക് ശരിയായ ഉപദേശം നൽകാനും സാധിക്കണമെങ്കിൽ ഇത് വളരെ പ്രധാനമാണ്.

ശത്രുവിനെയും അദ്ദേഹത്തിനറിയാം. ഓരോ വാർഡറെയും സൂക്ഷിച്ചു പഠിക്കും. ഓരോരുത്തന്റെയും സ്വഭാവങ്ങൾ, ബലം, ദൗർബല്യങ്ങൾ അയാളിൽനിന്ന് എന്തൊക്കെ പുറത്തു ചാടിക്കാനാണു നോക്കേണ്ടത് അയാളെ എന്തിനുപയോഗപ്പെടുത്താം, അയാളെ പറ്റിക്കേണ്ടതെങ്ങനെ, അല്ലെങ്കിൽ അയാളുടെ ശ്രദ്ധ വേറൊരിട ത്തേക്കു തിരിക്കണമെങ്കിൽ അതെങ്ങനെ എന്നെല്ലാം– വാർഡർമാ രുടെ സ്വഭാവവിശേഷങ്ങളിൽ ഞാൻ ഉപയോഗപ്പെടുത്തിയിട്ടുള്ളത് മിക്കതും എനിക്ക് സ്കൊറെപ്പാ അപ്പാപ്പൻ പറഞ്ഞുതന്നതാണ്. അദ്ദേഹത്തിന് അവരെയെല്ലാം അറിയാം. അവരെ ഭംഗിയായും കൃത്യമായും വർണിക്കാൻ കഴിയും. ഇടനാഴികളിൽ നിർബാധം സഞ്ചരിക്കാനും തന്റെ പ്രവൃത്തികൾ കാര്യക്ഷമതയോടെ നിർവഹി ക്കാനും ആഗ്രഹിക്കുന്ന ഒരാൾക്ക് ഇതു വളരെ പ്രധാനമാണ്.

എന്നാൽ എല്ലാറ്റിലുമുപരി സ്കൊറെപ്പാക്ക് തന്റെ കടമ നല്ലപോലെ അറിയാം. താൻ ഓരോ നിമിഷവും ഒരു കമ്യൂണിസ്റ്റ് തന്നെ ആയിരിക്കണമെന്നും, പണി അതിന്റെ പാടു നോക്കട്ടെ എന്നും വിചാരിച്ച് കയ്യും കെട്ടിയിരിക്കാൻ സമയമോ സ്ഥലമോ ഇല്ലെന്നും അറിയാവുന്ന ഒരു കമ്യൂണിസ്റ്റാണദ്ദേഹം. ഇവിടെ ഏറ്റവും ഭാരം കൂടിയ സമ്മർദത്തിലും ഏറ്റവും മുന്തിയ ആപത്തിനുകീഴിലുമായി, അദ്ദേഹത്തിന് തന്റെ സ്ഥാനം കിട്ടിയത് ഉചിതമായി എന്നു ഞാൻ കരുതുന്നു. ഇവിടെവെച്ച് അദ്ദേഹം വളരുകകൂടി ചെയ്തു.

അദ്ദേഹം വലിഞ്ഞയയുകയും ചുരുണ്ടു കൂടുകയും ചെയ്യും; ഓരോ ദിവസവും ഓരോ നിമിഷവും, പുതിയ പുതിയ രീതികൾ ആവശ്യമായി വരുന്ന വിധത്തിൽ പുതിയ പുതിയ പരിത:സ്ഥിതികൾ ഉണ്ടായിത്തീരും. അവയെല്ലാം അദ്ദേഹം സാമർഥ്യപൂർവം ക്ഷണ ത്തിൽ മനസിലാക്കും. ഒരു മിനിട്ടിന്റെ ഒരംശം മാത്രമെ അദ്ദേഹത്തിനു ചിലപ്പോൾ കിട്ടുകയുള്ളു. അത്ര കുറച്ചിടകൊണ്ട് ഒരു മുറിയുടെ വാതിൽക്കൽ മുട്ടി ചെവി കൊടുത്ത് വളരെ സൂക്ഷിച്ചു തയ്യാറാക്കിയ ഒരു സന്ദേശം ശ്രദ്ധിച്ചു ഗ്രഹിക്കാനും ബ്ലോക്കിന്റെ മറ്റേ അറ്റത്തുള്ള ഒരു മുറിയിൽചെന്ന് വ്യക്തമായും കൃത്യമായും അതിനകത്തുള്ള

വരോട് അതു പറഞ്ഞുകൊടുക്കാനും ബ്ലോക്കിലെ വാർഡർ താഴെ പോയി. അയാൾക്ക് പകരമുള്ള മറ്റേ ആൾ കോണിപ്പടി കയറിവരു ന്നതിനകം വേണം ഇതൊക്കെ ചെയ്യാൻ. അദ്ദേഹം വളരെ സൂക്ഷ്മത യും മന:സാന്നിധ്യവുമുള്ളവനാണ്. നൂറു കണക്കിന് കുറിപ്പുകൾ അദ്ദേഹത്തിന്റെ കയ്യിൽകൂടി കടന്നുപോയിട്ടുണ്ട്–ഒന്നുപോലും പിടിക്കപ്പെട്ടിട്ടില്ല. സംശയം പോലും ഉണ്ടായിട്ടില്ല.

ആരാണ് കുഴപ്പത്തിൽപെട്ടിരിക്കുന്നതെന്ന് അന്ത:പ്രേരണയാ ലെന്നപോലെ അദ്ദേഹം അറിയുന്നു. പുറത്തെ സ്ഥിതിഗതികളെപ്പറ്റി രണ്ടു വാക്കു പറഞ്ഞു പ്രോത്സാഹിപ്പിക്കേണ്ടത് ആരെയാണെന്നും അദ്ദേഹത്തിനറിയാം. വേണ്ട അവസരത്തിൽ തന്റെ പിതൃതുല്യമായ ഒരു നോട്ടംകൊണ്ട് ആരെ ധൈര്യപ്പെടുത്താൻ സാധിക്കുമെന്ന് അദ്ദേഹത്തിനറിയാം. ഇനിയത്തെ പട്ടിണി ശിക്ഷക്കുവേണ്ട ശക്തി സംഭരിക്കാൻ വേണ്ടി ഒരു തവി സൂപ്പോ ഒരു കഷണം റൊട്ടിയോ ആർക്കാണു കൂടുതൽ ആവശ്യമായതെന്നും അദ്ദേഹത്തിന് നിശ്ചയ മുണ്ട്. പരിചയംകൊണ്ടും, തന്റെ മൃദുലവികാരങ്ങളുടെ സഹായം കൊണ്ടും അത്തരം കാര്യങ്ങൾ അദ്ദേഹം ഗ്രഹിക്കുന്നു– എന്നിട്ട് ഓരോ സംഗതിയിലും ആവശ്യമായത് ചെയ്യുന്നു.

അതാണ് സ്കൊറെപ്പാ അപ്പാപ്പൻ. ശക്തനും നിർഭയനുമായ ഒരു പടയാളി. ഒരു യഥാർഥ മനുഷ്യൻ.

ഇത് ഒരു കാലത്ത് വായിക്കാൻ സംഗതിയായേക്കാവുന്ന നിങ്ങൾ ഇദ്ദേഹത്തിൽ ഒരു വ്യക്തിയെമാത്രം കാണണമെന്നല്ല ഞാനാഗ്രഹി ക്കുന്നത്; നേരെമറിച്ച്, മർദകർ തങ്ങളിൽനിന്ന് ആവശ്യപ്പെടുന്ന പ്രവൃത്തിയെ മർദിതരുടെ സേവനത്തിനായി മാറ്റിയ കൺവിക്ട് വാർഡർമാരായ എല്ലാ നല്ല വ്യക്തികളുടെയും ഒരുത്തമ മാതൃകയാണ്. ഇവിടെ ഒരൊറ്റ സ്കൊറെപ്പാ അപ്പാപ്പനേയുള്ളു. എന്നാൽ വ്യത്യസ്ത തരക്കാരായവരും അതേ ലക്ഷ്യംവെച്ചു പ്രവർത്തിക്കുന്നവരുമായ മറ്റുള്ളവർ ഒട്ടും കുറവല്ലാത്ത സേവനം തന്നെയാണ് അനുഷ്ഠി ക്കുന്നത്. ഇവിടെ പാൻക്രാറ്റ്സിലും അവിടെ പെച്ചെക്ക് കെട്ടിടത്തി ലുമുള്ള അവരെയെല്ലാം ചിത്രീകരിക്കണമെന്ന് എനിക്ക് ആഗ്രഹമു ണ്ടായിരുന്നു. എന്നാൽ ഇനി ഏതാനും മണിക്കൂറുകൾ മാത്രമേ ബാക്കിയുള്ളു എന്നതിനാൽ ഖേദിക്കുകയേ തരമുള്ളു.

"ഇത്രയും ചുരുക്കത്തിൽ പാടി അവസാനിപ്പിച്ചുവെങ്കിലും, വളരെ നീണാൾ ജീവിച്ച ആ ഗാനം" മുഴുമിക്കാൻ സമയം പോരാ.

അതുകൊണ്ട്, ഏതാനും കുറെ പേരുകൾക്ക് കൂടി മാത്രമേ സമയമുള്ളു. ന്യായമായി സ്മരിക്കേണ്ട പലരുമുള്ളതിൽ ചിലരുടെ മാത്രം ഉദാഹരണങ്ങൾ:

'റെനെക്' ജോസഫ് ടെറിങ്ഗൽ, കഠിനനും വേഗത്തിൽ ക്ഷോഭിക്കുന്നവനും ത്യാഗിയും ആണ്. പെച്ചെക്കു കെട്ടിടത്തിന്റെയും അതിലെ ഞങ്ങളുടെ സമരത്തിന്റെയും ചരിത്രവുമായി ഏറ്റവുമധികം

ബന്ധപ്പെട്ട ഒരാളാണ്. അതുപോലെതന്നെ അയാളുടെ പിരിയാത്ത സ്നേഹിതനും സഹൃദയനുമായ ജോബർവിദു.

ഡോക്ടർ മിലോഷ് ഹെദ്‌വെദ്-സുമുഖനും ഉൽകൃഷ്‌ട ആശയനുമായ ഒരു ചെറുപ്പക്കാരൻ. തടവിൽകിടക്കുന്ന സഖാക്കൾക്ക് നിത്യവും ചെയ്തുകൊടുത്ത സഹായം കാരണം അദ്ദേഹത്തിന് ഔഷ്‌വിദ്‌സിൽവെച്ച് തന്റെ ജീവൻ ബലി കൊടുക്കേണ്ടിവന്നു.

എർണസ്റ്റോലോറൻസ്-ഇയാൾ തന്റെ സഖാക്കളെ ഒറ്റിക്കൊ ടുക്കാൻ കൂട്ടാക്കാഞ്ഞതുകൊണ്ട് ഇയാളുടെ ഭാര്യ വധിക്കപ്പെട്ടു. ഒരു കൊല്ലത്തിനുശേഷം, തന്റെ സ്നേഹിതൻമാരായ 400-ാം നമ്പർ മുറിയിലെ കൺവിക്ട് വാർഡർമാരെയും അവരുടെ സമൂഹത്തെയും രക്ഷിക്കാൻ വേണ്ടി അദ്ദേഹം മരണം വരിച്ചു.

വാഷെക്‌റെസ്‌ക്കൂ-അദ്‌ഭുതകരവും നശിപ്പിക്കപ്പെടാനാവാത്തതു മായ ഫലിതവാസനയുള്ളവൻ.

ആനിവിക്കോവാ-നിശ്ശബ്ദയും അതിവിശ്വസ്തയും; പട്ടാളഭരണ കാലത്ത് വധിക്കപ്പെട്ടു.

സ്‌പ്രിങ്ങർ-സമർഥനും എപ്പോഴും പ്രസന്നവദനനുമായ ഗ്രന്ഥ സൂക്ഷിപ്പുകാരൻ. പുതിയ പുതിയ വഴികൾ അവലംബിച്ച് അതു നിർവഹിച്ചു.

ബീലെക്-ഇളം കുരുന്നായ ആ യുവാവ്..........

ഇതെല്ലാം ഉദാഹരണത്തിനുമാത്രം, സാമ്പിളുകൾ. ചെറുതോ വലുതോ ആയ വ്യക്തികൾ, എങ്കിലും യഥാർഥ മനുഷ്യർ-വെറും ചിത്രങ്ങളല്ല.

7

ചരിത്രത്തിന്റെ ഒരു ശകലം

ജൂൺ 9,1943

എന്റെ മുറിയുടെ മുൻവശത്ത് ഒരു ബെൽറ്റ് തൂങ്ങിക്കിടന്നു. എന്റെ ബെൽറ്റ് അടുത്ത ഭാവിയിലെ ഒരു യാത്രയുടെ അടയാളം. ഒരുപക്ഷേ, രാത്രിയിൽ അവരെന്നെ വിചാരണക്കായി 'റൈഖി' ലേക്കു കൊണ്ടുപോകുമായിരിക്കാം- പിന്നെ അങ്ങനെ. എന്റെ ജീവിതമാകുന്ന അപ്പക്ഷണത്തിൽനിന്ന് കാലം അതിന്റെ അവസാന അംശം കൂടി കടിച്ചെടുക്കുന്നു. പാൻക്രാറ്റ്സിലെ 411 ദിവസങ്ങൾ അദ്ഭുതകരമായ വേഗത്തിൽ കഴിഞ്ഞുകൂടി. ഇനി എത്ര ദിവസം ബാക്കിയുണ്ട്? എങ്ങനെയുള്ള ദിവസങ്ങൾ? അവ ഞാൻ എങ്ങനെ കഴിച്ചുകൂട്ടും?

എന്നാൽ എങ്ങനെയും, മറ്റെവിടെയായാലും എനിക്കെഴുതാൻ തരപ്പെടുന്ന കാര്യം കഷ്ടിയാണ്. അതുകൊണ്ട് ഇതാണ് എന്റെ അവസാനത്തെ മൊഴി. ഒരു ചരിത്രശകലം. ഇതിന്റെ അവസാനത്തെ ജീവിക്കുന്ന സാക്ഷി ഞാനാണെന്നു തോന്നുന്നു.

1941-ഫെബ്രുവരി ചെക്കോസ്ലവാക്യയിലെ കമ്യൂണിസ്റ്റ് പാർട്ടി യുടെ സെൻട്രൽ കമ്മിറ്റിയെ മുഴുവൻ അവർ അറസ്റ്റുചെയ്തു- അതിനോടൊപ്പം ഞങ്ങൾ വീണുപോയാൽ ആ സ്ഥാനം ഏറ്റെടുക്കാൻ തയ്യാറായി നിർത്തിയ രണ്ടാമത്തെ ഗ്രൂപ്പിൽപെട്ടവരെയും അറസ്റ്റു ചെയ്തു. ഇത്ര കഠിനമായ ഒരു അടി ഞങ്ങളുടെമേൽ ഇത്ര പെട്ടെന്നു വീണതെങ്ങനെയെന്ന് ഇതേവരെയും മുഴുവൻ വ്യക്തമായിട്ടില്ല. ഒരു കാലത്ത് ഇനി ഗെസ്റ്റപ്പോ കമ്മിസാർമാരെപിടിച്ച് അവരെക്കൊണ്ടു പറയിക്കാൻ സാധിക്കുമ്പോൾ ഒരു പക്ഷേ, വ്യക്തമാകുമായിരിക്കാം. പെച്ചെക്ക് കെട്ടിടത്തിൽ ഒരു കൺവിക്ട് വാർഡ്ധരായിരിക്കുമ്പോൾ ഈ

രഹസ്യം അറിയാൻ വേണ്ടി ഞാൻ വൃഥാ ശ്രമിച്ചു. തീർച്ചയായും അതിൽ ഒറ്റുപണി ഉണ്ടായിരുന്നു; വളരെ വളരെ സൂക്ഷ്മതക്കുറവും. രണ്ടുകൊല്ലത്തെ വിജയകരമായ പ്രവർത്തനം സഖാക്കളുടെ മൂർച്ച കുറച്ചിരുന്നു. ഞങ്ങളുടെ രഹസ്യസംഘടനകൾ വേണ്ടതിലധികം വിപുലമായിത്തീർന്നു; പുതിയ പ്രവർത്തകരെ നിരന്തരം അതിനക ത്തേക്ക് എടുത്തുകൊണ്ടിരുന്നു- എന്തെങ്കിലും സംഭവിച്ചാൽ ആദ്യത്തെ സെറ്റിന്റെ സ്ഥാനത്തു പ്രവേശിക്കാൻ കരുതിനിർത്തേണ്ടി യിരുന്നവരെ കൂടെ ഇതിനുള്ളിലേക്കെടുത്തു. കൃത്യമായി നിയന്ത്രി ക്കുക അസാധ്യമായിത്തീർത്തക്കവണ്ണം ഞങ്ങളുടെ സെല്ലുകളുടെ വല അത്ര കെട്ടുപിണഞ്ഞതായിത്തീർന്നു. ഞങ്ങളുടെ പാർട്ടികേന്ദ്ര ത്തിന്റെ നേർക്ക് അടിക്കപ്പെട്ട അടി വളരെ കരുതലോടെയുള്ളതും വളരെക്കാലമായി ഒരുങ്ങിയിരുന്നുകൊണ്ടുള്ളതുമായിരുന്നു. സോവി യറ്റ് യൂണിയനെതിരായ ആക്രമണത്തിനു ശത്രു തയ്യാറായ അതേ അവസരത്തിൽതന്നെയാണ് ഈ അടിയും വീണത്.

ഞങ്ങളിൽ എത്രപേരെ അവർ കെണിയിൽ വീഴിച്ചു എന്ന് എനിക്കാദ്യം മനസിലായില്ല. സാധാരണ പതിവനുസരിച്ച് ബാക്കി യുള്ളവർ ബന്ധത്തിനു ഇങ്ങോട്ടു സമീപിക്കാൻ ഞാൻ കാത്തിരുന്നു; എന്നാൽ ആ കാത്തിരിപ്പ് വെറുതെയായി. ഒരു മാസം കഴിഞ്ഞപ്പോൾ, ദുരവ്യാപകമായ ഫലത്തോടു കൂടിയ എന്തോ ഒന്ന് സംഭവി ച്ചിരിക്കുന്നുവെന്നും, പുറത്തുനിന്ന് ബന്ധത്തിന് ആരെങ്കിലും എന്നെ സമീപിക്കാൻ കാത്തിരുന്നാൽ പോരെന്നും മനസിലായി. അങ്ങനെ അകത്തുനിന്ന് ബന്ധത്തിനു അങ്ങോട്ടു ഞാൻ ശ്രമിച്ചു. മറ്റുള്ളവരും അതേ അന്വേഷണം തുടങ്ങി.

ഞാൻ കണ്ടെത്തിയ ആദ്യത്തെ മെമ്പർ, മധ്യബൊഹീമിയൻ വിഭാഗത്തിലെ തലവനായ, ഹോൺസാ വൈസ്സ്ലോശ്ചിൽ ആയിരുന്നു. മുൻകയ്യെടുത്തു പ്രവർത്തിക്കാനുള്ള പാടവം അദ്ദേഹത്തിനു വേണ്ടുവോളമുണ്ട്; കൂടാതെ, പാർട്ടിക്കൊരു പത്രം ഇല്ലാതെ വരരുതെ ന്നുള്ള ഉദ്ദേശ്യത്തോടുകൂടി *റൂദ് പ്രാവൊ*യുടെ പുന:പ്രസിദ്ധീകര ണത്തിനു വേണ്ടിയുള്ള ചില കരുക്കളും കൈവശമുണ്ട്. ഞാൻ ഒരു മുഖപ്രസംഗമെഴുതി, എന്നാൽ ബാക്കി മാറ്റർ ഞാൻ കണ്ടില്ല. അതെല്ലാം ചേർത്തു *റൂദ് പ്രാവൊ* എന്ന പേരിലല്ലാതെ ഒരു 'മേയ് പത്രം' പ്രസിദ്ധപ്പെടുത്താൻ ഞങ്ങൾ തീരുമാനിച്ചു. കൃത്യമായി പുറത്തുവരുന്ന പത്രങ്ങൾക്കു പകരം ഇത്തരം ഒറ്റപ്പെട്ട പത്രങ്ങൾ മറ്റു പാർട്ടികളും പുറത്തിറക്കി.

പിന്നീടുള്ള മാസങ്ങൾ പാർട്ടിയുടെ രഹസ്യസമര പ്രവർത്തന ങ്ങൾക്കായി ഉപയോഗിച്ചു. അടി അതികഠിനമായിരുന്നെങ്കിലും അതിന് പാർട്ടിയെ നശിപ്പിക്കാൻ കഴിഞ്ഞില്ല. അടികൊണ്ടു വീണുപോയ നേതാക്കൾ മുഴുമിക്കാതെ പോയ പ്രവർത്തനങ്ങൾ ഏറ്റെടുക്കാൻ നൂറുകണക്കിനു പ്രവർത്തകർ മുന്നോട്ടുവന്നു. അവരുടെ പുത്തൻ

ഉന്മേഷവും ആത്മസമർപ്പണവും മൂലസംഘടനയിൽ എന്തെങ്കിലും ഗുണക്കുറവോ പരാജയബോധമോ അരിച്ചുകയറുന്നതിനെ തടങ്ങു നിർത്തി. എന്നാൽ കേന്ദ്രസംഘടന ഉണ്ടായിരുന്നില്ല. ഒളിസമരങ്ങളുടെ ഗ്രൂപ്പ് പ്രവർത്തനത്തിന്റെ ആപത്ത്, ഏറ്റവും പ്രധാനപ്പെട്ട നിമിഷ ത്തിൽ സോവിയറ്റ് റഷ്യയുടെ നേരെ ശത്രു നടത്തുമെന്നു പ്രതീക്ഷിച്ചി രുന്ന ആക്രമണത്തിന്റെ അവസരത്തിൽ ഏകീകൃതവും സുസംഘടിത വുമായ ഒരു നേതൃത്വം ഉണ്ടാകുകയില്ല എന്നുള്ളതാണ്.

ഒരു പാർട്ടി ഒളിപ്രവർത്തന സെൽ പ്രസിദ്ധീകരിച്ചിരുന്ന *റൂദ്പ്രാവൊ*യുടെ പ്രതിയിൽ രാഷ്ട്രീയ പരിചയമുള്ള ഒരു കൈ ഞാൻ കണ്ടു. ഞങ്ങളുടെ *മേയ്* പത്രം വളരെ വിജയകരമായിരുന്നില്ല എന്നു പറയേണ്ടിവന്നതിൽ ഞാൻ വ്യസനിക്കുന്നു. എന്നാൽ തങ്ങൾക്ക് സഹകരിച്ചു പ്രവർത്തിക്കാവുന്ന ഒരാൾ ഉണ്ടെന്നതിനുള്ള തെളിവ് മറ്റു ചിലർ അതിൽ ദർശിക്കുന്നു. അങ്ങനെ രണ്ടു ഗ്രൂപ്പുകൾ തമ്മിൽ ബന്ധം കിട്ടാൻ ഞങ്ങൾ അന്വേഷണം തുടങ്ങി.

ഒരു വൻകാട്ടിൽ ആളെ അന്വേഷിച്ചു നടക്കുന്നതുപോലെ യായിരുന്നു അത്. ഒരു ശബ്ദം കേൾക്കും, ഞങ്ങൾ അന്വേഷിച്ചു പുറപ്പെടുകയായി. അപ്പോഴേക്കും ശരിക്കുള്ള ആ സ്വരം വളരെ പതുക്കെ ആവുകയും മുമ്പു കേട്ട ദിക്കിൽ നിന്ന് വളരെ വ്യത്യ സ്തമായ ഒരു ദിക്കിൽ കേൾക്കപ്പെടുകയും ചെയ്യുന്നു. ഞങ്ങളുടെ ഭാരിച്ച നഷ്ടങ്ങൾ, പാർട്ടിയിലുള്ള ഓരോരുത്തർക്കും കുഴിയിൽ ചാടാതെ സൂക്ഷിക്കാനുള്ള കരുതലുണ്ടാക്കിത്തീർത്തു. പരസ്പരം കണ്ടുപിടിക്കാനഗ്രഹിച്ച, മുമ്പിലത്തെ സെൻട്രൽകമ്മിറ്റിയിലെ രണ്ടു മെമ്പർമാർക്ക് പല വിധത്തിലുള്ള പരീക്ഷണങ്ങളിൽ കൂടെ കടന്നു പോകേണ്ടിവരികയും, തങ്ങൾ ആരിൽ വിശ്വാസമർപ്പിച്ചുവോ അവർതന്നെ ഉണ്ടാക്കിവെച്ച അനവധി പ്രതിബന്ധങ്ങൾ തരണം ചെയ്യേണ്ടിവരികയും ചെയ്തു. ഇതെല്ലാം ചെയ്തത് ഈ ഇരുവരിൽ ഒരാളും, വഞ്ചകനായി മാറിയിട്ടില്ലെന്നും ചതിക്കാൻ ശ്രമിക്കുക യില്ലെന്നും പരസ്പരം ഇരട്ടിച്ച ഉറപ്പുവരുത്താൻ വേണ്ടിയായിരുന്നു. ഞാൻ ആരെയാണ് അന്വേഷിക്കുന്നതെന്ന് എനിക്കുതന്നെ നിശ്ചയമി ല്ലെന്നുള്ളതായിരുന്നു എന്നെ സംബന്ധിച്ചിടത്തോളമുള്ള ഏറ്റവും വലിയ പ്രതിബന്ധം. താനുമായി ബന്ധത്തിനു ശ്രമിക്കുന്ന മെമ്പർ ആരാണെന്ന് അയാൾക്കും അറിഞ്ഞുകൂടായിരുന്നു.

ഞങ്ങൾ അവസാനം ഒരാളെ കണ്ടെത്തി—ഞങ്ങളെ രണ്ടുപേ രെയും അറിയുകയും, രണ്ടുപേരെക്കുറിച്ചും അന്യോന്യം ഉറപ്പു നൽകാൻ–കഴിയുന്ന ഒരാൾ ഡോക്ടർ 'മിലോഷ് ഹെദ്‌വെദ്'– വിശി ഷ്ടനായ ഒരു യുവാവ്. അയാൾ ഞങ്ങളുടെ ആദ്യത്തെ സന്ദേശവാ ഹകനായി. വളരെ യാദൃച്ഛികമായിട്ടായിരുന്നു ഞാൻ അയാളെ കണ്ടെ ത്തിയത്. 1941 ജൂൺ മധ്യത്തിൽ എനിക്കൊരു സുഖക്കേടുവന്നു. ഡോ ക്ടർ ഹെദ്‌വെദിനെ കണ്ടുപിടിച്ചു ഞാൻ രഹസ്യമായിത്താമസിക്കുന

ബക്സാസ് വീട്ടിലേക്ക് കുട്ടിക്കൊണ്ടുവരാൻ ലീദയെ അയച്ചു. അയാൾ ഉടനെ വന്നു. അയാളുടെ സംസാരത്തിനിടയിൽ, ആ *മേയ്പ്രത്ത*ിലെ മുഖപ്രസംഗമെഴുതിയ ആളെ അന്വേഷിച്ചറിയാൻ തന്നെ ചുമതല പ്പെടുത്തിയിട്ടുണ്ടെന്നു വളരെ കരുതലോടെ അയാൾ സൂചിപ്പിച്ചു. ആ ആൾ ഞാനായിരിക്കുമോ എന്ന് അയാൾക്ക് സംശയമേ ഉണ്ടായിരു ന്നില്ല; കാരണം, ഞാൻ അറസ്റ്റു ചെയ്യപ്പെടുകയും ഒരുപക്ഷേ വധിക്ക പ്പെടുകയും ചെയ്തിട്ടുണ്ടായിരിക്കുമെന്നാണ് മറുവശത്തുള്ള എല്ലാ മെമ്പർമാരും ഉറപ്പിച്ചിരുന്നത്.

1941 ജൂൺ 22-ന് ഹിറ്റ്ലർ സോവിയറ്റ് റഷ്യയെ ആക്രമിച്ചു. അന്നു വൈകുന്നേരം തന്നെ 'ഹോൺസാവൈസ്കോച്ചി'ലും ഞാനും കൂടെ, ചെക്കോസ്ലവാക്യയെ സംബന്ധിച്ചിടത്തോളം ഇതിന്റെ അർഥ മെന്താണെന്ന് വിവരിക്കുന്ന ഒരു ലഘുലേഖ പുറപ്പെടുവിച്ചു. ഞാൻ ഇത്ര കാലമായി അന്വേഷിച്ച മനുഷ്യനെ ജൂൺ 30-ന് ഒടുവിൽ കണ്ടുമുട്ടി. ഞാൻ നിർദേശിച്ച മേൽവിലാസത്തിൽ അയാൾവന്നു. എന്തെന്നാൽ, അയാൾക്കറിയാമായിരുന്നു താൻ ആരെയാണ് സന്ദർശി ക്കാൻ പോകുന്നതെന്ന്. അയാൾ ആരാണെന്ന് എനിക്കപ്പോഴും മനസിലായിരുന്നില്ല. ഒരു വേനൽക്കാല രാത്രി; അസേഷ്യാ പുഷ്പ ങ്ങൾ അന്തരീക്ഷം സുഗന്ധവാഹിയാക്കിത്തീർത്തു. കാമിനീകാമുകൻ മാരുടെ സമ്മേളനത്തിനു പറ്റിയ രാത്രി. സംസാരിക്കുന്നതിനുമുമ്പ് ഞങ്ങൾ ജനാലവിരികൾ മൂടി. ഞാൻ വിളക്കു കൊളുത്തി. ഞങ്ങൾ അന്യോന്യം ആശ്ലേഷിച്ചു. അത് 'ഹോൺസാ സീക്കാ' ആയിരുന്നു.

1941-ഫെബ്രുവരിയിൽ സെൻട്രൽ കമ്മിറ്റി മുഴുവൻ അറസ്റ്റിലായി രുന്നില്ല. അതിലെ ഒരു മെമ്പർ പിന്നെയും സ്വതന്ത്രനായിരുന്നു- 'സീക്കാ'. ഞാൻ വളരെക്കാലമായി അയാളെ അറിയും. ഞങ്ങൾ രണ്ടുപേരുംകൂടി ഏറ്റെടുത്ത പ്രവൃത്തിയിൽ കൂടെയാണ് ഞങ്ങൾ പരസ്പരം നന്നായി അറിയാൻ ഇടയാക്കിയത്. പൊക്കം തെല്ലു കുറഞ്ഞിട്ട് ഒരു ഉരുണ്ട മനുഷ്യൻ-എപ്പോഴും ഒരു പുഞ്ചിരി തൂവുന്നു ണ്ടാവും, ഒരു നല്ല അമ്മാച്ചൻ-എന്നാൽ പാർട്ടി പ്രവർത്തനത്തിൽ ദൃഢചിത്തനും കഠിനനും വിട്ടുവീഴ്ചയല്ലാത്തവനും ആത്മസമർപ്പണം ചെയ്തവനും ആയിരുന്നു. താൻ ചെയ്തിരുന്ന പ്രവൃത്തിയല്ലാതെ മറ്റു യാതൊന്നും അദ്ദേഹം അറിഞ്ഞിരുന്നില്ല. അറിയാൻ ആഗ്രഹിച്ചുമില്ല! തന്റെ കടമ നിർവഹിക്കാൻ വേണ്ടി അയാൾ മറ്റെല്ലാം ഉപേക്ഷിച്ചു. അയാൾ നാട്ടുകാരെ സ്നേഹിച്ചു. നാട്ടുകാർ അയാളെയും സ്നേഹിച്ചു. എന്നാൽ ഒരൊറ്റ ആളെയും, അവരുടെ വീഴ്ചകൾ കണ്ണടച്ചുകളഞ്ഞിട്ട് തന്റെ വശത്താക്കാൻ അയാൾ ശ്രമിച്ചിട്ടില്ല.

കാര്യങ്ങൾ തീരുമാനിക്കാൻ ഏതാനും മിനിട്ടേ വേണ്ടിവന്നുള്ളു. കുറച്ചു ദിവസങ്ങൾക്കുള്ളിൽ പുതിയ നേതൃത്വത്തിലെ ഒന്നാമത്തെ മെമ്പറുമായി ഞാൻ പരിചയപ്പെട്ടു. 'ഹോൺസാചെർണി', ഇയാളു മായി 'സീക്കാ' നിരന്തരബന്ധത്തിൽ ഏർപ്പെട്ടത് മെയ് മുതലായി

രുന്നു. അയാൾ നാട്ടുകാരുടെ നേരെ അദ്ഭുതകരമായ മനോഭാവമുള്ള സുമുഖനും ദീർഘകായനുമായ ഒരു ചെറുപ്പക്കാരനായിരുന്നു. അയാൾ സ്പെയിനിൽ യുദ്ധം ചെയ്തിട്ടുണ്ട്. അവിടെനിന്നും ഈ യുദ്ധം തുടങ്ങിയതിനുശേഷം നാട്ടിലേക്ക് മടങ്ങിയതാണ്. ശ്വാസകോശത്തിൽ ഒരു മുറിവുവെച്ചുകൊണ്ടാണ് അയാൾ നാസി ജർമനിവഴി കടന്നു പോന്നത്. എപ്പോഴും അയാൾ ഒട്ടാകെ ഒരു പട്ടാളക്കാരൻ തന്നെയായിരുന്നു. രഹസ്യപ്രവർത്തനത്തിൽ പരിചയമുള്ളവനും പ്രതിഭാശാലിയും എപ്പോഴും മുൻകൈ എടുക്കുന്നവനും ആയിരുന്നു.

അനേകം മാസങ്ങളിലെ വാശിയോടു കൂടിയ സമരം ഞങ്ങളെ ഒന്നാം തരം സുഹൃത്തുക്കളാക്കിത്തീർത്തു. ഞങ്ങൾ ഓരോരുത്ത രുടെയും കുറവുകളും സ്വഭാവങ്ങളിലെ പ്രത്യേക പരിശീലന വൈക ല്യങ്ങളും ഇടതിങ്ങിയ സഹകരണം കൊണ്ടു ഞങ്ങൾ അന്യോന്യം പരിഹരിച്ചതായിത്തോന്നി. സംഘാടകൻ എപ്പോഴും 'സീക്കാ' യായിരുന്നു. അയാൾ യാഥാർഥ്യബോധമുള്ളവനും ആളുകളെ ഉപദ്ര വിക്കുമാറ് കർശനമായ കൃത്യനിഷ്ഠയോടു കൂടിയവനും വലിയതരം പ്രയോഗങ്ങൾകൊണ്ട് ഒരിക്കലും വഴിതെറ്റിക്കപ്പെടാത്തവനുമാ യിരുന്നു. ഓരോ റിപ്പോർട്ടിനെയും, അതിന്റെ മുഴുവനായ അർഥം കണ്ടെത്തുന്നതുവരെ, അയാൾ തുളച്ചു നോക്കുമായിരുന്നു. ഓരോ നിർദേശത്തെയും, ദയാപൂർവകമായും, എന്നാൽ പ്രായോഗികവശത്തു ചേർന്നുനിന്നുകൊണ്ടും പരിശോധിക്കും, എന്നാൽ ഏറ്റവും ദൃഢനില യോടെ ഗ്രൂപ്പിന്റെ ഓരോ തീരുമാനവും അയാൾ നടപ്പാക്കുന്നു.

ശത്രുവിനു പ്രയോജനപ്പെടാവുന്ന വകകളെല്ലാം നശിപ്പിച്ചു കളയുന്ന പ്രസ്ഥാനത്തിന്റെയും, സായുധ വിപ്ലവത്തിനുള്ള ഒരുക്കങ്ങ ളുടെയും ഉത്തരവാദിത്വം 'ചെർണി'ക്കായിരുന്നു. മിലിട്ടറി ഭാഷയിൽ ചിന്തിക്കുന്ന ഒരാളാണ് 'ചെർണി.' പുതിയ ഉപാധികൾ കണ്ടുപിടിക്കു കയും, വിശാലമായ അടിസ്ഥാനത്തിൽ ഗംഭീരമായ തോതിൽ പ്ലാൻ ചെയ്യുകയും പുതിയ ആളുകളെയും വിഭവങ്ങളെയും കണ്ടുപിടിക്കു ന്നതിൽ തളരാതെ പ്രവർത്തിക്കുകയും വിജയിക്കുകയും ചെയ്തി രുന്നു.

ഞാൻ രാഷ്ട്രീയാന്തരീക്ഷത്തിൽ എന്റെ പ്രാണശക്തിയെ ആശ്രയിക്കുന്ന ഒരു രാഷ്ട്രീയ പ്രക്ഷോഭകാരിയും പത്രപ്രവർത്ത കനും ആയിരുന്നു. ചിലപ്പോഴെല്ലാം കുറച്ചൊക്കെ കേവല ഭാവന യിലേക്ക് കടക്കും. ഐക്യവും പരസ്പരപ്പൊരുത്തവും വേണമെന്ന് എനിക്ക് ബഹുനിഷ്കർഷയായിരുന്നു.

ഞങ്ങൾ പ്രവൃത്തികൾ വിഭജിച്ചിരുന്നില്ല., ഉത്തരവാദിത്വങ്ങൾ മാത്രമെ വിഭജിച്ചിരുന്നുള്ളൂ. എപ്പോഴെങ്കിലും സ്വതന്ത്രമായ തീരുമാ നവും പ്രവൃത്തിയും ആവശ്യമായി വന്നാൽ അപ്പോൾ ഞങ്ങളിൽ ഓരോരുത്തരും മറ്റുള്ളവരുടെ ശാഖകളിൽ ഉത്തരവാദിത്വം സ്വീകരിച്ച് ഒരു കൈ പരീക്ഷിച്ചുനോക്കേണ്ടിയിരിക്കുന്നു. എന്തുകൊണ്ടെന്നാൽ

എല്ലാ കാര്യങ്ങൾക്കും യോഗം കൂടി തീരുമാനമെടുക്കുക വിഷമ മായിരുന്നു. പാർട്ടിയുടെമേൽ ഫെബ്രുവരിയിൽ വീണ അടി ഞങ്ങ ളുടെ ബന്ധങ്ങളെയെല്ലാം മുറിച്ചുകളഞ്ഞു. അവയെല്ലാം പൂർണമായും വീണ്ടും ശരിപ്പെടുത്തിയെടുക്കുക ഒരിക്കലും സാധ്യമല്ലായിരുന്നു. സംഘടനയുടെ ചില ഭാഗങ്ങൾ അങ്ങനെതന്നെ തകർന്നു. മറ്റു ചിലവ വീണ്ടും പടുത്തുണ്ടാക്കിയിരുന്നെങ്കിലും അവയുമായി ഞങ്ങൾക്ക് ബന്ധം കിട്ടാൻ കഴിഞ്ഞില്ല. പല ഫാക്ടറികളിലെയും സെല്ലുകളും, ചില പ്രദേശങ്ങളിലെ സംഘടനകൾ അങ്ങനെതന്നെയും അനേകമാസ ങ്ങൾ ഒറ്റപ്പെട്ടു കഴിഞ്ഞതിനുശേഷമാണ് ഒടുവിൽ അവയുമായി ബന്ധ പ്പെടാൻ ഞങ്ങൾക്ക് കഴിഞ്ഞത്. അവർക്ക് ഞങ്ങളുടെ സന്ദേശങ്ങൾ ലഭിച്ചിരുന്നെന്ന് ആശിക്കുകയും അതിൽ നിർദേശിച്ച പൊതുമുറകൾ അവർ അനുസരിക്കുമെന്നുറച്ചിരിക്കുകയും മാത്രമെ നിവൃത്തിയുണ്ടാ യിരുന്നുള്ളു.

താമസിക്കാൻ സ്ഥലം പോലുമില്ലാത്തപ്പോൾ പ്രവർത്തിച്ചുകൊ ണ്ടിരിക്കുക വളരെ വിഷമകരമായിരുന്നു. പണ്ടത്തെ താവളങ്ങ ളൊന്നും ഞങ്ങൾക്ക് ഉപയോഗിച്ചുകൂടാ. കാരണം, അവയെല്ലാം ശത്രു വിന്റെ നിരന്തര പരിശോധനയുടെ കീഴിലാണ്. ആദ്യം ഞങ്ങളുടെ കയ്യിൽ പണംപോലും ഉണ്ടായിരുന്നില്ല. റേഷൻകാർഡില്ലാതെ ഭക്ഷണം കിട്ടാൻ വിഷമമമായിരുന്നു. കാർഡു വാങ്ങിയാൽ ഞങ്ങൾ ആരാണെന്ന സംഗതി പുറത്തുവരും. ഈ പ്രതിബന്ധങ്ങളെല്ലാം നേരി ടേണ്ടിയിരുന്നത് തയ്യാറെടുക്കാനും കെട്ടിപ്പടുക്കാനും സമയം അതിക്ര മിച്ചിരുന്ന ഒരവസരത്തിൽ – അതായത് യുദ്ധത്തിൽ ഞങ്ങൾക്ക് സജീവ പങ്കുവഹിക്കേണ്ടി വന്ന അവസരത്തിൽ-ആയിരുന്നു. എന്തു കൊണ്ടെന്നാൽ സോവിയറ്റ് യൂണിയൻ ആക്രമിക്കപ്പെട്ടു.

ആഭ്യന്തര രംഗത്തിൽ അക്രമികൾക്കെതിരായി സമരംചെയ്യുക ഞങ്ങളുടെ ചുമതലയായിരുന്നു; ഞങ്ങളുടെ സ്വന്തം പട്ടാളം മാത്രമല്ല, ചെക്കു ജനതയുടെ മുഴുവൻ കഴിവുകളോടും കൂടെ, ശത്രുവിന്റെ ഉപ യോഗസാധ്യതകളെ അട്ടിമറിക്കുന്ന സമരം, ചെറുയുദ്ധങ്ങൾ, ഞങ്ങൾക്ക് ചെയ്യേണ്ടിയിരുന്നു. രക്തം ചിന്തുന്ന മർദനത്തെ നേരിട്ടു കൊണ്ടും, അക്രമികൾക്കെതിരായി പാർട്ടി അതിന്റെ സംഘടന ഉറപ്പി ക്കുകയും കരുത്തുവെപ്പിക്കുകയും അതേ സമയംതന്നെ രാജ്യവാസിക ളുടെ വിലാസം സമ്പാദിക്കുകയും ചെയ്യേണ്ടിയിരുന്നു. അതിന്റെ അർഥം, ഒരു പാർട്ടിയിലുംപെടാത്ത ആളുകളെ സമീപിക്കുക, സ്വാത ന്ത്ര്യത്തിനുവേണ്ടി പൊരുതാൻ നിശ്ചയിച്ച എല്ലാവരുമായും ഇടപെ ടുക, നാട്ടുകാർക്ക് മുഴുവൻ സമരാഹ്വാനം കൊടുക്കുക, പിന്നെയും സംശയിച്ചു നില്ക്കുന്നവരെ നേരിട്ടു സമീപിക്കുക എന്നിവയൊക്കെ യാണ്.

1941 സെപ്തംബറിന്റെ ആരംഭത്തോടെ ഞങ്ങളുടെ തകർന്ന സംഘടന വീണ്ടും കെട്ടിപ്പടുത്തുവെന്ന് പറയാറായിട്ടില്ലെങ്കിലും ഗണ്യ

മായ പല ചുമതലകളും ഏറ്റെടുക്കാൻ മാത്രം കരുത്ത് ഉണ്ടായിക്കഴി ഞ്ഞുവെന്നു പറയാറായി. പാർട്ടിപ്രക്ഷോഭങ്ങൾ നാട്ടിൽ ശ്രദ്ധ ആകർഷിക്കുന്നവയായി. ശത്രുവിന്റെ വിദ്രോഹപ്രവർത്തനങ്ങൾ പടർന്നുപിടിച്ചു. പണിമുടക്കങ്ങൾ പൊട്ടിപ്പുറപ്പെട്ടു. സെപ്തംബർ അവ സാനത്തിൽ അവർ ഹെയ്ദ്റിച്ചിനെ ഞങ്ങളുടെ പിന്നാലെ വിട്ടു.

കൂടുതൽ കൂടുതൽ സജീവമായിത്തീർന്ന ഞങ്ങളുടെ ചെറുത്തു നിൽപ്പിനെ പട്ടാള ഭരണത്തിന്റെ ആദ്യഘട്ടം തകർത്തില്ല. എങ്കിലും അത് ഞങ്ങളുടെ ഗതിവേഗം കുറച്ചു. പാർട്ടിയുടെ മേൽ പുതിയ മുറിവു കൾ ഉണ്ടായി. ഏറ്റവും വലിയ അടിപറ്റിയത് പ്രേഗിലെ ഡിസ്ട്രിക്ട് സംഘടനക്കും അവിടത്തെ യുവജന സംഘടനക്കുമാണ്. പാർട്ടിക്ക് ഏറ്റവും വിലപ്പെട്ട പല നേതാക്കൻമാരും പിന്നെയും നഷ്ടപ്പെട്ടു. 'ജൗൺ ക്രെയ്ച്ചി' 'ഷാൻസൻ' 'മിലോഷ് ക്രാസ്തി' തുടങ്ങിയ വളരെ പ്പേർ നഷ്ടപ്പെട്ടു.

എങ്കിലും ഓരോ അടിക്കുശേഷവും, പാർട്ടി എത്രമാത്രം നശിപ്പി ക്കാനാവാത്തതാണെന്നു നിങ്ങൾക്ക് കാണാൻ കഴിഞ്ഞു. ഇയാൾക്കു പകരം മറ്റാരായാലും പറ്റില്ല എന്നു തോന്നിയിരുന്ന പലരും പോയിട്ടും, അവരുടെ സ്ഥാനമെടുക്കാൻ രണ്ടുംമൂന്നും പേർ മുന്നോട്ടുവന്നു. നവവ ത്സരത്തോടുകൂടി ഞങ്ങൾ വീണ്ടും സുശക്തമായ പുതിയ ഒരു സംഘ ടന കെട്ടിപ്പടുത്തു. അത്, 1941 ഫെബ്രുവരിയിൽ നമുക്കുണ്ടായിരുന്നിട ത്തോളം തന്നെ വിപുലമായിരുന്നില്ലെങ്കിലും, നിർണായകമായ സമര ത്തിനുള്ള വെല്ലുവിളി സ്വീകരിക്കത്തക്ക കരുത്ത് അതിന് തികച്ചും ഉണ്ടായി. ഈ പണിയിൽ ഞങ്ങളെല്ലാം പങ്കെടുത്തു; എന്നാൽ അതിന്റെ പ്രധാന ഉത്തരവാദിത്വം 'ഹോൺ സാനീക്കാ'ക്കായിരുന്നു.

ഞങ്ങളുടെ പ്രസിദ്ധീകരണ പ്രവർത്തനങ്ങളുടെ തെളിവുകൾ നാട്ടിൻപുറങ്ങളിലെ നിലവരകളിലും, സഖാക്കളുടെ രഹസ്യഫയലുക ളിലും മറ്റും കാണാം. അതിനെപ്പറ്റി ഇവിടെ പ്രസ്താവിക്കേണ്ട ആവ ശ്യമില്ല.

ഞങ്ങളുടെ പാർട്ടിപ്പത്രങ്ങൾ പാർട്ടി പ്രവർത്തകർക്കിടയിൽ മാത്ര മല്ല രാജ്യത്തൊട്ടാകെ വിപുലമായ തോതിൽ പ്രചരിക്കുകയും വായി ക്കപ്പെടുകയും ചെയ്തു. അച്ചടിച്ചതോ കല്ലച്ചിൽ എഴുതിയതോ ആയ രൂപത്തിൽ അവയെ അനവധി 'സാങ്കേതിക കേന്ദ്ര'ങ്ങളിൽ നിന്ന് അന വധി കോപ്പികളാക്കി പ്രസിദ്ധം ചെയ്തു. ഈ സാങ്കേതിക കേന്ദ്രങ്ങ ളെല്ലാം വളരെ രഹസ്യവും ഒന്നിനൊന്നു ബന്ധമില്ലാത്തവുമായിരുന്നു. ഒരൊറ്റ പ്രസിദ്ധീകരണ ഗ്രൂപ്പിനെങ്കിലും, മറ്റു ഗ്രൂപ്പുകളിൽ പ്രവൃത്തി യെടുത്തിരുന്നതാരാണെന്നോ എവിടെയാണെന്നോ യാതൊരു നിശ്ചയ വുമുണ്ടായിരുന്നില്ല. അവർക്കുള്ള നിർദേശങ്ങളും ലേഖനങ്ങളും എവി ടെനിന്നാണ് വന്നതെന്നും ആർക്കും അറിഞ്ഞുകൂടായിരുന്നു. മനുഷ്യ സാധ്യമായിടത്തോളം വേഗത്തിൽ അവരെല്ലാം പ്രവർത്തിച്ചിരുന്നു. യുദ്ധ പരിതഃസ്ഥിതി അതാണാവശ്യപ്പെട്ടത്. ഉദാഹരണമായി: 1942

ഫെബ്രുവരി 23-ലെ സ്റ്റാലിന്റെ "പട്ടാളങ്ങൾക്കുള്ള പൊതു ഉത്തരവ്" ഞങ്ങൾ പ്രസിദ്ധീകരിക്കുകയും അത് 24-ന് വൈകുന്നേരം തന്നെ വായനക്കാരുടെ കൈകളിൽ എത്തിച്ചേരുകയും ചെയ്തു. അച്ചടിവേല ക്കാർ ഗംഭീരമായി പണിയെടുത്തു. അതുപോലെ തന്നെ ഡോക്ടർമാ രുടെ സാങ്കേതിക ഗ്രൂപ്പും, *ഹിറ്റ്ലർക്കെതിരായ ലോകം* എന്ന പേരിൽ ഒരു പത്രം പ്രസിദ്ധീകരിച്ചിരുന്ന 'ഫുക്സ് ലാറൻസ്' എന്ന മറ്റൊരു ഗ്രൂപ്പും പണിയെടുത്തിരുന്നു. മറ്റു പത്രങ്ങൾക്ക് ആവശ്യമായിരുന്ന മാറ്റർ മിക്കവാറും, മുഴുവൻതന്നെ ഞാൻ കൊടുത്തിരുന്നു; മറ്റുള്ളവരെ അപകടപ്പെടുത്താതിരിക്കാൻവേണ്ടി, ഞാൻ നഷ്ടപ്പെടുകയാണെങ്കിൽ എന്റെ സ്ഥാനം കയ്യേൽക്കാനുള്ള ആളെ മുൻകൂട്ടി തയ്യാർ ചെയ്തു നിർത്തി. എന്നെ അറസ്റ്റുചെയ്തയുടനെ അയാൾ ജോലി ഏറ്റെടുത്തു. ഇന്നും അതു ചെയ്തുകൊണ്ടിരിക്കുന്നു.

ഓരോ പ്രവൃത്തിയിലും കഴിയുന്നതും ചുരുക്കം ആളെ മാത്രം ബന്ധപ്പെടുത്തത്തക്കവണ്ണം കഴിയുന്നത്ര ലളിതമായ ഒരു സംഘടന യാണ് ഞങ്ങൾ കെട്ടിപ്പടുത്തത്. സന്ദേശങ്ങൾ എത്തിക്കാനുള്ള കുഴ പ്പംപിടിച്ച ചങ്ങലസമ്പ്രദായം ഞങ്ങളുപേക്ഷിച്ചു. 1941 ഫെബ്രുവരി യിൽ കമ്മിറ്റിയെ രക്ഷിക്കാൻ അതിനു കഴിഞ്ഞില്ല. നേരെമറിച്ച് വഞ്ചന യുടെ ആപത്തിനെ അധികമാക്കുകയാണു ചെയ്തത്. പുതിയരീതി ഞങ്ങളോരോരുത്തരെയും വ്യക്തിപരമായി കൂടുതൽ ആപത്തിനു വിധേയമാക്കിയെങ്കിലും സംഘടനയെ ഒട്ടാകെ കൂടുതൽ സുരക്ഷിത മായ ഒരു സ്ഥിതിയിൽ എത്തിച്ചു. ഭാവിയിൽ യാതൊരടിക്കും ഫെബ്രു വരിയിലെപ്പോലെ പാർട്ടിയെ തകർക്കാൻ കഴിയുമായിരുന്നില്ല.

അങ്ങനെ എന്നെ അറസ്റ്റു ചെയ്തതിനുശേഷവും, സെൻട്രൽ കമ്മിറ്റി സാധാരണപോലെ തുടർന്നു. എന്റെ പകരക്കാരൻ സ്ഥാന ത്തേക്കു കയറി. എന്റെ ഏറ്റവും അടുത്ത സഹപ്രവർത്തകൻമാർ പോലും യാതൊരു വ്യത്യാസവും അറിഞ്ഞതുമില്ല.

1942 മെയ് 27-ന് രാത്രി 'ഹോണ്‍സാ-സീക്കാ' അറസ്റ്റു ചെയ്യപ്പെ ട്ടു. അതു കേവലം യാദൃച്ഛികമായിരുന്നു. ഹെയ്ദ്റിച്ചിന്റെ വധത്തിനു പിറ്റേദിവസം രാത്രിയായിരുന്നു അത്, ശത്രുയന്ത്രം മുഴുവൻ പ്രേഗിലെ തെരുവിലിറങ്ങി നഗരമാസകലം പരിശോധന നടത്തുകയാണ്. 'സീക്കാ ഒളിവിലിരുന്ന സ്ത്രേഷ്ഷോ വീസിലെ മുറികളിലും അവർ കടന്നു പരിശോധന നടത്തി. കള്ളപ്പേരുകൾ വെച്ചുള്ള അയാളുടെ രേഖകൾ പരമ ഭദ്രങ്ങളായിരുന്നു. അയാൾ ശാന്തനായി ഇരുന്നെങ്കിൽ അവർ അയാളെ ഒരിക്കലും ശ്രദ്ധിക്കുമായിരുന്നില്ല. എന്നാൽ തനിക്ക ഭയം നൽകിയ ആ നല്ല കുടുംബത്തിന്റെ ജീവനെ അപകടപ്പെടുത്താൻ ഇഷ്ടമില്ലാതെ അയാൾ രണ്ടാമത്തെ നിലയിലുള്ള ജനാലയിൽകൂടെ ചാടി രക്ഷപ്പെടാൻ ശ്രമിച്ചു. അയാൾ വീണു നട്ടെല്ലിനു സാരമായ പരിക്കു പറ്റി. ജയിലാശുപത്രിയിലേക്കു നീക്കം ചെയ്യപ്പെട്ടു. തങ്ങൾ കൈവെച്ചത് ആരുടെ മേലാണെന്ന് അവർക്ക് ഒരു പിടിയും ഇല്ലായിരു

ന്നു. പതിനെട്ടു ദിവസത്തെ പരിശോധനക്കും അനവധി ഫോട്ടോഗ്രഫ ലുകൾ ഒത്തുനോക്കലുകൾക്കും ശേഷമാണ് അയാളാരാണെന്ന് അവർ തെളിയിച്ചത്. പെച്ചെക്ക് കെട്ടിടത്തിലെ വിസ്താരത്തിന് അയാളെ അവർ അങ്ങോട്ടു കൊണ്ടുപോയി. അവിടെവെച്ചാണ് ഞാൻ അയാളെ അവസാനം കണ്ടത്. അയാളെ കാണിക്കാൻ അവരെന്നെ അങ്ങോട്ടു കൊണ്ടുപോയപ്പോൾ ഞങ്ങൾ അന്യോന്യം കൈപിടിച്ചു കുലുക്കി. എന്നെ നോക്കിക്കൊണ്ടു തന്റെ കനിവേറിയ ആ മന്ദഹാസ ത്തോടെ അദ്ദേഹം പറഞ്ഞു:

"ജൂലോ, സ്വയം രക്ഷിക്കൂ!"

അതുമാത്രമാണ് അയാളിൽനിന്ന് അവർ കേട്ടിട്ടുള്ളത്. വേറെ ഒരൊറ്റവാക്കുപോലും അദ്ദേഹം അവരോടു പറഞ്ഞിട്ടില്ല. ഏതാനും അടികൾ മുഖത്തുകിട്ടിയതോടെ അദ്ദേഹം ബോധംകെട്ടുവീണു. ഏതാനും മണിക്കൂറുകൾക്കുള്ളിൽ മരിക്കുകയും ചെയ്തു.

മെയ് 29-ന് അദ്ദേഹത്തിന്റെ അറസ്റ്റിനെപ്പറ്റി ഞാനറിഞ്ഞു. ഞങ്ങ ളുടെ സ്പർശനാവയവങ്ങൾ നല്ലപോലെ പണിയെടുത്തു. അവ യിൽകൂടി കഴിയുന്നത്ര ഭംഗിയായി അടുത്ത പരിപാടിയെപ്പറ്റി ഞങ്ങ ളോലോചിച്ചു; യോജിച്ചു തീരുമാനമെടുത്തു. പിന്നീട് ആ തീരുമാന ങ്ങളെ 'ഹോൺസാ ചെർണി' ശരിവെച്ചു. പാർട്ടിക്കുവേണ്ടി ഞങ്ങളൊ നിച്ചു ചെയ്ത അവസാനത്തെ തീരുമാനം അതായിരുന്നു.

1942-ലെ വേനൽക്കാലത്ത് 'ഹോൺസാ ചെർണി' അറസ്റ്റു ചെയ്യ പ്പെട്ടു. ഇത്തവണ ഭാഗ്യദോഷം കൊണ്ടായിരുന്നില്ല. അയാളുമായി നേരിട്ടു ബന്ധമുണ്ടായിരുന്ന 'യാൻ പൊക്കോർണി' യുടെ ഗുരുതര മായ അച്ചടക്കലംഘനം നിമിത്തമായിരുന്നു. 'പൊക്കോർണി' ഗ്രൂപ്പിന്റെ ഉത്തരവാദപ്പെട്ട ഉദ്യോഗസ്ഥനെപ്പോലെ പെരുമാറിയില്ല. അനേകം മണിക്കൂർ സമയത്തെ മർദനത്തിനുശേഷം തീർച്ച. പക്ഷേ അതല്ലാതെ മറ്റെന്താണയാൾ പ്രതീക്ഷിച്ചിരുന്നത്?–അയാൾ കുഴഞ്ഞുപോയി. താൻ 'ചെർണി'യെ സന്ദർശിച്ച സ്ഥലത്തിന്റെ മേൽവിലാസം അവർക്ക് പറഞ്ഞുകൊടുത്തു. അവിടെ നിന്ന് അവർ 'ഹോൺസാ'യെ തിരഞ്ഞു. ഏതാനും ദിവസങ്ങൾക്കുശേഷം ഗെസ്റ്റപ്പോക്ക് അദ്ദേഹത്തെ പിടി കിട്ടു കയും ചെയ്തു.

കൊണ്ടുവന്നയുടനെ അയാളെ ആൾ തിരിച്ചറിയാനായി അവർ എന്നെ അങ്ങോട്ടു വലിച്ചിഴച്ചു കൊണ്ടുപോയി.

"നീ ഇവനെ അറിയുമോ?"

"ഇല്ല, ഞാനറിയില്ല."

എന്നെ അറിയുമെന്ന് അദ്ദേഹവും സമ്മതിച്ചില്ല. മറ്റെന്തിനെപ്പറ്റി യുമുള്ള ഏത് ചോദ്യങ്ങൾക്കായാലും മറുപടി പറയാൻ അദ്ദേഹം കൂട്ടാ ക്കിയില്ല. അയാളുടെ പഴയ മുറിവ് കൂടുതൽ മർദനങ്ങളിൽനിന്നും അങ്ങെര രക്ഷിച്ചു. അയാൾ വേഗം മോഹാലസ്യപ്പെട്ടു. രണ്ടാമത്തെ മർദനത്തിന് അവർ അദ്ദേഹത്തെ കൊണ്ടുവരുന്നതിനു മുമ്പായി

ഞങ്ങൾ സ്ഥിതിഗതികൾ സൂക്ഷ്മമായി അറിയിച്ചു കൊടുക്കുകയും അതനുസരിച്ച് അദ്ദേഹം നയിക്കപ്പെടുകയും ചെയ്തു.

അവർക്ക് അയാളിൽനിന്ന് യാതൊന്നും കിട്ടിയില്ല. അവർ വളരെ ക്കാലം അയാളെ ജയിലിൽവെച്ചു. അയാളുടെ മൗനം ഭഞ്ജിക്കപ്പെ ടാൻ കഴിഞ്ഞില്ല. അവർക്ക് ഒരിക്കലും ഹോൺസാ ചെർണിയെ ഒടി ക്കാൻ കഴിഞ്ഞില്ല.

ബന്ധനം അയാളിൽ മാറ്റം വരുത്തിയില്ല. അയാൾ എപ്പോഴും ധീരനും പ്രസന്നവദനനും ചുറുചുറുക്കുള്ളവനും തന്നെയായിരുന്നു- തന്റെ സ്വന്തം ഭാവി മരണത്തിലേക്ക് ചൂണ്ടപ്പെട്ടിരിക്കുമ്പോൾ അയാൾ എപ്പോഴും മറ്റുള്ളവർക്ക് ഭാവിയിലേക്കുള്ള വഴി ചൂണ്ടിക്കാണിച്ചു കൊടുത്തു.

ഏപ്രിൽ അവസാനത്തിൽ അവർ അയാളെ പാൻക്രാറ്റിസിൽ നിന്നുപെട്ടെന്നു നീക്കംചെയ്തു. എനിക്കറിയില്ല എങ്ങോട്ടേക്കാണെന്ന്. ഇവിടെ നിന്നുള്ള ആളുകളുടെ ഈ പെട്ടെന്നുള്ള കാണാതാവൽ എന്തോ ആപത്ത് സൂചിപ്പിക്കുന്നു. എങ്കിലും ഒരുപക്ഷേ തെറ്റിയെന്നും വരാം. എന്നാൽ 'ഹോൺസാ ചെർണി'യെ വീണ്ടും കാണാമെന്നുള്ള പ്രതീക്ഷ എനിക്കില്ല.

ഞങ്ങൾ എപ്പോഴും മരണത്തെ ഞങ്ങളുടെ പരിഗണനകളിൽപെ ടുത്തി. ഗെസ്റ്റപ്പോയുടെ കൈകളിൽ പെടുകയെന്നുവെച്ചാൽ മരണം എന്നർഥമാണെന്ന് ഞങ്ങൾക്കറിയാം. അതനുസരിച്ചുതന്നെ പിടിപെട്ട തിനുശേഷവും ഞങ്ങളുടെ സ്വന്തം ജീവനെ സംബന്ധിച്ചിടത്തോളവും മറ്റുള്ളവരെ സംബന്ധിച്ചും ഞങ്ങൾ പെരുമാറുകയും ചെയ്തു.

എന്റെ സ്വന്തം നാടകം അതിന്റെ അന്ത്യത്തെ സമീപിക്കുകയാ ണ്. ആ അന്ത്യം എനിക്കെഴുതാൻ സാധ്യമല്ല. കാരണം, അതെ ന്തായിരിക്കുമെന്ന് എനിക്ക് ഇനിയും അറിഞ്ഞുകൂടാ. ഇത് ഇപ്പോൾ ഒരു നാടകമല്ല. ഇത് ജീവിതമാണ്. അവസാനത്തെ രംഗത്തിനുള്ള തിര ശീലയും പൊന്തുന്നു.

സുഹൃത്തുക്കളെ ഞാൻ
നിങ്ങളെയെല്ലാം സ്നേഹിച്ചു.
കരുതലോടെ ഇരിക്കുക!
ജൂൺ 9,1943.